பாதி மலையேறுன பாதகரு
அனுபவக் கட்டுரைகள்

பெருமாள்முருகனின் பிற நூல்கள்

[காலச்சுவடு வெளியீடு]

நாவல்

- நிழல்முற்றம் (தமிழ் கிளாசிக்)
- கூளமாதாரி (தமிழ் கிளாசிக்)
- ஏறுவெயில்
- கங்கணம்
- மாதொருபாகன்
- ஆளண்டாப் பட்சி
- பூக்குழி
- ஆலவாயன்
- அர்த்தநாரி
- பூனாச்சி அல்லது ஒரு வெள்ளாட்டின் கதை
- கழிமுகம்
- நெடுநேரம்

சிறுகதை

- பெருமாள்முருகன் சிறுகதைகள் (1988 – 2015)
- சேத்துமான் கதைகள்
- மாயம்
- வேல்!

கவிதைகள்

- மயானத்தில் நிற்கும் மரம்
- கோழையின் பாடல்கள்

கட்டுரைகள்

- துயரமும் துயர நிமித்தமும்
- கரித்தாள் தெரியவில்லையா தம்பீ…
- பதிப்புகள் மறுபதிப்புகள்
- வான்குருவியின் கூடு (தனிப்பாடல் அனுபவங்கள்)
- கெட்ட வார்த்தை பேசுவோம்
- ஆர். ஷண்முகசுந்தரத்தின் படைப்பாளுமை
- நிழல்முற்றத்து நினைவுகள்
- நிலமும் நிழலும்
- தோன்றாத் துணை
- மனதில் நிற்கும் மாணவர்கள்
- மயிர்தான் பிரச்சினையா?
- அப்படியெல்லாம் மனசு புண்படக்கூடாது
- காதல் சரி என்றால் சாதி தப்பு

பதிப்புகள்

- சாதியும் நானும் (அனுபவக் கட்டுரைகள்)
- கு.ப.ரா. சிறுகதைகள் (முழுத் தொகுப்பு)
- கருவளையும் கையும்

தொகுத்தவை

- உடைந்த மனோரதங்கள்
- பிரம்மாண்டமும் ஒச்சமும்
- பறவைகளும் வேடந்தாங்கலும் – மா. கிருஷ்ணன்
- உ.வே.சா. பன்முக ஆளுமையின் பேருருவம் (கட்டுரைகள்)
- தீட்டுத்துணி – சி.என். அண்ணாத்துரை (தேர்ந்தெடுத்த சிறுகதைகள்)
- கூடுசாலை – சி.சு. செல்லப்பா (கிளாசிக் சிறுகதைகள்)

பாதி மலையேறுன பாதகரு

பெருமாள்முருகன் (பி. 1966)

படைப்புத் துறைகளில் இயங்கிவருபவர். அகராதியியல், பதிப்பியல், மூலபாடவியல் ஆகிய கல்விப்புலத் துறைகளிலும் ஈடுபாடுள்ளவர்.

2023ஆம் ஆண்டுக்கான 'பன்னாட்டுப் புக்கர் விருது' நெடும் பட்டியலில் 'பூக்குழி' நாவலின் ஆங்கில மொழிபெயர்ப்பு 'Pyre' இடம்பெற்றது. இவரது 'ஆளண்டாப் பட்சி' நாவலின் ஆங்கில மொழிபெயர்ப்பான 'Fire Bird' நூலுக்கு 2023ஆம் ஆண்டு ஜேசிபி இலக்கியப் பரிசு வழங்கப்பட்டது.

பெருமாள்முருகன்

பாதி மலையேறுன பாதகரு
அனுபவக் கட்டுரைகள்

காலச்சுவடு பதிப்பகம்

அன்பார்ந்த வாசகருக்கு,

வணக்கம்.

காலச்சுவடு நூலை வாங்கியமைக்கு நன்றி.

நூலின் உள்ளடக்கம், உருவாக்கம், அட்டைப்படம் இன்ன பிற அம்சங்கள் பற்றிய உங்கள் கருத்துகளையும் ஆலோசனைகளையும் காலச்சுவடு வரவேற்கிறது. தகவல், எழுத்து, வாக்கியப் பிழைகள் தென்பட்டால் அவசியம் தெரிவித்து உதவுங்கள். நூல் தயாரிப்பில் கடும் குறைபாடு இருப்பின் மாற்றுப் பிரதி உங்களுக்குக் கிடைக்கக் காலச்சுவடு ஏற்பாடு செய்யும்.

மின்னஞ்சல்: publisher@kalachuvadu.com

காலச்சுவடு நாகர்கோவில் அலுவலகத்திற்குக் கடிதம் அனுப்பலாம்.

தங்கள்
எஸ்.ஆர். சுந்தரம் (கண்ணன்)
பதிப்பாளர் – நிர்வாக இயக்குநர்

பாதி மலையேறுன பாதகரு: அனுபவக் கட்டுரைகள் ◆ ஆசிரியர்: பெருமாள்முருகன் ◆ © பெருமாள்முருகன் ◆ முதல் பதிப்பு: டிசம்பர் 2024 ◆ வெளியீடு: காலச்சுவடு பப்ளிகேஷன்ஸ் (பி) லிட்., 669, கே.பி. சாலை, நாகர்கோவில் 629001

காலச்சுவடு பதிப்பக வெளியீடு: 1323

paati malaiyeeRuna paatakaru: Experience Essays ◆ Author: PerumalMurugan ◆ © PerumalMurugan ◆ Language: Tamil ◆ First Edition: December 2024 ◆ Size: Demy 1 x 8 ◆ Paper: 18.6 kg maplitho ◆ Pages: 192

Published by Kalachuvadu Publications Pvt. Ltd., 669 K.P. Road, Nagercoil 629001, India ◆ Phone: 91-4652-278525 ◆ e-mail: publications @kalachuvadu.com ◆ Printed at Mani Offset, Chennai 600077

ISBN: 978-93-6110-660-6

12/2024/S.No. 1323, kcp 5424, 18.6 (1) 9ss

ஆபத்தின்போது
அடைக்கலம் தந்த அன்பு
மா. வெங்கடேசனுக்கு

பொருளடக்கம்

	முன்னுரை: இரகசியம் பற்றிய கேள்விகள்	11
1.	மருதநாயகம் போட்ட தீனி	15
2.	பாதை மாற்றிய முதல் கதை	18
3.	கதை பிறந்த கதை	21
4.	பலவிதமாய் விரியும் பிடிபாடு	25
5.	நெஞ்சு துடிக்கும் எதிர்பார்ப்பு	28
6.	இதுதான் பெருஞ்சுகம்	31
7.	தமிழர் செல்வத்தை அபகரிக்கும் ஐயப்பன்	35
8.	ஏறுவெயில் நேர நடை	38
9.	வெயில் கொள்ளும் பரிமாணம்	45
10.	கைவிடப்பட்ட கூடுகள்	50
11.	ராசிபுரம் கிருஷ்ணசாமி நாராயண சுவாமி	56
12.	ஒருகை மணல்	59
13.	இலை கொண்டு மரம் வரைதல்	63
14.	ஒற்றைச் சொல்	68
15.	விதிகளும் விதிமீறல்களும்	71
16.	பாதி மலையேறுன பாதகரு	77
17.	இடம்பெயரல்	86

18.	கற்பனை விரிவு	88
19.	உண்மையல்லாத வரிகள்	92
20.	சாதி நோய்க்கு அருமருந்து	95
21.	பிள்ளைக் கிறுக்கல்கள்	101
22.	மறைந்திருந்து கேட்கும் குயில்கள்	104
23.	யாருக்கு எழுத வேண்டும்?	107
24.	புத்தகம் திணித்த மொடா	113
25.	புத்தகம் உடைய வீடு	119
26.	பள்ளியும் பாழியும்	124
27.	என் ஊர்	135
28.	உவலைக் கூவல்	139
29.	புளியம்பூப் பருவம்	142
30.	அறுபட்ட புளியஞ்சாலை	150
31.	தொலையாமல் இருக்கிறேன்	160
32.	'நாளெலாம் வினைசெய்'	165
33.	நான் காணும் 'நாகம்மாள்கள்'	171
34.	புகழ் மிகுதி	177
35.	உலகமயமாகும் இலக்கியம்: சில கேள்விகள்	183

முன்னுரை

இரகசியம் பற்றிய கேள்விகள்

'மாதொருபாகன்' நாவல் சர்ச்சையில் நீதிமன்றத் தீர்ப்பு வந்தபோது வாழ்த்துச் செய்தி அனுப்பியிருந்த மலையாளக் கவிஞர் கே. சச்சிதானந்தன் 'நீங்கள் நிறைய எழுத வேண்டும். சுயசரிதைகூட எழுதலாம்' என்று சொல்லியிருந்தார். தீர்ப்பு என்னை எழுதச் சொல்லிக் கட்டளையிட்டிருந்தது. எனினும் வெறுமையான மனநிலையில் இருந்தேன். சச்சிதானந்தன் சொன்னதுபோலச் சுயசரிதையை எழுதிப் பார்க்கலாமா என்று நினைத்ததுண்டு. என்னுடையது அத்தனை சுவாரசியம் கொண்ட வாழ்வல்ல. நினைத்த வாழ்வுக்கும் அமைந்த வாழ்வுக்குமான முரண் பெரிதாக இல்லை. வேறென்ன, வாழ்வின் அடிப்படையை அமைத்துக்கொள்ள அலைந்த அலைச்சல்கள் கொஞ்சம் சுவை தரலாம். அவ்வளவுதான். எனவே அவ்வெண்ணத்தைப் புறந்தள்ளிவிட்டுப் 'பூனாச்சி' நாவலை எழுதினேன்.

பின்னர் 'தோன்றாத் துணை' நூல் எழுதும்போது சின்னக் கணக்கீடு மனதில் வந்தது. சொந்த வாழ்க்கை பற்றிக் கணிசமாக எழுதியிருப்பதாக அக்கணக்கீடு சொன்னது. 'கரித்தாள் தெரிய வில்லையா தம்பீ...', 'நிழல்முற்றத்து நினைவுகள்', 'நிலமும் நிழலும்' ஆகிய நூல்கள் அப்படியானவை. தனிப்பாடல் இலக்கியத்தை முன்வைத்து எழுதிய 'வான்குருவியின் கூடு' நூலிலும் சுயசரிதச் சாயல் உண்டு. பல நூல்களின் முன்னுரைகள் அப்படிப் பட்டவை. சரி, அவ்வரிசையில் 'தோன்றாத் துணை' யும் சேர்கிறது என்று நினைத்துக்கொண்டேன்.

அதுபோலப் பல்லாண்டுகளாக நான் எழுதிச் சேர்ந்திருந்த கட்டுரைகளை இனம் பிரித்துக் கோத்தபோது வாழ்வனுபவங்களும் படைப்புகளின் மூல ஊற்று பற்றியவையும் கணிசமாக இருக்கக் கண்டேன். நல்ல வாசிப்பனுபவம் கொண்டவைதான். எனினும் நூலாக்கத் தயக்கம் இருந்தது. 'கரித்தாள்' நூலுக்கு அடுத்த பதிப்பு கொண்டுவரலாம் என்றும் ஏதும் திருத்தங்கள் இருந்தால் செய்யலாம் என்றும் காலச்சுவடு பதிப்பகத்தில் சொன்னார்கள். தனித்தெடுத்த வாழ்வனுபவக் கட்டுரைகளை அந்நூலோடே சேர்த்துவிடலாம் என்றோர் எண்ணம் தோன்றிக் 'கொஞ்சம் பொறுத்திருங்கள்' என்று சொன்னேன்.

அப்போது எனது ஐந்து நூல்களை ஆங்கிலத்தில் மொழி பெயர்க்கப் பெங்குவின் பதிப்பகத்தோடு ஒப்பந்தப் பேச்சு வார்த்தையைக் கண்ணன் தொடங்கியிருந்தார். 'கரித்தாள் தெரிய வில்லையா தம்பீ...' நூலும் அவற்றுள் ஒன்று. அதில் உள்ள கட்டுரைகள் அனைத்தும் ஆங்கிலத்திற்குத் தேவையில்லை, தேர்ந்தெடுத்துக்கொள்ளலாம் என்று பேசினோம். தேர்ந்தெடுத் தால் சிறிய நூலாகத்தான் வரும் என்றார் கண்ணன். அதில் மேலும் சில கட்டுரைகளைச் சேர்க்கத் திட்டமிருக்கிறது என்று சொன்னேன். இந்த இரு விஷயங்களும் கட்டுரைகளைச் சேர்த்துப் பார்க்கும் எண்ணத்தை விரைவுபடுத்தின. கோப்புகளிலிருந்து பிரித்தெடுத்து வரிசைப்படுத்தியபோது இதுவே தனி நூலாகும் என்றுணர்ந்தேன்.

அப்படித் தொகுத்த நூல்தான் 'பாதி மலையேறுன பாதகரு.' தலைப்புக் கட்டுரையில் என் தாத்தாவைப் பற்றிய சித்திரம் இருக்கிறது. சுவாரசியத்திற்குப் பஞ்சமில்லாத மனிதர் அவர். என்னைப் 'பொன்னு' என்றழைக்கும் குரலுக்கு உரியவர். அதில் அழுத்தமான சம்பவம் ஒன்றும் உள்ளது. தம் வாழ்வின் இறுதிக் காலத்தில் 'பாதகர்' பட்டம் பெற்றவர் அவர். அதற்கான பின்னணியை விவரிக்கும் கட்டுரை அது. அவர் சித்திரம் இக்கட்டுரையில் அமைந்ததுபோலவே ஒவ்வொரு கட்டுரையிலும் ஒவ்வொரு கூறு, ஒவ்வொரு சித்திரம் சிறந்திருப்பதாகத் தோன்றியது. நூலாக்கத்திற்கான நியாயம் இப்படித்தான் உருவாயிற்று.

தமிழ் வாசகரும் சரி, பிறமொழி வாசகரும் சரி ஒரு எழுத்தாளரின் வாழ்வையும் படைப்புக்கும் அவர் வாழ்வுக்கும் உள்ள தொடர்பையும் அறிந்துகொள்ளப் பெரிதும் ஆர்வம் காட்டுகின்றனர். அத்தகைய கட்டுரைகளையும் நூல்களையும் வாசிப்பதற்குப் பெருங்கூட்டம் இருக்கிறது. மேலும் படைப்பின் இரகசியத்தைப் பற்றிப் பல கேள்விகள் வந்துகொண்டே யிருக்கின்றன. அதுதான் இரகசியம் ஆயிற்றே, எப்படிச்

சொல்வது? எனக்கே புரியாத இரகசியம் அது என்றாலும் விடுவ தில்லை.

நேர்காணல்களில் 'இந்தக் கதையின் கரு எப்படித் தோன்றியது?', 'இந்த நாவல் உருவான பின்னணி என்ன?' என்றெல்லாம் தொடர்ந்து துளைத்தெடுக்கிறார்கள். நாவலை விடவா நாவல் உருவான பின்னணிக்கு முக்கியத்துவம் வந்து விடப்போகிறது? ஒரு கரு எப்படி உருவாகிறது என்று எல்லா வற்றுக்கும் தெளிவாகச் சொல்ல முடியாது. சிலவற்றுக்குப் பின்னால் இருக்கும் உந்துதலைத் தொட்டுக் காட்டலாம். சிலவற்றை உணரலாம். சிலவற்றின் மூலத்தை உருவி எடுப்பது கடினம். 'நதிமூலம் ரிஷிமூலம் காண முடியாது என்பதுபோலத் தான் படைப்பின் மூலத்தையும் காண முடியாது' என்று சொல்லிச் சமாளிக்கலாம். எத்தனையோ சம்பவங்களில் ஏதேனும் ஒன்றைக் கதைக்கானதாக மனம் எப்படித் தேர்வு செய்கிறது? தெரிய வில்லை என்றுதான் சொல்ல வேண்டும்.

படைப்பிலக்கியப் பயிற்சி வகுப்புகளில் 'அடிப்படையில் படைப்பு மனம் இருந்தால் எழுதலாம்' என்று சொல்ல வேண்டி யிருக்கிறது. படைப்பு மனம் என்பதைக் கழற்றிப் பகுதி பகுதியாகக் காட்ட முடிவதில்லை. படைப்பிலக்கியப் படிப்புகள் பல நாடுகளில் உள்ளன. அங்கெல்லாம் இருக்கும் பாடத்திட்டம் என்ன, எப்படிக் கற்றுக் கொடுப்பார்கள் என்பதை அறிய ஆவலாக இருக்கிறேன். செய்முறை வகுப்புகள், ஆசிரியர் செய்யும் திருத்தங்கள், அவர்கள் தரும் குறிப்புகள் என்பவற்றைப் பார்த்துக் கற்றுக்கொண்டால் பதில் சொல்லலாமோ என்னவோ!

பதில் சொல்லும்போது ஏதாவது ஒரு படைப்போடு என் வாழ்வையும் இணைத்துச் சொன்னால் பெரிதும் மகிழ்ச்சி அடைகிறார்கள். பிறர் வாழ்வை ஜன்னல் வழியாகவேனும் எட்டிப் பார்க்கும் ஆசை எல்லோருக்கும் இருக்கிறது. புனைவில் காணும் வாழ்வு தரும் போதை போதுவதில்லை. அதை யதார்த்தத்தில் பொருத்திப்பார்த்தால் கொஞ்சம் நிறைவு ஏற்படும்போல. படைப்பு உருவாக்க முறைப்பாடு பற்றியும் கேள்விகள். அம்முறைப்பாட்டை வகைப்படுத்தி, வரிசைப்படுத்திக் காண்பதிலும் சொல்வதிலும் எனக்கு ஈடுபாடு இல்லை. சலிப்பையும் எரிச்சலையும் கொடுக்கும் வேலை அது. எனினும் சில சந்தர்ப்பங்களில் சொல்ல வேண்டி நேர்ந்துவிடுகிறது. அது விபத்துப்போல நல்ல கட்டுரையாகவும் அமைந்துவிடுகிறது. மேற்சொன்ன மனோபாவம் கொண்ட கேள்வி களுக்கு ஒருசேரச் சொல்லும் பதிலாகவும் இந்நூல் அமையும்.

இப்படி ஒருநூல் எழுத வேண்டும் என்னும் திட்டமில்லாமல் அவ்வப்போதைய தேவைகளை ஒட்டிப் படைப்பு உருவான

பின்னணி குறித்து எழுதிய கட்டுரைகள் பல. 'முதல் பிரசவம்' என்னும் தலைப்பில் 1990களின் இறுதியில் 'தினமணி கதிர்' வார இதழில் ஒரு தொடர் வெளியாயிற்று. கவிஞர் ராஜமார்த்தாண்டன் அதன் பொறுப்பில் இருந்தார். அவர் கேட்டு எழுதிய கட்டுரை தான் 'மருதநாயகம் போட்ட தீனி.' என் படைப்புகளின் பின்னணி குறித்து எழுதிய முதல் கட்டுரையும் அதுதான். அதன்பின் வெவ்வேறு சந்தர்ப்பங்கள். அவற்றை முடிந்தவரைக்கும் வரிசைப் படுத்த முயன்றிருக்கிறேன். எழுத்து வாழ்வின் தொடக்கம், சிறுகதைகள் சிலவற்றின் பின்னணி, 'ஏறுவெயில்' தொடங்கி நாவல்கள் உருவான விதம், புத்தகங்களுக்கும் எனக்கும் உள்ள தொடர்பு, என் ஊரும் பள்ளியும் என்றெல்லாம் ஒருவகை வரிசை இதற்குள் உருவாகி இருக்கிறது. அதேசமயம் எந்த வரிசையையும் பின்பற்றாமல் தனித்தனிக் கட்டுரையாகவும் வாசிக்கலாம்.

என் வாழ்வைப் பற்றியும் படைப்புகளைக் குறித்தும் மெலிதான வரைகோடு ஒன்றை இதன் மூலம் வாசகர் பெற முடியும். பெரும்பாலான கட்டுரைகளுக்கு வெளியான விவரம் கொடுத்திருக்கிறேன். சிலவற்றுக்குக் கண்டுபிடிக்க முடியவில்லை. ஆங்கில இதழ்கள் சிலவற்றுக்கு எழுதிக் கொடுத்து அவை வெளியாகும்போது குறித்து வைக்காமல் விட்டிருப்பேன். எனினும் எல்லாக் கட்டுரைகளும் ஏதேனும் ஒரு தேவையை ஒட்டிப் பிறர் கேட்டதால் எழுதியவைதான். சில நூல்களுக்கு எழுதிய முன்னுரைகளும் உள்ளன. மலையாளத்தில் வெளியான சிறுகதைத் தொகுப்புகளுக்கான முன்னுரைகள் தமிழில் வெளியாக வில்லை என்பதால் இத்தொகுப்பில் சேர்த்துள்ளேன்.

இவற்றைக் கேட்டு வாங்கிய நண்பர்கள், வெளியிட்ட இதழ்கள் அனைவருக்கும் நன்றி. நூலை வெளியிடும் காலச்சுவடு பதிப்பகத்திற்கும் நண்பர் கண்ணனுக்கும் என் அன்பு.

நாமக்கல்
26-11-24

பெருமாள்முருகன்

1

மருதநாயகம் போட்ட தீனி

எழுதிய முதல் கதையைப் பற்றிச் சொல்வது கடினம். அது நதிமூலத்தையும் ரிஷிமூலத்தையும் கண்டடைவது போலத்தான். பிரசுரமான கதையே முதல் கதை என்று சொல்லிக்கொள்வதுதான் சுலபம். அக்கதையே அங்கீகாரத்தைப் பெற்றுத் தருவதாகவும் இருக்கிறது. எழுதுவதற்குப் படுகிற வேதனையை விடப் பிரசுரத்திற்குப் படுகிற வேதனை அதிகம். உண்மையில் அதுதான் முதல் பிரசவம்.

பள்ளி, கல்லூரி நாட்களில் பெரிதும் கவிஞனாகவே அறியப்பட்டேன். கவிதைப் போட்டிகளில் பங்கேற்பதும் கைத்தட்டல் பெறுவதும் உற்சாகம் கொடுத்தன. அப்போதே கதைகளும் எழுதினேன். என்றாலும் அவற்றைப் பொருட்படுத்திப் படிக்கவும் கருத்துச் சொல்லி உற்சாகம் கொடுக்கவும் யாருமில்லை. அவை யெல்லாம் என் குறிப்பேடுகளுக்குள் முடங்கிக் கிடந்தன. கவிதைப் போட்டி மேடைகள் வெகு சீக்கிரத்தில் சலித்துப்போய்விட்டன. எப்படி வரிகளைக் கோத்தால் கைத்தட்டல் கிடைக்கும் என்பதும் அத்தகைய வரிகளை எந்தத் தலைப்புக் குள்ளும் கொண்டுவந்து சேர்த்துவிடும் வித்தையும் எளிதாகப் பிடிபட்டிருந்தன. ஓரே தடம் – மந்தைத் தடம். செக்குமாட்டுச் சுழற்சி. கோவை பூ.சா.கோ. *(PSG)* கலை அறிவியல் கல்லூரியில் முதுகலை படிக்க நுழைந்தபோது கவிதைப் போட்டிக்குச் செல்லக் கூடாது என்னும் தீர்மான முடிவுடனேயே சென்று சேர்ந்தேன்.

அந்த முடிவும் நவீன இலக்கியத்தை எனக்குப் பயிற்றுவித்த என்னுடைய ஆசிரியர் ச. மருதநாயகம் அவர்களின் அணுகு முறையும் சிறுகதையை நோக்கி முழுமையாகத் திருப்பின. என்னுடைய ஆர்வத்திற்கேற்ற தீனி போடுபவராக அவர் இருந்தார். தமிழாசிரியர் ஒருவரிடம் 'இருக்கக்கூடாத' நூல்களும் இதழ்களும் நவீன இலக்கிய அறிவும் அவரிடம் இருந்தன. *எழுத்து, கசடதபற, பிரக்ஞை, கணையாழி, தாமரை* முதலிய இதழ்களும் தி. ஜானகிராமன், சுந்தர ராமசாமி, கி. ராஜநாராயணன் உள்ளிட்டோரின் எழுத்துக்களும் அவர் வீட்டு நூலகத்தை நிறைத்திருந்தன. நான் கேட்கும் எதையும் இல்லையென்று அவர் சொன்னதில்லை. என் மிகை ஆர்வத்தைக் கூடத் தன் வசீகரப் புன்னகையால் அங்கீகரித்தபடியே கொண்டு செல்லும் பை நிறையப் புத்தகங்களைத் திணித்துக்கொள்ள அனுமதிப்பார். மாணவர்கள் நெருங்கி வருவதற்கான எல்லா வழிகளையும் திறந்து வைத்திருந்ததோடு எந்த நேரத்தையும் மாணவர்களுக்குத் தருவதற்குத் தயாராகவும் இருந்த ஆசிரியர் அவர்.

நான் எழுதிக் காண்பிக்கும் எல்லாவற்றையும் பொறுமை யோடு படித்துவிட்டுக் கருத்துச் சொல்வார். துளிர்விட்டு வளரும் செடிக்கு நீர் பாய்ச்சுவது போல. அவர் எந்தக் கதையையாவது பிரசுரத்திற்கு அனுப்பலாம் என்று சொல்லும்வரை எந்த இதழுக்கும் அனுப்புவதில்லை என்றிருந்தேன். 'அனுப்பலாமா' என்று கேட்பதேயில்லை நான். அவராக முன்வந்து சொல்ல வேண்டும் என்பது என் எதிர்பார்ப்பு. 1988ஆம் ஆண்டின் தொடக்க மாதம். கோவையில் ஒரு முடக்கு வீதி. என் நண்பன் அவனது பேராசிரியரைப் பார்க்க வீட்டுக்குள் போயிருந்தான். உள்ளே சென்றால் அவர் முன் சகல புலன்களும் ஒடுங்க உட்கார்ந்திருக்க வேண்டிய கொடூரத்தைத் தவிர்க்க நான் வீதியில் ஒரு விளக்குக் கம்பத்தின் அருகில் நின்றிருந்தேன். கால்மணி நேரம். அரைமணி நேரம். அங்கேயே நிலைப்பு. அப்போது என்னை முன்னிட்டு அந்த வீதியில் ஏற்பட்ட சில சலனங்களைக் கவனித்தேன். அவை எனக்கு மிகுந்த மனக் கிலேசத்தை உண்டாக்கின. அன்றைக்கு இரவே கதைக்கான அம்சங்களோடு அதைப் பதிவுசெய்தேன்.

மறுநாள் முதல் வேலையாக மருதநாயகம் அவர்களிடம் சென்று நீட்டினேன். மதிய நேரத்தில் கூப்பிட்டார்.

'இதுக்கு என்ன தலைப்பு வெச்சிருக்கற?' என்று கேட்டார்.

'இன்னும் வெக்கலீங்க ஐயா' என்றேன்.

அவரே தம் கையால் 'நிகழ்வு' என்று எழுதி அடிக்கோடிட்டார்.

'இது பொருந்துமா பாரு' என்றார்.

எனது மகிழ்ச்சியைத் தலையசைப்பில் தெரிவித்தேன்.

'இதைக் கணையாழிக்கு அனுப்பு' என்றார்.

அவர் என்ன சொன்னார் என்பதைப் புரிந்துகொள்ள சில நொடிகள் ஆயின. பின் அச்சொற்கள் உண்டாக்கிய உணர்ச்சிகளை விவரிக்க இப்போது இயலவில்லை. ஆனால் இன்றைக்கும் என் எழுத்துக்குக் கிடைத்த முதல் அங்கீகாரமாக அந்தச் சொற்களையே கருதுகிறேன். அக்காலத்தில் தொடர்ந்து வெளிவந்து கொண்டிருந்த இலக்கிய இதழ் 'கணையாழி.' அதன் ஆசிரியர் கஸ்தூரி ரங்கன். பொறுப்பாசிரியர் அசோகமித்திரன். அவ்விதழில் பிரசுரமாகிவிட்டால் எழுத்தாளர் என்று தமிழ்ச் சமூகமே அங்கீகரித்துவிட்ட மாதிரிதான். அந்த இதழுக்கு அல்லவா என் கதையை அனுப்பச் சொல்லியிருக்கிறார்!

அன்றைய இரவே படியெடுத்துக் 'கணையாழி'க்கு அனுப்பினேன். ஓரிரு மாதங்கள் கழிந்திருக்கும். அசோகமித்திரனிடமிருந்து ஒரு அஞ்சலட்டை வந்தது. அதில் 'உங்கள் கதை எனக்கு மிகவும் பிடித்திருந்தது' என்று எழுதியிருந்தார். அதில் இடைக்கோடிட்டுச் செருகப்பட்டிருந்த 'மிகவும்' என்பதைத் திரும்பத் திரும்பப் படித்தேன். எல்லாரிடமும் காட்டினேன். நாலைந்து மாதம் கழித்துக் கதை கணையாழியில் வந்தபோது படிப்பு முடிந்திருந்தது. கதை வந்த இதழைக் காட்டிச் சந்தோஷப்படும்படியாய் ஊரில் யாரும் இல்லை. தினமும் ஒரு முறையாவது இதழை எடுத்துக் கதையைப் படிப்பேன். எனக்கு நானே மகுடம் சூட்டிப் பெருமை கொண்ட கற்பனைகளோடு பகலிரவு பேதமற்று எத்தனையோ நாட்கள் கிறங்கிக் கிடந்திருக்கிறேன். 'அசோகமித்திரனின் அந்தக் கார்டை இன்னும் பத்திரமாக வைத்திருக்கிறேன்' என்று சொல்ல இப்போது வெட்கமாகத்தான் இருக்கிறது. என்றாலும் எறிந்துவிட முடியவில்லை.

●

தினமணி கதிர், 7–11–1999

2

பாதை மாற்றிய முதல் கதை

பள்ளி நாட்களில் மரபுக்கவிதை எழுதிக் கொண்டிருந்தேன். யாப்பிலக்கணம் ஒன்றும் தெரியாது. பாட நூல்களில் இருக்கும் செய்யுள் வடிவங்களை மனதில் ஏற்றிக்கொண்டு அவற்றைப் போலவே எழுதிப் பார்ப்பேன். போலச் செய்தல் என்பதுதான் கலையின் அடிப்படை. நான் போலச் செய்யவில்லை. போலி செய்தேன். சொற்கள் என்னுடையவை. ஓசை ஓரளவு ஒத்து வரும். அதற்கே கவிஞன் என்னும் அடையாளம் கிடைத்துவிட்டது. பள்ளி சார்பாகக் கவிதைப் போட்டிகளில் பங்கேற்றேன். பரிசுகளும் பாராட்டுக்களும் கிடைத்தன. போட்டிகளில் புதுக்கவிதைகள் பெரிதும் எடுபடுவதைக் கண்டு அதற்கு மாறினேன். இளங்கலைப் பட்டம் பயின்ற காலத்தில் கல்லூரி சார்பாகப் பல கவிதைப் போட்டிகளுக்குச் சென்றேன். 'கல்லூரிக் கவிஞர்' என்னும் பெருமை மிகு 'பட்டம்' கிடைத்தது. அவ்வயதில் மிகவும் உற்சாகம் கொடுத்த அங்கீகாரம் அது.

சிறுகதைகள் வாசிப்பதிலும் எழுதுவதிலும் ஆர்வம் இருந்தாலும் கவிதையை விட்டுவிட்டு அதில் முழுமையாக ஈடுபடவில்லை. மேடைகளும் கைத்தட்டல்களும் கவிதையிலேயே என்னை இருத்தின. முதுகலை பயில்வதற்குக் கோயம்புத்தூர், பூ.சா.கோ. கலை அறிவியல் கல்லூரியில் சேர்ந்தேன். அங்கேயிருந்த தமிழ்த்துறைச் சூழலும் என் வயது முதிர்வும் தொடர் வாசிப்பும் கவியரங்க மாயையில் இருந்து விடுபட உதவின. ஆரவாரம் இலக்கியத்திற்கு ஆகாது என்று தோன்றியது. ஆழமும் அமைதியும்

கொண்ட பொய்கை எனச் சிறுகதை வடிவம் மனதில் படிந்தது. தீவிரமாகச் சிறுகதை எழுதத் தொடங்கினேன்.

அப்போது நான் எழுதிய கதைகள் எல்லாம் மிகவும் சிறியவை. ஒரேயொரு சிறு சம்பவத்தை எடுத்து விவரிப்பது என் பாணி. அக்காலத்தில் கலைக்கல்லூரிகளில் மாணவர் பேரவை இருந்தது. தேர்தல் மூலம் தலைவர், செயலர் தேர்ந்தெடுக்கப் படுவர். மாணவர் தரப்புக் கோரிக்கைகளை வலியுறுத்தி வேலை நிறுத்தம், ஆர்ப்பாட்டம், ஊர்வலம் எல்லாம் நடைபெறும். மாணவர் பேரவைத் தேர்தலில் அரசியல் கட்சிகளின் செல்வாக்கும் மிகுந்திருக்கும். போராட்டங்கள் மிகும்போது உணர்வு மழுங்கிச் சடங்குத்தன்மை வந்துவிடும்.

1980களில் அந்த நிலைதான் ஏற்பட்டது. வெள்ளிக்கிழமை தோறும் புதிய திரைப்படங்கள் வெளியாகும். அதைப் பார்க்கச் செல்ல வேண்டும் என்பதற்காகக் கல்லூரி வேலைநிறுத்தம் நடைபெறும். உணவகத்தில் சாப்பாடு சரியில்லை, கல்லூரிக்கு முன்னால் வேகத்தடை இல்லை என்பன போன்ற மொக்கைக் காரணங்கள் சொல்லப்படும். இறுதியாண்டு பயிலும் மாணவர் தலைவர் இதில் அவ்வளவாக ஈடுபாடு காட்ட மாட்டார். இரண்டாமாண்டு பயிலும் மாணவர் செயலர் முன்னிற்பார். அடுத்த ஆண்டு தேர்தலில் போட்டியிட்டுத் தலைவராக வேண்டும் அல்லவா?

திரைப்படம் வெளியானால் மட்டுமல்ல. தம் ஆதர்ச நடிகர் நடிகையரின் பிறந்த நாள்களிலும் வேலைநிறுத்தம் உண்டு. தம் காதலியின் பிறந்த நாளைக் கொண்டாட வேலைநிறுத்தம் செய்தார் ஒரு செயலர். காரணம் முக்கியத்துவம் இழந்து வேலைநிறுத்தம் என்றால் கல்லூரி விடுமுறை எனவாயிற்று. இதை வைத்துச் சிறுகதை ஒன்று எழுதினேன். தலைப்பு 'ஸ்ட்ரைக்.' கல்லூரி ஆண்டு மலரில் அக்கதை வெளியாயிற்று. அச்சேறிய என் முதல் கதை அதுதான்.

கல்லூரி முதலாண்டு சேர்ந்த மாணவன் ஒருவன் சற்றுத் தாமதமாகக் கல்லூரிக்கு வந்து சேர்கிறான். வேலைநிறுத்தம் என்பதால் மாணவர்கள் சாலையில் நிற்கிறார்கள். பலர் கிளம்பி வீட்டுக்கோ திரைப்படத்திற்கோ செல்கிறார்கள். கடைகளில் நின்று குழுவாகப் பேசிக்கொண்டிருக்கிறார்கள். தனக்குத் தெரிந்தவர்களிடம் போய் 'எதுக்காக இன்னைக்கு ஸ்ட்ரைக்?' என்று அவன் கேட்கிறான். ஒருவருக்கும் காரணம் தெரியவில்லை. 'யாருக்குத் தெரியும்?' என்று விட்டேத்தியான பதிலே வருகிறது. அவன் கிறுக்கனைப் போல நிற்கிறான். இதுதான் கதை.

அது செல்பேசிக் காலமல்ல. விடுதி மாணவர்கள் மாலையிலும் இரவிலும் குழுவாகச் சேர்ந்து உட்கார்ந்து எதையாவது பேசுவோம்; விவாதிப்போம். அப்படியான பேச்சு ஒன்றில் என் கதை விவாதத்திற்கு வந்தது. 'தகவல் தொடர்பியல்' பயின்று கொண்டிருந்த நண்பன் கே.எம். சந்திரசேகரன் (பின்னர் பத்திரிகையாளன் ஆனான். கடந்த ஆண்டு எதிர்பாராத விதமாக இயற்கை எய்தினான்) இப்படிச் சொன்னான்:

'கல்லூரி நிர்வாகத்துக்கு ஆதரவான கதை இது. அதனால தான் வெளியிட்டுட்டாங்க. இதே நீ ஸ்ட்ரைக்க ஆதரிச்சு எழுதியிருந்தீனா வந்திருக்குமா?'

மாணவர்கள் பலர் அப்படிக் கருதுகின்றனர் என்பதை அப்போதுதான் அறிந்தேன்.

'மாணவர் ஸ்ட்ரைக் இன்னைக்குப் பொருள் இழந்து போயிடுச்சே. அதப் பேசக் கூடாதா?' என்றேன்.

'எதப் பேசறோம்ங்கிறது முக்கியந்தான். எப்பப் பேசறோம், எங்க பேசறோங்கிறதும் முக்கியம்' என்றான் அவன்.

இரண்டு பிரிவானோம்.

'நமக்குக் கெடைக்கற எடத்துலதான நாம பேச முடியும்?' என்றொரு கருத்து.

நமக்கு எதிரான இடத்தில் வாய்ப்புக் கிடைக்கிறது என்றால் அங்கே போய் நம்மை நாமே இழிவுபடுத்திப் பேசலாமா என்று பதில். உள்ளதைப் பேசுவது இழிவாகுமா? உள்ளது என்றாலும் எதிரியிடம் பேசினால் காட்டிக் கொடுப்பது அல்லவா?

இப்படிக் காரசாரமாகப் போய்க்கொண்டிருந்த விவாதத்தை இடைமறித்துக் 'கல்லூரி நிர்வாகம் மாணவர்களுக்கு எதிரானதா?' என்று ஒருவர் கேட்டார். விவாதம் திசை மாறியது. அச்சேறிய என் முதல் கதையே இப்படிப் பேசுபொருளானது. என்னையும் பல கோணங்களில் சிந்திக்கவைத்து என் பாதையை வகுத்துக்கொள்ள உதவியது.

●

***தமிழ் இந்து*, 04–06–23**

3

கதை பிறந்த கதை

கதை உருவான பின்னணியை விளக்கிச் சொல்வதைவிட ஒரு கதையை எழுதிவிடுவது எளிது. கதைக்குள் எழுத்தாளனின் அந்தரங்கம் புதையுண்டு கிடக்கிறது. அங்கே புனைவு எது, நிஜ அனுபவம் எது என்பதைப் பிரித்துப் பார்க்க இயலாத வகையில் இரண்டும் பிணைந்து விடுகின்றன. அந்த ரசவாதத்தை விவரிப்பது சாத்தியமல்ல. மேற்பரப்பில் மிதக்கும் பறவைக்குத் தெரியாதவாறு நீரை ஊடறுத்துச் செல்லும் மீனைப் போலப் படைப்புக்குள் எழுத்தாளன் பயணம் செய்கிறான். சுகமானதும் பாதுகாப்பானதுமான அந்தப் பயணத்தில் இருக்கும் ஆர்வமூட்டும் வேகம் அதைப் பற்றிப் பேசுவதில் இல்லை. அப்படிப் பேசினாலும் அது முழுமையானதாகாது. முனை மழுங்கிய வாளை வெற்றுவெளியில் சுழற்றுவதைப் போலத்தான். தெரிந்தே அப்படி ஒருமுறை சுழற்றிப் பார்க்கிறேன்.

நான் இதுவரை எழுதியுள்ள சிறுகதைகளில் ஐந்தாறு கதைகள் குழந்தைகளைப் பற்றியவை. அதே போலச் சில கவிதைகளும் எழுதியுள்ளேன். இவை எல்லாம் குழந்தை உலகை நோக்கிய என் பயணம் என்று சொல்லிக்கொள்ளவே விரும்புகிறேன். எனினும் அதிர்ச்சியிலும் வியப்பிலும் தடுமாறி வெளியிலேயே நின்றுவிடும் அனுபவமே தொடர்ந்து நேர்ந்திருக்கிறது. பள்ளியில்லா நகரத்தைச் சிருஷ்டிக்கும் குழந்தை உலகம் தரும் அதிர்ச்சியிலும் பொம்மைகளை உயிர்ப்பிக்கும் அவ்வுலகின் வியப்பிலும் பலமுறை தடுமாறி இருக்கிறேன்.

அதற்குள் நுழைவதற்கான எத்தனங்களாகக் கவிதைகளையும் கதைகளையும் எழுதிப் பார்க்கிறேன்.

குழந்தை உலகம் நாம் தினம் காணும் லௌகீக உலகில் இருந்து பெரிதும் வேறுபட்டது. பெருங்கவலைகளும் பதற்ற மனமும் அலைபாயும் நினைவுகளும் என உழல்தல் அவ்வுலகில் இல்லை. மலர்ச்சியும் கனவுகளும் இயைந்து, உருவாக்குதலும் பாதுகாத்தலும் அழித்தலுமாகிய படைப்பு மனம் முழுமையுடன் இயங்கும் தனி உலகம் அது. அதை நெருங்குதல் அவ்வளவு எளிதல்ல. குறைந்தபட்சம் பொறுமையுடன் கவனிக்கும் மனம் வாய்த்தால் பெரிது. அப்படியான மனம் வாய்க்கப் பெற்ற தருணங்கள் சிலவற்றைக் கதைகளாகவும் கவிதைகளாகவும் உருவாக்கி இருக்கிறேன். சிறுவர் பாடல்கள் சிலவற்றையும் எழுதியுள்ளேன். நடைமுறை உலகிற்கும் குழந்தை உலகிற்கும் உள்ள முரண்கள் மிக வலுவானவை. எதிரெதிர் உலகம் அவை என்றே சொல்லிவிடலாம். சொர்க்கத்திற்கும் நரகத்திற்கும் உள்ள இடைவெளி என்றும் சொல்லலாம். குழந்தைகளை அவற்றின் சொர்க்கத்திலிருந்து வலுக்கட்டாயமாக நம் நரகத்திற்கு இழுப்பதற்குத் தொடர்ந்து முயல்கிறோம். பெரும்பாலோரின் வாழ்க்கையே இதுவாகத்தான் இருக்கிறது. இந்த முரண்களையும் என் படைப்புகளில் கொண்டுவர முயன்றிருக்கிறேன்.

குழந்தைகளைப் பற்றி எழுதுதல், குழந்தைகளுக்காக எழுதுதல், குழந்தைகளாகி எழுதுதல் என்பவை என் முயற்சிகள். அப்போதிருந்து, சிருஷ்டி, குழந்தைகளைத் தண்டித்தல் முதலிய கவிதைகள் அவ்விதத்தில் முக்கியமானவை. மழைக்குருவி, புகலிடம், சிறுத்த பூதம், இடையீடு, சிறிது நிழல், சின்னக் கருப்பசாமி, வேப்பெண்ணெய்க் கலயம் என நான் எழுதியுள்ள கதைகளின் வரிசையில் 'பெரிதினும் பெரிது' என்னும் கதையும் அடங்கும்.

பாரதியாரின் புதிய ஆத்திசூடியில் 'பெரிதினும் பெரிது கேள்' என்று வரும் தொடரிலிருந்து எடுத்த தலைப்பு இது. சாதாரண மனிதர்களைப் போல அற்பத் தேவைகளை வேண்டி வாழ்ந்தவன் அல்ல பாரதி. எதிலும் உயர்ந்ததையே நாடியவன் அவன். அம்மனதின் வெளிப்பாடு இத்தொடர். கதையை எழுதிய பிறகே தலைப்புக்கு யோசிப்பது என் வழக்கம். ஆனால் இக்கதை என் மனதில் உருவானபோதே என்னையும் அறியாமல் வாய் 'பெரிதினும் பெரிது' என முணுமுணுக்கத் தொடங்கிவிட்டது. அதன் பிறகுதான் இந்தத் தொடர் எங்கே வருகிறது என்று யோசித்தேன். அந்த அளவு கதைக்கு மிகவும் பொருந்திய தலைப்பு இது.

பெருமாள்முருகன்

வளர்ந்தவர் உலகத்தில் அற்பமான பொருள்களாக இருப்பவை எல்லாம் குழந்தை உலகில் அற்புதமான பொருள்களாக உருமாற்றம் பெறுகின்றன. தேவையில்லாதவை என்று நாம் தூக்கி எறியும் பொருள்களைக் குழந்தை உலகம் சேகரித்துப் பாதுகாக்கிறது. எந்தப் பொருள்தான் அற்பம்? ஒவ்வொரு பொருளுக்கும் சூழல் சார்ந்து அர்த்தம் கிடைக்கிறது. மனம் சார்ந்து மதிப்பு உருவாகிறது. அதை உணர்ந்து கொள்ளும் வகையில் ஓரிரவில் நான் கண்ட சம்பவம்தான் 'பெரிதினும் பெரிது' உருவாகக் காரணம். கட்டிலில் தூங்கிக் கொண்டிருந்த குழந்தை திடுமென எழுந்து கத்தலாக அழுகையை வெளிப்படுத்தினால் என்ன நினைக்கத் தோன்றும்? குழந்தைக்கு உடம்பு சரியில்லாமல் போயிற்றோ பூச்சி ஏதாவது கடித்திருக்குமோ உணவு செரிக்காமல் துன்பப்படுத்துகிறதோ என்றெல்லாம் புற அளவில் சிந்திக்கக் கூடிய மனமே பெரியவர்களுக்கு வாய்த்திருப்பதை அந்நிகழ்வில் கண்டேன். பேச்சு வந்துவிட்ட குழந்தை என்பதால் அது தன் தேவையை அதன் மொழியில் வெளிப்படுத்திய பிறகுதான் பெரியவர்களுக்குத் தங்கள் அனுமானம் தவறு என்பது புரிந்தது. குழந்தையின் தேவையை விடவும் அதன் அழுகையை நிறுத்தித் தங்கள் தூக்கத்தைத் தொடர வேண்டும் என்பதுதான் அவர்கள் எண்ணம். இந்த நிகழ்வை என் புனைவுலகத்திற்குக் கொண்டு வந்து கதையாக்கினேன்.

வீட்டில் இருந்த பெரியவர்களைப் பாடாய்ப்படுத்தி அவர்கள் உலகத்தில் அற்பமான பொருளாகிய உப்புக்குண்டான் என்னும் சிறுபாண்டம் வேண்டித் தன் போராட்டத்தை நடத்தியது குழந்தை. அது கைக்குக் கிடைத்ததும் நெஞ்சோடு அணைத்தபடி இதயத் துடிப்பு மாறும் இடைவெளிக்குள் உறங்கிவிட்டது. நல்ல தூக்கத்தில் திடுமென எழுந்துகொண்டதற்கு அப்பொருள்தான் எப்படிக் காரணமாயிற்று? குழந்தைக்கு அந்தப் பொருள் ஏன் நினைவு வர வேண்டும்? அதன் கனவுலகில் அப்பொருளுக்கு எத்தகைய அந்தஸ்து கிடைத்திருக்கும்? அப்பொருள் அதன் உலகில் எப்படித் தொலைந்துபோயிற்று? அல்லது என்னவாயிற்று அது? அதை எடுத்துத் தன் நெஞ்சுக்குள் பாதுகாப்பாக வைத்துக் கொள்ள வேண்டும் எனக் குழந்தைக்குத் தோன்றியது எதனால்? இந்தக் கேள்விகளுக்கு எல்லாம் எனக்கு விடை கிடைக்கவில்லை. காரணம் அதன் உலகத்திற்குள் என்னால் புக முடியவில்லை. அக்கதைக்குள் குழந்தையை முன்வைத்து விரியும் பெரியவர்களின் உறவுச் சிக்கல்கள் மென்மையான இழையாக வலுவாகவே வெளிப்பட்டிருப்பதும் ஒரு முரண்தான்.

பாதி மலையேறுன பாதகரு

ஒரு படைப்பாளி எல்லோர் உலகத்திற்குள்ளும் நுழைய முடியும் என்னும் அகங்காரம் அடிவாங்கியது. எத்தனை பெரிய படைப்பாளியும் தோற்கும் இடம் இது. குழந்தை உலகைக் கவனிக்க இயலுமே தவிர அதற்குள் நுழைந்து அதன் ரகசியங்களைக் கண்டடைவது சாத்தியமல்ல. இந்தக் கதையிலும் எனக்கு நேர்ந்தது அதுதான். நெஞ்சோடு குண்டானை அழுத்தி வைத்துக்கொண்டு குழந்தை மீண்டும் தூக்கத்தைத் தொடர்ந்தபோது அதிலிருந்து எழும் பச்சையொளி மூலம் குழந்தை உலகின் அற்புதப் பொருள் அது என்பதை உணர முடிந்தது. அப்படி உணர வாய்த்ததே பேறுதான். ஆனால் அதை அற்புதப் பொருள் ஆக்கிய மகத்துவம் எது என்பதை உணர முடியவில்லை. எனினும் குழந்தைகளை மையமிட்டு எழுதிய கதைகளில் நான் பெரிதினும் பெரிதாக இந்தக் கதையை மதிக்கிறேன்.

●

குலவை, பிப்-ஏப். 2012.

4

பலவிதமாய் விரியும் பிடிபாடு

கல்லூரி ஆண்டுமலர்களிலும் மாணவர் இதழ்களிலும் வெளியாவதற்கு முன் இத்தனை என்று எண்ணிக்கை சுட்ட முடியாத அளவுக்குக் கதைகள் எழுதியிருக்கிறேன். கணையாழி இதழில் 1988, ஆகஸ்ட் மாதம் வெளியான 'நிகழ்வு' என்னும் கதை 'பெ.முருகன்' என்னும் பெயரில் வெளியாயிற்று. பின் தாமரை இதழில் இரண்டு கதைகள் வந்தன. அவற்றையெல்லாம் தொகுப்பில் சேர்க்கவில்லை. மனஓசை இதழில் எழுத ஆரம்பித்த பின்னான கதைகளையே நூலாக வெளியிடத் தகுதி வாய்ந்தவை எனக் கருதி 1994ஆம் ஆண்டு எனது நான்காம் நூலாகத் 'திருச்செங்கோடு' சிறுகதைத் தொகுப்பைக் கொண்டு வந்தேன். இருபது கதைகள்.

நூல் வெளியாகிச் சில ஆண்டுகளுக்குப் பிறகு இத்தொகுப்புக் கதைகளைப் பற்றிய என் மனப் பதிவும் 'பயிற்சிக் கதைகள்' என்பதாகவே இருந்தது. நூலைத் 'திருஞி வெளியீடு' மூலமாகச் சொந்தமாகச் செலவு செய்து வெளியிட்டேன். நூலுக்கான அட்டை ஓவியர் மருது அவர்கள் வரைந்தது. என் பாட்டியின் இறுதிக் காலப் புகைப்படம் ஒன்றை அவரிடம் மாதிரிக்காகக் கொடுத்தேன். புகைப்படத்தை அப்படியே நகலெடுக்காமல் அது கொடுத்த உணர்வை உள்வாங்கி ஓவியமாக வெளிப்படுத்தியிருந்தார் அவர். நூலின் தாளும் அச்சும் திருப்திகரமாக அமையவில்லை. ஆனால்

அட்டை ஓவியம் ஈர்க்கும் வகையில் அமைந்து நூலைத் தனித்து அடையாளப்படுத்திக் காட்டிற்று. 'அட்டைதான் திருச்செங்கோடு. இல்லையென்றால் வெறுங்கோடு' என்று நெருங்கிய நண்பர்களிடம் சொல்லியதுண்டு.

ஆனால் நானே எதிர்பார்க்காத வகையில் இத்தொகுப்புக் கதைகள் பலவற்றுக்கான ஆண்டுகள் கடந்து வந்த எதிர்வினைகள் உற்சாகம் கொடுத்தன. கண்மணி குணசேகரன் 'திருச்செங்கோடு தொகுப்பைப் படித்த பின்னரே எழுதத் தொடங்கினேன்' என்று தம் நேர்காணல்களில் கூறினார். 'உண்ணிகள்' கதை இந்தியிலும் ஆங்கிலத்திலும் மொழிபெயர்க்கப்பட்டது. 'மேடு' கதையை வெங்கட்சாமிநாதன் ஆங்கிலத்தில் மொழிபெயர்த்தார். விசுவாசம் கதையும் ஆங்கிலத்தில் மொழிபெயர்க்கப்பட்டது. ஆனால் அச்சாகவில்லை. இவற்றை எல்லாம்விடச் சென்னை நிகழ்ச்சி ஒன்றில் முகம் தெரியாத வாசகர் ஒருவர் என்னைத் தேடி வந்து 'அது' என்னும் கதையைப் பற்றிப் பேசினார். அவருக்கு அது மிகவும் பிடித்த கதை என்றும் சொன்னார்.

மனஓசையில் என் கதைகள் வெளியாகத் தொடங்கிய போதிருந்து தொடர்ந்து வாசித்து வரும் சுகுமாரன், 'வேக்காடு' கதையைப் பற்றிச் சொல்லும்போது 'பாட்டி சீலைய அவுத்துப் பாக்கும்போது பீ நாத்தம் மூக்குல வந்து அடிச்சுது' என்றார். அத்தோடு நூலாக வெளியிட எண்ணிக் கதைகளைத் தொகுத்து அவரிடம்தான் முதலில் கொடுத்தேன். 'திருச்செங்கோடுங்கற தலைப்புல ஒரு கத எழுதுனீங்கன்னா அதையே தொகுப்புக்குப் பேரா வெச்சிரலாம்' என்று சொன்னார். அவரது ஆலோசனையை ஏற்றுத் தொகுப்புக்கென எழுதிய கதைதான் 'திருச்செங்கோடு.' ஊர்ப் பெயரைத் தொகுப்பின் பெயராக்கிய பெருமிதம் அதனால் கிட்டியது.

இவ்வளவு இருந்தும் இந்நூலை மறுபதிப்பாகக் கொண்டு வரும் ஆவல் ஏனோ உதிக்கவில்லை. அதற்குக் காரணம் இதில் உள்ளவை எல்லாம் பயிற்சிக் கதைகள் என்னும் தவறான எண்ணம்தான். 2008ஆம் ஆண்டு நண்பர் பி.ர. சண்முகசுந்தரம் தம் குருத்துப் பதிப்பக வெளியீடாக இந்நூலைக் கொண்டு வர விரும்பிக் கேட்டபோது தயக்கம் இருந்தது. எனினும் மேலே சொன்ன கதைகளைப் பற்றிய அபிப்ராயங்கள் எல்லாம் நினைவுக்கு வந்தன. சரி, தொகுப்பை ஒருமுறை வாசித்துப் பார்த்து முடிவெடுப்போம் என்று தோன்றியது.

வாசித்தபோது 'பயிற்சிக் கதைகள்' என்னும் அடையாளம் முதலிரண்டு கதைகளுக்கு மட்டுமே பொருந்துவதை அறிந்தேன். கொறங்காடு, தடம் மாறும் வண்டிகள் ஆகியவை அவை. பலன்,

உண்ணிகள், வேக்காடு ஆகியவற்றைப் பயிற்சிக்காலத்தின் உச்ச கட்டக் கதைகள் என்று சொல்லலாம். ஆறாவது கதையாகிய 'ஒரம்பரை' என்பதில் தொடங்கும் பிடிபாடு பலவிதமாக விரிந்து ஒவ்வொரு கதையிலும் ஒவ்வொரு விதமான வெளிப்பாட்டைப் பெற்றுள்ளது. ஆகவே இந்நூல் மறுபிரசுரம் காண வேண்டியது தான் என்னும் நம்பிக்கை உண்டாயிற்று.

2008ஆம் ஆண்டு இரண்டாம் பதிப்பு வெளியாயிற்று. இப்போது மூன்றாம் பதிப்பு நற்றிணைப் பதிப்பகம் மூலமாக. இடையில் திருச்சி, ஈவெரா கல்லூரியில் இத்தொகுப்பு தமிழ் இலக்கிய மாணவர்களுக்கான பாடநூலாகும் வாய்ப்பையும் பெற்றது. கிராமத்து மாணவர்களுக்கு இக்கதைகள் நெருக்கமாக இருப்பது தெரிந்தது. இப்போதைய பதிப்புக்காக வெம்பல், கீற்று, ஆளுக்காரன், அது ஆகிய கதைகளை வாசிக்கும்போது இத்தொகுப்பு பற்றிய தாழ்வுணர்ச்சி முற்றிலும் நீங்குவதை உணர்கிறேன். மூன்று பதிப்புகளுக்கும் உதவிய நண்பர்கள் அனைவருக்கும் நன்றி.

●

(2013ஆம் ஆண்டு வெளியான 'திருச்செங்கோடு' சிறுகதைத் தொகுப்பின் மூன்றாம் பதிப்புக்கு எழுதிய முன்னுரை.)

5

நெஞ்சு துடிக்கும் எதிர்பார்ப்பு

1988இல் என் முதல் சிறுகதை அப்போது தமிழின் முக்கியமான இலக்கிய இதழாக விளங்கிய 'கணையாழி'யில் பிரசுரமாயிற்று. அது நான் எழுதிய முதல் சிறுகதை அல்ல; பிரசுரமான முதல் சிறுகதை. அதற்கு முன் எத்தனையோ கதைகள் எழுதினேன். நான் பயின்ற கல்லூரிகளின் ஆண்டு மலர்களில் சில கதைகள் பிரசுரமாயின. என் குறிப்பேட்டிலேயே சில கதைகள் கிடந்தன. கிட்டத் தட்ட நூற்றுக்கும் மேற்பட்ட கதைகள் எழுதிய பிறகே ஒரு கதை பிரசுரமாயிற்று. அந்தக் கதையைப் பிரசுரித்தவர் அப்போது கணையாழியின் பொறுப்பாசிரியராக இருந்த தமிழின் பிரபல எழுத்தாளர் அசோகமித்திரன். அது எனக்குப் பெரும் அங்கீகாரமாக அமைந்தது.

அதன்பின் இன்றுவரை முப்பதாண்டுகளில் நான் எழுதிய சிறுகதைகள் கிட்டத்தட்ட 80. முப்பதாண்டுக்கு எண்பது கதைகள் என்பது மிகவும் குறைந்த எண்ணிக்கைதான். ஆனால் இன்னும் நூற்றுக்கணக்கான கதைகள் எழுத வேண்டும் என்னும் ஆர்வமும் வேகமும் என்னிடம் உண்டு. தமிழ் போன்ற இந்திய மொழிகளில் எழுதும் ஓர் எழுத்தாளர் தம் எழுத்தை நம்பி ஜீவனம் நடத்த முடியாது. வருமானத்திற்கு வேறேதும் தொழில் செய்ய வேண்டியிருக்கிறது. முழுநேர எழுத்தாள னாக இருந்திருப்பேன் என்றால் இன்னும் ஒரு நூறு கதைகளையாவது எழுதியிருப்பேன் என்பது உறுதி. அது மட்டும் காரணமல்ல. சிறுகதை எனக்கு மிகவும் பிடித்த இலக்கிய வடிவம் என்றாலும்

கவிதை, நாவல், ஆய்வு எனப் பரக்கக் கால் பதித்து ஓடியதால் சிறுகதையில் முழுமையாக என் கவனத்தைக் குவிக்க முடிய வில்லை என்பதும் உண்மை.

இப்போது பிற மொழிகளில் என் கதைகள் மொழி பெயர்க்கப்பட்டு அவற்றுக்குக் கிடைக்கும் வாசக வரவேற்பைக் காணும்போது இன்னும் கொஞ்சம் கதைகள் எழுதியிருக்கலாம் என்னும் கழிவிரக்கம் ஏற்படுவதைத் தவிர்க்க முடியவில்லை. ஆனால் மனதில் நிறைந்திருக்கும் கதைகளை இனியேனும் எழுதலாம் என்னும் உத்வேகம் ஏற்படுகிறது.

கடந்த சில ஆண்டுகளில் மலையாள மொழிபெயர்ப்பில் என் நாவல்கள் பல வெளியாகியுள்ளன. எனினும் சிறுகதைத் தொகுப்பு ஒன்றே ஒன்றுதான் வந்துள்ளது. திரு. கே.எஸ். வேங்கடாசலம் அவர்கள் மொழிபெயர்த்து டிசி புக்ஸ் வெளியீடாக ஏப்ரல் 2019இல் வெளியான 'சின்னக் கருப்பசாமி' என்னும் நூல் அது. அதில் பதினாறு கதைகள் உள்ளன. இப்போது இரண்டாவது தொகுப்பு வெளியாகிறது. மலையாளத்தின் முக்கியப் பதிப்பகமாகிய 'சிந்தா' இத்தொகுப்பை வெளியிடுவது குறித்து மகிழ்ச்சி அடைகிறேன்.

இதில் உள்ள பதினைந்து கதைகளையும் மொழிபெயர்த்திருப்பவர் மினிப்பிரியா அவர்கள். ஏற்கனவே என் நாவல்கள் கங்கணம், பூனாச்சி ஆகியவற்றை மொழிபெயர்த்தவர் அவர். பூனாச்சி மொழிபெயர்ப்புக்காக 'நல்லி திசை எட்டும்' (தமிழில் மொழிபெயர்ப்புக்கென வழங்கப்படுவது) வழங்கிய சிறந்த மொழிபெயர்ப்பு நூலுக்கான விருதைப் பெற்றார். தமிழின் நுட்பங்களை உணர்ந்து மொழிபெயர்க்க வல்லவர் அவர். என் எழுத்தில் கலந்து வரும் வட்டாரச் சொற்களை என்னிடம் கலந்து பேசிச் சரியான பொருளுணர்ந்து மலையாளத்திற்குக் கொண்டு சேர்ப்பதில் கவனம் எடுத்துக்கொள்பவர். அவரது மொழிபெயர்ப்பில் இச்சிறுதைத் தொகுப்பு உருவாகியிருப்பது மிகுந்த மகிழ்ச்சி தருகிறது.

சிறுகதை இலக்கியம் செழித்தோங்கி இருக்கும் மலையாளத்தில் அற்புதமான கதைகளை எழுதிய சிறுகதை ஆசிரியர்கள் இருக்கிறார்கள். வைக்கம் முகம்மது பஷீரின் பெரும்பாலான கதைகளைத் தமிழில் வாசித்திருக்கிறேன். காக்கநாடன் போன்ற பரிசோதனை முயற்சிகளைச் செய்த எழுத்தாளர்களின் கதைகளும் எனக்கு அறிமுகமே. சமீபமாக உண்ணி.ஆர் எழுதும் கதைகளை விரும்பிப் படிக்கிறேன். இவ்விதம் சிறுகதை மரபு விளங்கும் மலையாளத்தில் என் கதைகளுக்கு எத்தகைய வரவேற்பு இருக்கும் என அறியும் ஆவல் கொண்டுள்ளேன்.

இத்தொகுப்பில் தமிழில் மிகவும் கவனம் பெற்ற பல கதைகள் உள்ளன. நீர் விளையாட்டு என்னும் கதை 'கதா விருது' பெற்றது. கோம்பைச் சுவர், ஆந்தைகள் அலறலை நிறுத்திய இரவு, குமரேசனின் அதிர்ஷ்டங்கள் நான்கு ஆகியவை நல்ல வரவேற்பைப் பெற்றவை. 'பீ' என்னும் கதை குறும்படமாக உருவாயிற்று. 'அந்தரக் கயிறு', 'நீர்ச்சங்கிலி', 'உள் நுழைந்த மூஞ்சூறு' ஆகியவை பரிசோதனையாக நான் எழுதிப் பார்த்தவை. மேலும் என் மனதுக்குப் பிடித்த புஞ்சை வாழை, சந்தனச் சோப்பு முதலிய கதைகளும் இத்தொகுப்பில் உள்ளன. இவற்றைப் பற்றிய மலையாள விமர்சனத்தை அறியும் ஆவலால் தொடக்க எழுத்தாளனின் நெஞ்சு துடிக்கும் எதிர்பார்ப்பு மனநிலையில் உள்ளேன். மகிழ்ச்சி.

இத்தொகுப்பு வெளிவரக் காரணமான என் தமிழ்ப் பதிப்பாளர் காலச்சுவடு கண்ணன், மொழிபெயர்ப்பாளர் மினிப்பிரியா, வெளியிடும் சிந்தாப் பப்ளிகேஷன்ஸ் உள்ளிட்ட அனைவருக்கும் என் மனமார்ந்த நன்றிகள்.

●

(2019ஆம் ஆண்டு மலையாளத்தில் வெளியான சிறுகதைத் தொகுப்புக்கு எழுதிய முன்னுரை.)

6

இதுதான் பெருஞ்சுகம்

மலையாளத்தில் வெளியாகும் என் மூன்றாவது சிறுகதைத் தொகுப்பு இது. இதில் பதினான்கு கதைகள் உள்ளன. இக்கதை ஒவ்வொன்றையும் எழுதிய வேறுபட்ட சூழல்கள் நினைவுக்கு வருகின்றன. 'மாதொருபாகன்' நாவலுக்கு முன்னோட்டம் போல நான் எழுதிய சிறுகதை 'அத்திமரத்துக் கல்.' அக்கதை எழுதிய பின் பத்தாண்டுகள் கழித்து நாவலை எழுதினேன். இரண்டும் வெவ்வேறு மனநிலைகள். எனினும் ஊற்றுப் பெருகி அருவியாகக் கொட்டுவது போலத் தான் இதுவும் நிகழ்ந்தது என நினைக்கிறேன்.

'வேட்கை' கதை சென்னையில் வாழ்ந்த காலத்து மனநிலை ஒன்றில் எழுதியது. இன்றைய உலகில் எதற்கென்றே தெரியாமல் கண்ணுக்குத் தெரியாதவர்களுடன் போட்டி போட்டுக்கொண்டு ஓட வேண்டியிருக்கிறது. அது நம் வாழ்வின் சிறு சிறு நிகழ்வுகளிலும் பிரதிபலிக்கிறது. சாலையில் பைக்கில் செல்லும் ஒருவனுக்குத் தன்னை இன்னொருவன் முந்திச் செல்வது பிடிக்காமல் போகிறது. அந்த இன்னொருவனுடன் போட்டி யிடும் உந்துதல் தோன்றுகிறது. இது எப்படி நிகழ்கிறது? இந்த உந்துதல்தான் வாழ்க்கையா? இப்படி எழுந்த கேள்வியின் விளைவே அக்கதை.

சிறுகதை வடிவம் மிகவும் சவாலானது. எல்லாச் சந்தர்ப்பங்களிலும் முஷ்டி முறுக்கிக் கொண்டு சவாலுக்குத் தயாராக நிற்க முடியாது. சவால் விடவும் அதை எதிர்கொள்ளவும் குறிப்பிட்ட

மனநிலை வாய்க்க வேண்டும். பல சமயம் சவாலிலிருந்து விலகி நாவல் போன்ற காலாரக்கை வீசி நடக்க உதவும் மைதானத்திற்கு மனம் தாவிவிடும். சவாலுக்குத் தயாரான மனநிலையில் நின்று எழுதிய பல கதைகள் இத்தொகுப்பில் உள்ளன. 'நின்றவண்ணம் கிடந்த வண்ணம்' கதை எனக்கு மிகுந்த சவாலை ஏற்படுத்திய ஒன்று. மந்திரம் கற்றுக்கொள்பவன் மனித மலத்தைத் தின்ன வேண்டும் என்பது நாட்டுப்புற நம்பிக்கை. எங்கள் ஊரில் மந்திரக்காரர்கள் சிலர் இருந்தனர். அவ்வீட்டோடு பிறர் அவ்வளவாகத் தொடர்புவைத்திருக்க மாட்டார்கள். 'பீத்தின்னி வீடு' என்றே பெயர் சூட்டிக் குழந்தைகளை எல்லாம் அந்தப் பக்கம் போகாமல் பார்த்துக்கொள்வார்கள். அது உண்மையோ கட்டுக்கதையோ தெரியாது. ஆனால் அந்நம்பிக்கையை மூலமாகக் கொண்டு ஒரு கதையைச் சிருஷ்டிக்க வேண்டும் என்னும் உந்துதல் எனக்குப் பல நாளாக இருந்தது. அதற்கான வடிவத்தைப் பெறுவதற்குப் பல ஆண்டுகள் காத்திருக்க வேண்டியானது.

'நின்றவண்ணம் கிடந்த வண்ணம்', 'வராக அவதாரம்', 'கருதாம்பாளை' ஆகிய கதைகள் 'பீக்கதைகள்' என்னும் என் தொகுப்பில் உள்ளவை. 'பீக்கதைகள்' என்னும் தலைப்பில் நூலை வெளியிட்டபோது தமிழில் ஏற்பட்ட அதிர்வுகள் நினைவுக்கு வருகின்றன. மனிதனுக்கு உணவு எவ்வளவு முக்கியமோ அத்தனை முக்கியம் கழிவும். அச்சில் அதிகமாகத் தென்படாத தெனாலிராமன் கதை ஒன்று உண்டு. அந்தக் கதையை என் பால்ய வயதில் கேட்டிருக்கிறேன். அப்போதிருந்து உணவைவிடவும் கழிவில் அதிகமாகக் கவனம் செலுத்தும் மனம் வாய்க்கப் பெற்றேன். அம்மனமே இத்தகைய 'பீக்கதைகளை' எழுதத் தூண்டுதல். அந்தத் தெனாலிராமன் கதை இது:

கிருஷ்ணதேவராயர் அவையில் ஒருநாள் சுவாரசியமான உரையாடல் நிகழ்கிறது.

அரசர் கேட்கிறார், 'உலகில் சுகமானது எது?'

ஒருவர் சொல்கிறார், 'தேவாமிர்தம் போன்ற உணவைச் சாப்பிடுவதுதான் சுகம்.'

இன்னொருவர் 'எல்லாம் கூடிவந்த முழுமையான புணர்ச்சிதான் சுகம்' என்கிறார்.

'அற்புதமான இலக்கியத்தை வாசிப்பதே சுகம்.'

'பிசிறில்லாத பாடல் ஒன்றைக் கேட்பதே சுகம்.'

இவ்வாறெல்லாம் ஒவ்வொருவரும் ஒவ்வொரு விஷயத்தைச் சுகம் என்று சொல்கிறார்கள். தெனாலிராமன் எதுவும் பேசாமல் அமர்ந்திருக்கிறார்.

'என்ன ராமா... நீ எதுவும் சொல்லவில்லை' என்று அரசர் கேட்கிறார்.

'நான் சொல்வதை அரசர் எப்படி எடுத்துக்கொள்வீர்களோ என்னும் அச்சத்தால் சொல்லத் தயக்கமாக இருக்கிறது' என்கிறார் ராமன்.

'இது நமக்குள்ளான உரையாடல்தானே. சும்மா சொல்லுமையா' என அரசர் தூண்டுகிறார்.

'மலம் கழிக்கும் செயலே பெரும்சுகம்' என்று ராமன் பாவமாக முகத்தை வைத்துக்கொண்டு சொல்கிறார்.

உடனே அவையில் இருந்த பலர் சிரிக்கிறார்கள். சிலர் முகத்தைச் சுழிக்கிறார்கள். சிலர் அருவருப்புடன் ராமனைப் பார்க்கிறார்கள். அரசருக்கும் கோபம் வந்துவிடுகிறது.

'உலகத்தில் எத்தனையோ கோடி சுகங்கள் இருக்கப் போயும் போயும் மலம் கழிப்பதைச் சொல்கிறாயே, உன்னைப் போய்ப் புத்திசாலி என்று நினைத்தேனே' என்று பலவிதமாகத் திட்டுகிறார்.

'அரசே, நான் சொன்னதைச் சரியென்று நீங்களே ஒத்துக் கொள்ளும்படி செய்கிறேன். இரண்டு நாள் அவகாசம் கொடுங்கள்' என்று கேட்கிறார் ராமன்.

அரசரும் அவகாசம் கொடுக்கிறார். அரசருக்குத் தெரியாமல் அரண்மனைச் சமையல்காரரிடம் சென்று இரண்டு நாட்களுக்கும் தன்னுடைய ஆலோசனைப்படி அரசருக்குச் சமைத்துக் கொடுக்கும்படி சொல்கிறார் ராமன். முதல் நாள் வயிற்றைக் கட்டும்படியான கிழங்கு உள்ளிட்ட மாவுப் பொருள்களாலான அரசருக்குப் பிடித்த உணவுகள். அடுத்த நாள் வயிற்றை இளக்கும் நீர்க் காய்கள், கொழுப்பு வகைகள் உள்ளிட்ட உணவுகள். மூன்றாவது நாள்; கெடுவின் இறுதி நாள். அன்று விடிகாலையில் அரண்மனைக்குச் செல்லும் ராமன், அரசரின் அறைக் கதவை வெளியே தாழிட்டுவிடுகிறார். தான் சொல்லும்வரை யாரும் திறக்கக் கூடாது என்று காவலர்களுக்கு உத்தரவு போடுகிறார். அரசர் காலையில் கண் விழிக்கிறார். வயிறு கத்திக் கூச்சலிடுகிறது. அவசரமாகக் கழிப்பறைக்குப் போயாக வேண்டும்.

அப்போதெல்லாம் இணைப்புக் குளியலறையோ கழிப்பறையோ கிடையாது. அரசர் கதவைத் திறக்கிறார்; திறக்கவில்லை. கதவைத் தட்டுகிறார்; யாரும் திறக்கவில்லை. 'யாரங்கே... யாரடா அங்கே' என இம்சை அரசன் போலக் கூவுகிறார். சில நிமிடங்கள் அவரைக் கதற விட்டுப் பின் கதவைத்

பாதி மலையேறுன பாதகரு

திறக்கிறார் ராமன். கதவு திறந்ததும் வெளியே யார் நிற்கிறார்கள், யார் கதவைத் திறந்தார்கள் என்று எதையும் பார்க்காத அரசர் நேராகக் கழிப்பறைக்கு ஓடுகிறார். கழிப்பறையின் முன்னால் ராமன் நிற்கிறார். சில நிமிடங்கள் கழிந்ததும் கழிப்பறைக்குள் இருந்து பரவசமாக அரசர் குரல் வருகிறது.

'ஆகா... என்ன சுகம்... என்ன சுகம்.'

'ஆம். அரசே, இதுதான் பெருஞ்சுகம்' என்று பதில் கொடுக்கிறார் தெனாலிராமன்.

○

இப்படி முக்கியமான பல கதைகளைக் கொண்ட தொகுப்பு இது. இதை மொழிபெயர்த்திருப்பவர் இடமண் ராஜன் அவர்கள். பல்லாண்டுகள் கோயம்புத்தூரில் வாழ்ந்து தமிழை நன்கு கற்றவர். கோயம்புத்தூர் வட்டாரப் பேச்சும் என் வட்டார வழக்கும் பெரிதும் தொடர்புடையவை. ஆகவே என் எழுத்தை அவர் சிறப்பாக உள்வாங்கும் திறன் பெற்றிருக்கிறார். ஏற்கனவே 'ஆளண்டாப் பட்சி' என்னும் என் நாவலை மலையாளத்தில் மொழிபெயர்த்திருக்கிறார். ஒலிவ் பப்ளிகேஷன்ஸ் வெளியீடாக அந்நாவல் வந்து நல்ல கவனம் பெற்றுள்ளது. இப்போது இந்தச் சிறுகதைத் தொகுப்பு.

மலையாளத்தில் என் கதைகள் தொடர்ந்து மொழி பெயர்க்கப்படுவது மகிழ்ச்சி தருகிறது. புதிய உலகையும் புதிய கோணத்தையும் கொடுத்து மலையாள வாசகர்களை என் கதைகள் கவரும் என எண்ணுகிறேன். வாசகர்களின் கருத்துக் களைக் காதாரக் கேட்பதே எனக்குச் சுகம்; ஆம், எனக்கு இது தான் பெருஞ்சுகம். இடமண் ராஜன் அவர்களுக்கும் வெளியிடும் கிரீன் புக்ஸ் நிறுவனத்திற்கும் இம்மொழிபெயர்ப்புக்குக் காரணமான என் நண்பரும் தமிழில் என் நூல்களின் வெளியீட்டாளருமான காலச்சுவடு கண்ணன் அவர்களுக்கும் மனமார்ந்த நன்றிகள்.

●

(2019ஆம் ஆண்டு மலையாளத்தில் வெளியான சிறுகதைத் தொகுப்புக்கு எழுதிய முன்னுரை.)

7

தமிழர் செல்வத்தை அபகரிக்கும் ஐயப்பன்

'எருக்கஞ்செடிகள்' என்னும் தலைப்பிலான இந்நூல் மலையாளத்தில் வெளியாகும் எனது நான்காம் சிறுகதைத் தொகுப்பு. இத்தொகுப்புக் கதைகளுக்கு ஓர் முக்கியத்துவம் உண்டு. இதில் இடம்பெற்றுள்ள பெரும்பாலான கதைகள் நான் எழுதவந்த தொடக்க காலத்தில் எழுதியவை. ஆகவே இக்கதைகளில் என் கிராம வாழ்வின் ஒளிவு மறைவில்லாத கரட்டு வடிவத்தைக் காணலாம். வடிவத்தில் பெரிதாக எந்தச் சிரமமும் எடுத்துக் கொள்ளவில்லை. சிறுசிறு வித்தியாசமான முயற்சிகள். 'ஏவாரி' கதை முழுக்க இரு பாத்திரங் களுக்கு இடையேயான உரையாடல்; ஆம், உரையாடல் மட்டும்தான். 'மண்ணெண்ணெய்' என்னும் சொல்லையே பயன்படுத்தாமல் அதற்கு ஏற்பட்ட தட்டுப்பாட்டைப் பற்றி எழுதிய கதை 'முடக்கம்.' ஈரான், ஈராக் போர் ஏற்பட்ட சூழலில் இக்கதை உருவாயிற்று. இப்படிச் சின்னச் சின்ன முயற்சிகள்.

'தீச்சாலை' இத்தொகுப்பிலேயே சற்றே வேறு பட்ட கதை. கதைப் பொருளிலும் வடிவத்திலுமே வேறு. எங்கள் ஊர் லாரிகளுக்குப் புகழ்பெற்றது. நிலத்தை விட்டு எங்கும் பெயராது விவசாயத்தில் ஈடுபட்டிருந்த என் ஊர் மக்களை முதலில் வெளியுலகம் நோக்கி நகர்த்தியது லாரிப் போக்கு வரத்து. என் சித்தப்பாதான் எங்கள் ஊரின் முதல் டிரைவர். அவருக்குக் 'கார்க்காரர்' என்றே

பட்டப்பெயர் உண்டு. அவரால்தான் எங்களுக்குக் கேரளம் அறிமுகம் ஆயிற்று. கொச்சி, எர்ணாகுளம் ஆகிய ஊர்களைப் பற்றி அவர் சொல்வார். தேங்காய் எண்ணெய் டின்களும் நேந்திரம் பழ சிப்ஸும் அன்னாசியும் பலாப்பழமும் அவர் கேரளத்திலிருந்து எங்களுக்கு வாங்கி வந்து அறிமுகப் படுத்தியவை. இன்றைக்கும் லாரி எங்களூரில் முக்கியத் தொழில். லாரி உரிமையாளர்களும் ரிக் ஓனர்களும் நிரம்பிய ஊர். அதற்கேற்ப எய்ட்ஸ் நோயால் மிகுதியாகப் பாதிக்கப்பட்ட மாவட்டமும் எங்களுடையதுதான். இச்சூழலில் ஒரு லாரி டிரைவரின் மனநிலையைக் குறி வைத்து எழுதப்பட்ட கதை இது.

கேரளத்துக்குத் தொடர்புடைய இன்னொரு கதையும் இந்தத் தொகுப்பில் உள்ளது. 'தமிழ்நாட்டுச் செல்வத்தை கேரளத்து ஐயப்பனுக்கும் ஆந்திரத்து வேங்கடாசலபதிக்கும் கொண்டு சேர்க்கும் மூடர்கள் தமிழர்கள்' என்று தமிழ்நாட்டு முற்போக்காளர்கள் சொல்வதுண்டு. கார்த்திகை, மார்கழி மாதங்களை எங்கள் வியாபாரிகள் விரும்புவதில்லை. தமிழர் செல்வத்தை ஐயப்பன் அபகரிக்கும் மாதங்கள் இவை. என்ன செய்வது, தமிழர்களுக்கு ஐயப்பன் மேலிருப்பது போல மலையாளிகளுக்குப் பழனி முருகன் மேல் ஈடுபாடு இருக்கிறது. உள்ளூர் மேளம் விலை போகாது என்பது அனுபவப் பழமொழி. பக்தி எவ்விதம் ஒருவரின் வாழ்வாதாரத்தை அழிக்கிறது என்பதை மையமாகக் கொண்டு 'பலன்' என்னும் கதையை எழுதினேன். அது தமிழகத்து அடிமட்டத் தொழிலாளர் பலரின் வாழ்வனுபவம்.

ஒடுக்கப்பட்ட மக்களின் வாழ்வனுபவம் இத்தொகுப்புக் கதைகளில் நிறைந்திருக்கிறது. ஒடை, கொடுப்பினை உள்ளிட்ட பல கதைகள் அவ்விதமானவை. 'பீவாங்கியின் ஓலம்', 'எருக்கஞ் செடிகள்' ஆகியவை சூழல் வழங்கும் மன நெருக்கடியை மைய மிட்டிருப்பினும் அவையும் விளிம்பு மக்களின் மனநிலையைப் பிரதிபலிப்பவை என்றே சொல்லலாம். 'எருக்கஞ்செடிகள்' கதையின் மூலவித்து என் காதுகளில் விழுந்த செய்தி ஒன்று. எனக்குச் சிறுவயதிலேயே 'சுடுகாடு'கள் நன்றாக அறிமுகம். நிலத்தில் விதைப்பு விழுந்த பிறகு ஆடுமாடுகளை மேய்ப்பதற்கு முக்கியமான இடம் சுடுகாடு. ஆடுமாடுகளுடன் எங்கள் விளையாட்டுக் களமாகவும் அது விளங்கும். எனக்குக் கிடைத்த செய்தி நான் நன்கறிந்த சூழலுடன் மிகவும் பொருந்திப் போனதால் அக்கதையை மிகுந்த ஈடுபாட்டுடன் எழுதினேன். எருக்கம்பூ சிவனுக்கு உகந்தது. கபாலம் கையிலேந்திச் சுடலைப் பொடி பூசிச் சுடுகாட்டில் நடனமாடும் சிவன் கழுத்தில் அணிந்திருப்பது எருக்கம்பூ மாலை. அதனாலோ

என்னவோ சுடுகாட்டுத் தாவரமாகவே எருக்கு அடையாளம் காணப்படுகிறது. சுடுகாட்டில் வாழ நேரும் அம்மனிதனும் ஓர் எருக்கஞ்செடிதான்.

இப்படி ஒவ்வொரு கதைக்கும் ஒரு பின்னணியைச் சொல்லலாம். 1988 முதல் 1998 வரையான பத்தாண்டுகளுக்குள் நான் எழுதிய கதைகளிலிருந்து தேர்ந்தெடுக்கப்பட்டவை இவை. நானே மறந்துபோன சில கதைகளை வாசகர்கள் நினைவுபடுத்துவது உண்டு. சமீபத்தில் அப்படி ஒருவரால் நினைவுபடுத்தப்பட்ட கதை 'அது.' பொதுவாகச் சேலை கலைவதைக்கூட உணராமல் தன்னை மறந்து உறங்கும் இயல்புடைய மனைவி ஓர் பொதுவிடத்தில் உறங்க நேர்கையில் கணவன் கொள்ளும் பதற்றம் அக்கதை. அவனை உறக்கமில்லாமல் அலைக்கழிக்கும் 'அது' என்பது 'எது' எனச் சொல்லத் தெரியவில்லை. அவனது உடைமை மனோபாவமாக இருக்கலாம். எச்சரிக்கை உணர்வாக இருக்கலாம். இன்னும் சொல்ல முடியாத எதுவோ அவனை அவ்விதம் தவிக்கச் செய்கிறது. இக்கதை வாசக நினைவிலிருந்ததால் இத்தொகுப்பில் சேர்த்தேன்.

மலையாளத்தில் என் நாவல்கள் விரும்பி வாசிக்கப் படுவதை அறிந்து மகிழ்கிறேன். அதே மகிழ்ச்சியை என் சிறுகதைகளும் வழங்கும் என எதிர்பார்க்கிறேன். இத்தொகுப்புக் கதைகளை மொழிபெயர்த்திருப்பவர் இடமண் ராஜன் அவர்கள். ஏற்கனவே 'ஆளண்டாப் பட்சி' என்னும் என் நாவலையும் 'மணியறை' என்னும் சிறுகதைத் தொகுப்பையும் அவர் மொழிபெயர்த்திருக்கிறார். இது அவர் மொழிபெயர்ப்பில் வெளியாகும் மூன்றாவது நூல். அவருக்கும் இந்நூலை வெளியிடும் ஐவரி பதிப்பகத்தினருக்கும் இம்மொழிபெயர்ப்பு வெளியாக முயற்சி மேற்கொண்ட என் நண்பரும் தமிழில் என் நூல்களின் வெளியீட்டாளருமான காலச்சுவடு கண்ணன் அவர்களுக்கும் மனமார்ந்த நன்றிகள்.

●

(2019ஆம் ஆண்டு மலையாளத்தில் வெளியான
'எருக்கஞ்செடிகள்' சிறுகதைத் தொகுப்புக்காக
எழுதிய முன்னுரை.)

8

ஏறுவெயில் நேர நடை

'ஏறுவெயில்' நாவல்தான் என் முதல் புத்தகம். 1988ஆம் ஆண்டிலிருந்து என் சிறுகதைகள், கவிதைகள் சிற்றிதழ்கள் சிலவற்றில் வெளியாகின. கவிதைத் தொகுப்பும் சிறுகதைத் தொகுப்பும் வெளியிடும் அளவுக்குப் படைப்புகள் சேர்ந்திருந்தன. எனினும் அவற்றை நூலாக்கம் செய்ய எந்த முயற்சியும் எடுக்கவில்லை. இதழ்களில் வெளியானதே எனக்குப் பிரசுரத் திருப்தியைக் கொடுத்திருந்தது.

எண்பதுகளிலும் தொண்ணூறுகளிலும் நூல் வெளியீடு என்பது எழுத்தாளருக்கு எளிமையான விஷயமாக இல்லை. அதுவும் முதல் நூல் வெளியீட்டுக்கு எந்தக் கதவும் திறந்திருக்காது. பெரும்பாலும் எழுத்தாளர்கள் தம் சொந்தச் செலவிலோ நண்பர்களின் உதவியுடனோ நூல் வெளியிடுவதுதான் அப்போதைய நடைமுறை. கையில் காசிருப்போர் அல்லது கடன் வாங்கி வெளியிடும் அளவு ஆர்வம் உள்ளோர் தம் எழுத்தைப் புத்தக வடிவில் பார்க்கக் கொடுத்து வைத்தவர்கள். இந்தச் சூழலில் 1990ஆம் ஆண்டு நான் 'ஏறுவெயில்' நாவலை எழுதினேன். முதல் படியைத் தயார் செய்ய எனக்கு ஒருமாதம் ஆயிற்று. அதன்பின் கையெழுத்துப் பிரதியை நண்பர்கள் சிலரிடம் வாசிக்கக் கொடுத்தேன். கொடுத்த அடுத்த நாளோ இரண்டாம் நாளோ அவரிடம் போய்ப் படித்துவிட்டீர்களா என்று கேட்டேன். நாவலைப் பற்றிய கருத்தை அறிந்துகொள்ள வேண்டும் என்னும் ஆவல் ஒருபுறம் இருக்கக் கையெழுத்துப்

பிரதி தொலைந்து போய்விடக் கூடாதே என்னும் பயம் மிகுந்திருந்தது. அப்போது ஜெராக்ஸ் எடுப்பது மிகவும் செலவு பிடிக்கும் விஷயம்.

நான்கு நண்பர்கள் நாவலை வாசித்தனர். என்னுடனே தங்கியிருந்தவரும் நெருக்கமான நண்பருமான சங்கர் என்னும் திருஞானம் முதலில் நாவலை வாசித்தார். 'வாசிக்க நன்றாக இருக்கிறது. ஆனால் பிரசுரிக்கும் அளவு இருக்கிறதா என்று சொல்லத் தெரியவில்லை' என்றார். மனஓசை இதழின் ஆசிரியர் குழுவில் இருந்தவரும் பொருளாதாரப் பேராசிரியருமான தோழர் சுரேஷ் என்கிற சீனிவாசன் நாவலை வாசித்த இரண்டாமவர். அப்போது அன்றாடம் நான் அவரைச் சந்தித்துப் பேசிக்கொண்டிருப்பேன். நிறைய வாசித்திருந்தார். அவருக்கெனப் பார்வை ஒன்றையும் தெளிவாக வைத்திருந்தார். அவரைப் பேசவிட்டுக் கேட்டுக்கொண்டிருப்பதில் பெருவிருப்பம் இருந்தது. எனக்கு வாசிப்பின் நுட்பங்களைக் கற்பித்த ஆசிரியராக அவரை மதிக்கிறேன். அவரும் தயக்கத்தோடே கருத்துத் தெரிவித்தார்.

'நகரமயமாதலைக் கருத்தாகச் சுருக்காமல் வாழ்வாகச் சொல்லியுள்ளீர்கள். உங்களைப் பற்றி எனக்கு முன்னனுமானம் இருப்பதால் விலகி நின்று கருத்துச் சொல்ல முடியவில்லை. வேறு யாரிடமாவது கொடுத்துப் பார்க்கலாம்' என்றார்.

எனக்கு நெருக்கமானவர்களாகவும் நாவல் வாசிப்பில் ஈடுபாடு உள்ளவர்களாகவும் இருக்க வேண்டும் என யோசித்தேன். பா. செயப்பிரகாசம் அவர்களோடு இணைந்து அப்போது மனஓசை ஆசிரியர் குழுவில் செயல்பட்டுக் கொண்டிருந்தேன். அவரிடம் கொடுக்கலாம் என்றால் அவரால் உடனடியாக வாசிக்க நேரம் ஒதுக்க முடியுமா என்பது சந்தேகமாக இருந்தது. தலைமைச் செயலகத்தில் இணை இயக்குநர் பதவியில் இருந்தார். வேலைகள் அதிகம். மனஓசைக்குப் படைப்புகள் பெறுவது தொடர்பாகச் சுகுமாரனை அப்போது அடிக்கடி சந்தித்துக்கொண்டிருந்தேன். சென்னைப் பல்கலைக் கழகத் தமிழ் மொழித்துறை மாணவன் நான். கடற்கரைச் சாலையில் திருவள்ளுவர் சிலைக்கு எதிரில் பல்கலைக்கழக இணைவக வளாகத்தில் என் துறை இருந்தது. அங்கிருந்து இரண்டு நிறுத்தம் கடந்தால் வானொலி நிலையம். அதற்கு அருகில் ஒரு சந்தில் ஆயத்த ஆடைத் தயாரிப்பு நிறுவனம் ஒன்றைச் சுகுமாரன் வைத்திருந்தார். நிறுவனம் என்பது குறிப்பிட்டுச் சொல்ல வசதியான சொல். நான்கைந்து பெண்கள் தைக்கும் சிறு தொழிற்கூடம் அது. அவரைச் சந்திப்பதும்

பேசுவதும் எனக்கு உவப்பான விஷயம். அவரிடம் கொடுக்கலாம் என்று தீர்மானித்தேன். அவர் தீவிர வாசிப்பாளர்.

நுணுக்கி நுணுக்கி எறும்பூர்வது போல நெருக்கமாக எழுதுவேன் நான். வேகமாகப் படிப்பது கடினம். எனினும் இரண்டு நாளில் சுகுமாரன் வாசித்துவிட்டார்.

அவரிடம் நான் கேட்டேன்: 'இதைப் பிரசுரிக்கலாமா?'

அவர் சொன்னார், 'ஏன் இப்படிக் கேட்கிறீர்கள்? தாராளமாகப் பிரசுரிக்கலாம்.'

எனக்கு அது போதுமானதாக இருந்தது. நாவலைப் பற்றி அவர் பேசிய விஷயங்கள் எனக்குத் திருப்தியைத் தந்தன. இரண்டு மூன்று பகுதிகளை நீக்கிவிடவும் அவர் ஆலோசனை சொன்னார். 'அது உங்கள் விருப்பம். திரும்ப ஒருமுறை படித்துப் பார்த்து முடிவுசெய்யுங்கள்' என்றார். அவர் கருத்தின் மீது எனக்கு முழு உடன்பாடு என்பதால் அப்பகுதிகளை நீக்கினேன். அவரையே முன்னுரை எழுதித் தரும்படியும் கேட்டேன். திருத்தங்கள் செய்து இன்னொரு படி எடுப்பதற்குள் முன்னுரை தந்துவிடுவதாகச் சொன்னார்.

அப்போது பல்கலைக்கழகத்தில் என் ஒருசாலை மாணாக்கராக இருந்தவர் இரா. சீனிவாசன். சென்னை, மாநிலக் கல்லூரியில் தமிழ்ப் பேராசிரியராகப் பணியாற்றிய பிறகு அரசு கல்லூரி முதல்வராக இருந்து ஓய்வு பெற்று விட்டார். அப்போது அவர் இலக்கணத்தில் ஆய்வு செய்து கொண்டிருந்தார். எனினும் நவீன இலக்கிய வாசிப்பில் நல்ல ஈடுபாடு இருந்தது. க்ரியா பதிப்பகம் வெளியிட்ட 'சுந்தர ராமசாமி சிறுகதைகள்' என்னும் ஒட்டுமொத்தத் தொகுப்பிற்குச் சில கதைகளைப் பழைய இதழ்களில் இருந்து சேகரித்துக் கொடுத்தவர் சீனிவாசன். வாசித்த நாவல்கள், சிறுகதைகள், கவிதைகள் என நவீன இலக்கியம் குறித்துப் பகிர்ந்துகொள்ளப் பல்கலைக்கழக வளாகத்தில் வாகான துணையாகச் சீனிவாசன் இருந்தார்.

1991ஆம் ஆண்டு ஏப்ரல் மாதப் பிற்பகுதி அது. மே மாதத்தில் பல்கலைக்கழகம் விடுமுறை. அதில் நாவல் படியெடுக்கும் வேலையைச் செய்யலாம் எனத் திட்டமிட்டேன். சீனிவாசனிடம் பேசிக்கொண்டிருந்தபோது நாவல் எழுதியிருப்பதைப் பற்றியும் அதற்குச் சுகுமாரன் முன்னுரை எழுதப் போவதையும் சொன்னேன். 'அப்படியா? சொல்லவே இல்லையே' என்றார். சுகுமாரன் சொன்ன பிறகு நாவல் பிரசுரம் பற்றி எனக்குச் சந்தேகம் இல்லை. அந்த ஆண்டுக்குள் எப்படியும் வெளியிட்டு

விடலாம் என எண்ணியிருந்தேன். ஆகவே நாவல் குறித்து இன்னொருவரின் அபிப்ராயத்தைக் கேட்கும் குறுகுறுப்பு எனக்குள் முளைத்தது. சீனிவாசனிடம் கொடுத்துப் படிக்கச் சொன்னேன்.

அவருக்கும் சில நாட்கள்தான் அவகாசம். ஏப்ரல் இறுதி வாரத்தில் நான் ஊருக்குக் கிளம்பிவிடுவேன். அதற்குள் படித்து விட வேண்டும் என்று அவரிடம் சொல்லியிருந்தேன். அவர் திருத்தணியில் இருந்து பல்கலைக்கழகத்திற்கு அன்றாடம் வந்துகொண்டிருந்தார். தினமும் ஒன்று அல்லது இரண்டு அத்தியாயங்கள் படித்துவிட்டு வந்து கருத்துச் சொல்வார். மொழிநடை பற்றியே பெரிதும் பேசுவார். சில நிகழ்ச்சிகளை விவரித்திருக்கும் விதம் பற்றியும் பேசுவார். நாவலைப் படியெடுக்கும் முன் அவரிடம் கொடுத்தது பயனுடையதாகவே இருந்தது. எனினும் கொடுத்த கெடுவுக்குள் நாவலை அவர் படித்து முடிக்கவில்லை.

நான் ஊருக்குக் கிளம்பும் நாளும் வந்துவிட்டது. அவர் இரண்டு நாட்களாகப் பல்கலைக்கழகத்திற்கு வரவில்லை. எனக்குப் பதற்றமாக இருந்தது. நாவல் பிரதி ஏதாவது ஆகியிருக்குமோ என்று பயம். அவரது முகவரி என்னிடம் இருந்தது. தொலைபேசி வசதிகள் இப்போது போல இல்லை. ஆகவே அரக்கோணம் வரை ரயிலில் போயிறங்கி அங்கிருந்து திருத்தணி பேருந்து பிடித்தேன். திருத்தணியில் அவரது வீட்டுக்குச் செல்ல இன்னொரு நகரப் பேருந்து பிடிக்க வேண்டி யிருந்தது. இரவில் அவர் வீட்டுக்குப் போய்ச் சேர்ந்தேன். வீட்டைத் தேடி வந்தேன் என்னும் சந்தோசம் இருப்பினும் நாவல் பிரதிக்காக வந்திருக்கிறேன் என்பது அவருக்குச் சங்கடமாக இருந்தது. என்ன செய்ய, என் நிலை அப்படி.

அவரிடம் கொஞ்ச நேரம் பேசிக்கொண்டிருந்துவிட்டு உடனே புறப்பட்டு அரக்கோணம் வந்து மீண்டும் ரயில் பிடித்துச் சேலம் வந்தேன். அவர் நாவலை முழுமையாக வாசித்திருக்கவில்லை. எனினும் படி எடுப்பதற்காக வாங்கிச் சென்றுவிட்டேன். மேமாத விடுமுறையில் உட்கார்ந்து படி எடுத்தேன். முதல் படியை ஒரு மாதத்திற்குள் எழுதியிருந்த என்னால் படி எடுப்பதை ஒருமாதத்திற்குள் செய்து முடிக்க முடியவில்லை. படி எடுப்பதைப் போல அலுப்பூட்டும் வேலை வேறேதும் இல்லை. எடுக்கும்போது சில நல்ல திருத்தங்களைச் செய்ய வாய்ப்பிருக்கும் என்றாலும் அதில் மனம் விடுபடவே எப்போதும் விரும்பும். மிக மெதுவாகவே செய்தேன். விடுமுறை முடிந்து சென்னைக்கு வந்த பின்னும் படி எடுத்துக்கொண்டேயிருந்தேன்.

நூல் வெளியீடு தொடர்பாக அப்போது திட்டம் உருவாகி யிருந்தது. 1991, டிசம்பரில் முடித்து ஜனவரி 1992, சென்னைப் புத்தகக் கண்காட்சிக்கு நாவலை வெளியிட்டுவிடலாம் என்பது அம்முடிவு. பதிப்பகம் எதையும் நாடுவதில்லை. அப்போது நூலுக்கு எட்டாயிரத்தில் இருந்து பத்தாயிரத் திற்குள் செலவாகும் எனக் கணக்கிட்டோம். செலவுக்கான பணத்தை நண்பர் திருஞானம் முழுவதுமாகப் போட்டுக் கொள்வதாகச் சொன்னார். அவரை நண்பர்கள் 'திருஞ்' என்று அழைப்பார்கள். 'திருஞ் வெளியீடு' எனப் பதிப்பகத்திற்குப் பெயர் சூட்டினோம். அச்சமயத்தில் நண்பர்கள் ஐந்தாறு பேர் சேர்ந்து தங்கியிருந்த சென்னை ஆலந்தூர் வீட்டு முகவரியையே கொடுத்துவிடலாம் என்றிருந்தோம்.

செப்டம்பரில் படி எடுக்கும் வேலை ஒருவழியாக முடிந்தது. சென்னைப் பல்கலைக்கழகத்தில் என்னோடு பயின்றுகொண்டிருந்தவரும் பாவலரேறு பெருஞ்சித்திர னாரின் மூத்தமகனுமாகிய பூங்குன்றன் எனக்கு நல்ல நண்பர். பழகுவதிலும் உதவுவதிலும் உயர்பண்புகள் கொண்டவர். என்னைவிட வயதில் பெருமளவு மூத்தவர் எனினும் அன்பு ததும்பும் சொற்களைப் பேசுவதுடன் பிறர் பேசுவதைக் கேட்டு அங்கீகரிக்கும் இயல்பும் பெற்றவர். அவர் சைதாப்பேட்டைக்கு அருகில் சின்னமலை பக்கத்தில் ஓர் அச்சகம் வைத்து நடத்தி வந்தார். அவரிடம் அச்சுக்குக் கொடுத்தோம். அப்போது லெட்டர் பிரஸ் என்னும் கையால் அச்சுக் கோத்து அச்சிடும் அச்சகம்தான். அச்சுக் கோக்கக் குறிப்பிட்ட நாள் எடுக்கும்.

அப்போதும் இன்றைக்குப் போலவே சென்னைப் புத்தகக் கண்காட்சியை ஒட்டி நூல் வெளியிடும் வழக்கம் பதிப்பகங்களிடம் இருந்தது. மேலும் அரசு நூலக ஆணைக்கு நூல்களை வழங்க ஜனவரி இறுதி என்று நிர்ணயிப்பார்கள். ஒவ்வோர் ஆண்டும் அரசு நூலகங்களுக்குத் தவறாமல் புத்தகங்களை வாங்குவார்கள். அதனால் அக்டோபர் மாதம் தொடங்கி ஜனவரி வரைக்கும் அச்சகங்கள் முசுவாக வேலை செய்யும். கேல்லி புரூப், பேஜ் புரூப் என்று இரண்டு முறை தருவார்கள். அச்சுக் கோக்கக் கோக்க எனக்கு மெய்ப்பும் கொடுத்தார்.

நாவலை அச்சுக் கோத்தவர்கள் பெண்கள். பெரும்பாலும் அவ்வேலையில் பெண்களே இருப்பார்கள். என் நாவலில் பேச்சுமொழியும் வட்டார மொழியும் தாராளமாகப் புழங்கின. வசைச்சொற்கள் இயல்பாக வந்தன. அவற்றை அச்சுக் கோக்கப் பெண்கள் சங்கடப்படுகிறார்கள் எனவும் ஆண் அச்சுக் கோப்பாளரிடம்தான் கொடுக்க வேண்டியிருக்கிறது எனவும்

பூங்குன்றன் சொன்னார். ஆண் அச்சுக் கோப்பாளர் ஒருவர் இரவில் மூன்று மணி நேரம் மட்டும் வந்து பகுதி நேரமாக வேலை பார்த்தார். ஆகவே மிக மெதுவாக அச்சுக் கோப்பு வேலை நடந்தது.

டிசம்பர் மாதம் தொடங்கிவிட்டது. ஆனால் பாதியளவு தான் தயாராகி இருந்தது. எப்படியும் முடித்துக்கொடுப்பதாகப் பூங்குன்றன் சொன்னார். அட்டைப்படம் தொடர்பாக நானும் திருஞானமும் ஓவியர் மருதுவைச் சந்தித்தோம். மனஓசை இதழுக்குத் தொடர்ந்து பங்களிப்பு செய்தவர் மருது. அவரிடம் ஓவியம் பெறச் சந்தித்த வகையில் எங்களுக்கு நண்பரானவர். ஒருபோதும் எதற்கும் மறுப்புச் சொல்லாத குணம் அவருக்கு. நாவல் முழுவதையும் வாசிக்க அவருக்கு நேரமில்லை. நாவலின் மையத்தைச் சொல்லச் சொல்லிக் கேட்டுக்கொண்டார். அப்போது நூல்களின் அட்டைப்படங்கள் ஓவியங்களைத் தாங்கி வந்தன. ஆதிமூலம், வீர. சந்தானம், மருது ஆகியோரின் ஓவியங்கள் நூல்களின் அட்டைகளாகின. ஆப்செட் அச்சகம் வந்துகொண்டிருந்தது. அது செலவு பிடிக்கும் விஷயம். மருது எதையும் பரீட்சித்துப் பார்க்கக் கூடியவர். அவரே ஓர் ஆப்செட் அச்சகம் தொடங்கியிருந்தார்.

ஓவியங்களே அட்டைப்படத்தில் வரும் ஒற்றைத் தன்மையை மாற்றி நல்ல புகைப்படத்தை அட்டையில் போடலாம் எனவும் அதை அவரது அச்சகத்திலேயே அடக்கச் செலவில் அச்சிடலாம் எனவும் கூறினார். நாங்கள் அடுத்த முறை போனபோது அவரது சேகரிப்பிலிருந்து புகைப்படம் ஒன்றைத் தேர்வு செய்திருந்தார். ஊரை விட்டு வெளியேறும் மக்கள் கூட்டம் ஒன்றின் படம் அது. தடியை ஊன்றியபடி தாத்தா ஒருவரும் முக்காடிட்ட பெண் ஒருவரும் பெருந்துன்பத்தோடு நடக்கும் முகக்காட்சி. யாரோ எதுவோ விரட்ட வலியோடு இடம்பெயரும் மனிதர்கள் அவர்கள் என்பதைப் பார்த்த மாத்திரத்தில் உணர முடிந்தது. ஆனால் படத்தில் வட இந்தியச் சாயல். அதை ஸ்பிரே செய்து லேசாக மறைத்துவிடலாம் என்றும் அது உங்கள் நாவலின் பொருளுக்கு உகந்ததாகவும் அமையும் என்றார் மருது.

ஒரு படத்தைப் பார்த்தவுடன் அது எவ்வகை அச்சுத் தொழில்நுட்பத்தில் மிளிரும் தன்மை பெறும் என்பதையும் சேர்த்தே யோசிப்பவர் மருது. அவர் விருப்பப்படியே செய்யச் சொன்னோம். வெகுவிரைவில் அட்டையைத் தயார் செய்து கொடுத்துவிட்டார் அவர். ஸ்பிரே செய்தது அர்த்தமுள்ள விஷயமாக அமைந்தது. பின்னர் பூரணச்சந்திரன் எழுதிய விமர்சனக் கட்டுரையில் இந்த அட்டைப்படத்தைக்

குறிப்பிட்டிருந்தார். பலருக்கும் அது மிகவும் பிடித்திருந்தது. அட்டை தயார். ஆனால் அச்சுக் கோக்கும் பணி முடியவில்லை. அப்போது பூங்குன்றன் வேறொரு அச்சகத்தில் கொடுத்து மீத அச்சுக்கோப்புப் பணியை முடித்துத் தர முயன்றார். அமைந்தகரையில் உள்ள அச்சகம் ஒன்றில் வேலை நடந்தது.

இரண்டிடங்களில் அச்சுக்கோப்பும் ஒவ்வொரு பாரமாக அச்சடிப்பும் நடந்தன. ஒருவழியாக முடிந்தது. ஆனால் நூலின் அமைப்பு நன்றாக இல்லை. முதல் பாதி ஒருவித எழுத்திலும் பிற்பாதி வேறொரு விதமான எழுத்திலும் இருந்தன. பக்க எண்கள் ஒருபக்கம் சிறிதாகவும் இன்னொரு பக்கம் பெரிதாகவும் தெரிந்தன. அச்செழுத்துக்களிலும் திருப்தி இல்லை. நேர்த்தி வந்து சேரவில்லை. நூலைக் கையிலெடுக்கச் செய்தது அட்டைப்படம்தான். நூல் வரும்வரை இருந்த பரபரப்பும் எதிர்பார்ப்பும் நூலைக் கையில் எடுத்துப் பார்த்ததும் சட்டென வடிந்தன. அப்போது எனக்குள் படிந்த வெறுமை பின்னர் சில மாதங்கள் கழிந்து நாவல் பற்றிய கருத்துக்கள் வரத் தொடங்கும் வரை நீடித்திருந்தது. என் முதல் புத்தக வெளியீட்டு அனுபவம் ஏறுவெயில் நேரத்தில் தலைக்கு முக்காடுகூட இல்லாமல் வேர்க்க விறுவிறுக்க வேகவேகமாக நடந்தோடிய மாதிரிதான்.

●

புத்தகம் பேசுது, பிப்ரவரி 2013.

9

வெயில் கொள்ளும் பரிமாணம்

என்னுடைய முதல் நாவல் ஏறுவெயில். ஆகவே அது தொடர்பாகச் சொல்வதற்கு எனக்கு நிறைய இருக்கிறது. எழுத்தாளன் என்னும் அடையாளத்தை எனக்குக் கொடுத்ததும் நான் மேற்கொண்டு எழுதலாம் என்னும் அங்கீகாரத்தைப் பெற்றுத் தந்ததும் ஏறுவெயில். வெளியாகிக் கிட்டத்தட்டப் பதினேழு ஆண்டுகள் ஆகின்றன. ஆயினும் ஏறுவெயிலின் வெம்மை குறையவில்லை.

என் பால்யத்தின் களங்கள் சட்டென முகம் மாறியபோது அதன் உக்கிரத்தைத் தாங்கிக் கொள்ள இயலாத கொந்தளிப்பான மனநிலைக்கு ஆளானேன். கண்ணுக்குத் தெரியாத எங்கிருந்தோ கிளம்பி வரும் ஒரு சாட்டை விளாசல் மனிதர்களை எல்லாப்புறமும் துரத்தி அடிப்பதாக உணர்ந்தேன். உறவுகள் சிதறுவதையும் சிதறல் மனிதரின் பல முகங்களை வெளிப்படுத்தும் சக்திகொண்டதாக இருப்பதையும் கண்டேன். அதனால் என் பதின் பருவத்தில் கடும் மன நெருக்கடியைச் சந்தித்தேன். அப்போது என்னை அணைத்து ஆற்றிய ஒரே துணை எழுத்துதான்.

கவிதை என்னும் பெயரில் ஏராளமாக எழுதிக் குவித்தேன். சிறுகதைகளில் நிலைகொண்டேன். சிக்கு விழுந்த பெரிய நூல்கண்டு ஒன்றை உருவி உருவிச் சரியான நிலைக்குக் கொண்டு வருவதற்கு ஒரு நுனி கிடைத்துவிட்டதும் ஏற்படும் மகிழ்ச்சி எழுத்தினால் எனக்குக் கிடைத்தது. இளமை

வேகத்தில் எழுதிய கவிதைகள், சிறுகதைகள் ஆகியவற்றைப் புரட்டிப் பார்த்தபோது உருவி நான் சிக்கலாக்கிய இன்னொரு நூல்கண்டாய் வாழ்க்கை என்முன் கிடந்தது. அதனை மறுபடியும் பிரித்தெடுக்கும் முயற்சியாகத்தான் ஏறுவெயில் உருவாயிற்று.

அப்போது நான் பல்கலைக்கழக ஆராய்ச்சி மாணவன். இரண்டு மாதக் கோடை விடுமுறையில் வீட்டில் இருந்தேன். விவசாய நிலத்தின் நடுவில் இருந்த இரண்டு ஓலைக் கொட்டகைகள்தான் என்வீடு. சுற்றிலும் வெயில் காயும் நிலங்கள். வெயில் கொள்ளும் பரிமாணத்தைத் துல்லியமாக உணர முடியும். அத்துடன் தனிமை வழங்கும் சுதந்திரங்கள் அனைத்தையும் என்வீடு எனக்குத் தரும். அதில் ஒன்று நினைத்த நேரமெல்லாம் தூங்குவதும் நெடுநேரம் தூங்கிக் கொண்டேயிருப்பதும். அந்த விஷயத்தில் படுசோம்பேறி நான்.

அந்த வருசக் கோடை விடுமுறை மாதங்களில் உண்பதும் உறங்குவதும் தவிர நான் செய்த வேலை ஏறுவெயிலை எழுதியது. அந்த இரண்டு மாதங்களை என் வாழ்வின் அற்புதமான காலம் என்று சொல்லலாம். என் மன உலகத்தில் ஒருவகை வாழ்க்கை நிகழ்ந்துகொண்டிருந்தது. சிலசமயம் என் புறவாழ்க்கை பற்றிய நினைவுகள் அற்றுப் போயின. என் மன உலக சஞ்சாரத்திற்கு எந்தத் தொந்தரவும் இல்லை. வீட்டில் இருந்த இன்னொரு ஜீவனாகிய என் அம்மாவின் உலகம் வேறு. அதைச் செய், இதைச் செய் என்று எப்போதும் வேலை ஏவும் அம்மாவிடம் 'என்னைத் தொந்தரவு செய்யக் கூடாது' என்று சத்தியவாக்குப் பெற்றிருந்தேன். அதை முழுதுமாக அம்மா காப்பாற்றினார். என் வாழ்வில் அப்படி ஒரு பருவம் அதன்பின் வாய்க்கவே இல்லை.

என் மன சஞ்சலங்களுக்கெல்லாம் வடிகாலாக அந்த எழுத்து அமைந்தது. என்னைச் சுற்றிலும் இருந்த மனிதர்களும் அவர்கள் நடமாடிய களங்களும் அங்கே இறைந்து கிடந்த சம்பவங்களும் என்னைப் புதிது புனைய உந்தின. அவற்றை எல்லாம் வரிசைக்கிரமமாக எடுத்துத் தொடுத்துப் பொது வெளி ஒன்றுக்குள் கொண்டு நிறுத்த முயன்றேன். விடுமுறை முடியும்போது நாவலும் முடிந்திருந்தது. இதை எழுதி முடித்த போது என் மனம் அடுத்தகட்ட வாழ்க்கைக்குத் தயாராகி விட்டிருந்தது. ஏறுவெயிலால் நான் மீட்சி அடைந்தேன்.

எந்த வழிகாட்டலும் இல்லாமல் ஏதோ ஒரு மாயக்கை இழுத்துச் செல்லச் சுயமாகவே எழுத்துக்குள் வந்து விழுந்தவன் நான். ஆகவே இது ஒரு நாவலாக உருவாகி இருக்கிறதா

என்னும் சந்தேகம் எனக்குள் இருந்தது. அப்போது நான் அடிக்கடி சந்திக்கக்கூடியவர்களாக இருந்த சிலரிடம் நாவலை வாசிக்கக் கொடுத்தேன். அதில் முக்கியமானவர்கள் தோழர் சுரேஷ், சுகுமாரன் ஆகியோர். இது நாவலாக உருவாகி யிருக்கிறது என்னும் நம்பிக்கையைச் சுகுமாரன் எனக்குத் தொடர்ந்து தர வேண்டியிருந்தது. அவர் சொன்ன சில குறிப்புகளைக் கொண்டு திருத்தமும் படி எடுப்பதும் சேர்ந்த வேலையைச் சில மாதங்கள் செய்தேன். என் ஐயம் களையும் பொருட்டுச் சுகுமாரன் நல்ல முன்னுரை ஒன்றையும் எழுதிக் கொடுத்தார்.

அப்போதுகூட நாவலில் இருந்து விலகி நின்று காணும் பார்வை எனக்கு வாய்க்கவில்லை. இத்தனை ஆண்டுகள் கழித்து நாவலை மீண்டும் முழுமையாகப் படிக்கும்போது இவ்வளவு பெரிய களத்தில் இன்னும் தாராளமாக நுழைந்திருக்கலாமே என்று தோன்றுகின்றது. ஏறுவெயிலுக்கென்று என் மனமொழி கலந்த ஒரு நடை அமைந்திருப்பது சந்தோஷம் தருகிறது. வாழ்வின் உயிர்ப்புள்ள கணங்களைப் பிடித்து வைத்திருக்கும் நம்பிக்கையை அளிக்கிறது.

நூல் வெளியீடு எழுத்தாளர்களுக்கு வெகுசிரமமாக இருந்த காலத்தின் இறுதிக்கட்டம் அது என்று நினைக்கிறேன். குறைந்தபட்சம் முதல் நூலையாவது எழுத்தாளரின் சொந்த முயற்சியில்தான் வெளியிட்டாக வேண்டும் என்னும் நிர்ப்பந்தம். தோழர் சங்கர் என்கிற திருஞானத்தின் பொருளுதவி யுடன் சொந்தமாக நாவலை வெளியிட்டேன். அச்சகத் தொடர்புகள் ஓரளவு எனக்கு இருந்தபோதும் ஏறுவெயிலை அச்சிட்ட அந்த அனுபவம் மிகவும் வித்தியாசமானது; ஒரு கதையாக விரியக்கூடியது.

அப்படியாக 1991 டிசம்பரில் முதல் பதிப்பாக வந்த இந்நாவல் இதுவரை நான்கு பதிப்புகள் வெளியாகியுள்ளது. இப்போது காலச்சுவடு வாயிலாக ஐந்தாம் பதிப்பு. முந்தைய நான்கு பதிப்புகளும் எனக்கு மனநிறைவு தராதவை. அட்டையைத் தவிர எதுவும் பொருத்தமாக அமையவில்லை. எழுத்து வடிவமும் அச்சமைப்பும் தாள் தரமும் நாவலை வாசிக்கத் தூண்டுதல் தருவனவாகவும் வாசகருக்கு உவப்பான வாசிப்பு அனுபவத்தை வழங்குவனவாகவும் அமைதல் வேண்டும். அப்படி இல்லாமலும் ஏறுவெயில் தொடர்ந்து வாசிக்கப்பட்டு வந்துள்ளது. என் நாவலை நல்ல அச்சமைப்பில் காணும் பாக்கியமும் வாசக சிரமத்தைப் போக்கும் நல்வாய்ப்பும் இந்த ஐந்தாம் பதிப்பில்தான் கிடைத்திருக்கின்றன.

முதல் பதிப்பிற்குப் பின் நான் செய்த முக்கியமான மாற்றங்கள் நாவலில் வரும் இடங்களின் பெயர்களையும் சில பாத்திரங்களின் பெயர்களையும் மாற்றியமைத்ததுதான். நாவலை எழுதியபோது ஓட்டம் இயல்பாக வர வேண்டும் என்பதற்காக என்னைச் சுற்றிலும் வாழ்ந்துகொண்டிருந்த மனிதர்களின் பெயர்கள் பலவற்றை உள்ளபடியே பெய்து எழுதிவிட்டேன். அதனால் எனக்கு ஏற்பட்ட பாதிப்புகளைச் சொல்லி மாளாது. ஆகவே அடுத்தடுத்த பதிப்புகளில் பெயர் மாற்றம் அவசியமாயிற்று. அதனால் சில குழப்பங்களும் இருந்தன. இந்தப் பதிப்பில் அவை முற்றிலுமாகச் சரி செய்யப் பட்டிருக்கின்றன. இனி இப்பதிப்பில் உள்ள பெயர்களே நிலையானவையாக அமையும் வகையில் கவனம் எடுக்கப் பட்டுள்ளது.

இப்போது இந்த நாவல் நான் நினைத்திருந்த வடிவில் வெளியாகிறது. அதற்கு முக்கியமான காரணம் நண்பர் நஞ்சுண்டன் ஆவார். முந்தைய பதிப்புகள் தொடர்பான என் அதிருப்தியை அவரிடம் பகிர்ந்துகொண்டபோது என் கவலையைப் போக்கும் விதமாக நாவலை அவர் கையில் எடுத்துக்கொண்டார். சில மாதங்கள் இதற்கெனச் செலவிட்டுச் செம்மையாக்கம் செய்து தந்துள்ளார். செம்மை யாக்கத்திற்கென அவர் கையாளும் நெறிமுறைகள் ஒரு படைப்பாளிக்கு மகிழ்ச்சி தருபவை. படைப்பின் மேம்பாடு ஒன்றே குறிக்கோளாகக் கொண்டு அவர் தரும் குறிப்புகளும் அக்குறிப்புகளை முன்வைத்துக் கலந்து பேசி முடிவுக்கு வருவதும் முக்கியமானவை. நாவலின் இயல்பான மொழிநடையில் மாற்றம் எதுவும் செய்யவில்லை. ஆனால் அச்சு ஊடகம் சார்ந்து மொழி எப்படி அமைய வேண்டுமோ அவ்வகையில் செம்மைப்பட்டிருக்கிறது.

முக்கியமாக இந்நாவல் மொழியில் நிலவிய காலக் குழப்பம் சரி செய்யப்பட்டிருக்கிறது. இப்போது நாவல் முற்றிலுமாக இறந்த கால நடையில் அமைகிறது. இடையே பொருத்தமான இடங்களில் மட்டும் நிகழ்காலம். சொற்பிரிப்பு களும் சேர்க்கைகளும் சரி செய்யப்பட்டுள்ளன. இவையெல்லாம் நேர்ந்து நாவல் சிறப்பாக வெளிவரக் காரணம் நண்பர் நஞ்சுண்டன் அவர்களின் உழைப்புதான். இந்நாவலில் அவர் காட்டிய ஆர்வம்தான் என்னையும் செயல்படுத்தியது. மிகுந்த ஈடுபாட்டோடு இவ்வேலையைச் செய்து என் முதல் நாவலை நேர்த்தியுடன் கையில் கொடுத்திருக்கும் அவருக்கு நன்றிகள். நன்றி என்பது ஒரு சம்பிரதாயமான வார்த்தைதான்.

அவருடன் இணைந்து இதற்கெனப் பணிபுரிந்த அனுபவம் நான் பலவற்றைக் கற்றுக்கொள்ள உதவியிருக்கிறது.

அவருக்கு உதவி புரிந்தவர் பேராசிரியர் கா. பட்டாபிராமன் அவர்கள். என் மாணவர் பெ. பாலசுப்பிரமணியன் மெய்ப்புத் திருத்தத்தில் உதவினார். அவர்களுக்கு என் நன்றி. என் நூல்களைத் தொடர்ந்து வெளியிடுவதில் ஆர்வம் காட்டும் நண்பர் கண்ணனுக்கு நன்றி.

இந்நாவலை இதுவரை நான் யாருக்கும் சமர்ப்பணம் செய்யவில்லை. இத்தனை ஆண்டுகளுக்குப் பின் இப்போது செம்மை பெற்ற இவ்வடிவத்தில் ஏறுவெயிலை என் அம்மாவுக்குச் சமர்ப்பிக்கத் தோன்றுகின்றது.

●

(ஏறுவெயிலின் ஐந்தாம் பதிப்புக்கு
எழுதிய முன்னுரை.)

10

கைவிடப்பட்ட கூடுகள்

நான் எழுத்தாளன் ஆவதற்குக் காரணமாக எனது குடும்பப் பின்னணி எதையும் சொல்ல முடியாது. கல்வி கற்க வந்த முதல் தலைமுறை நான். என் பெற்றோர்களுக்கும் முன்னோர்களுக்கும் எழுத்து வாசனையே தெரியாது. நான் பள்ளிக்குச் சென்று பயின்ற சில ஆண்டுகள் கழித்து என் தந்தைக்குக் கையொப்பம் போடச் சொல்லிக் கொடுத்தேன். கையொப்பம் என்றால் பெயரை எழுதுவது. ஓர் எழுத்துக்கும் இன்னோர் எழுத்துக்கும் இடையே ஓடி விளையாடும் அளவு இடைவெளி விட்டு வெகுநிதானமாக அவர் பெயரை எழுதுவார். எந்த எழுத்துக்கு என்ன உச்சரிப்பு என்றுகூட அவருக்குத் தெரியாது. மாதக்கணக்கில் அதனை அவர் கற்றுக்கொண்டார். தம் மகன்கள் பள்ளிக்குச் செல்பவர்களாக இருக்கும்போது தாம் மட்டும் கைநாட்டாக இருப்பது மகன்களுக்கு மானக்குறைச்சல் என்று கருதினார். வெறும் கையொப்பம் மூலமாக அந்த அவமானத்தைப் போக்கிவிடலாம் என வெகுவாகப் பிரயாசைப்பட்டார்.

அவர் முதன்முதலாகக் கையொப்பம் இட்டது எனது தரவரிசை அட்டையில்தான். அன்று அவர் முகத்தில் பெருமிதம் பிரகாசமாக ஒளிர்ந்தது. எத்தனை மதிப்பெண், தரவரிசையில் இடம் என்ன என்பவற்றைப் பற்றி எல்லாம் ஒருநாளும் கேட்ட தில்லை. கையொப்பம் போடும் மகிழ்ச்சி ஒன்றே அவருக்குப் போதுமானதாயிருந்தது. அப்பாவின் கையொப்பத்தை என் அண்ணன், அவனே போட்டு

விடுவான். எனக்கு அந்தத் தைரியம் வரவில்லை. 'கோழிக் கிறுக்கல்' என்று அப்பாவின் எழுத்துக்குப் பெயர் சூட்டி யிருந்தோம். கோழிகள் சுற்றித் திரிந்த இடத்தில் அவற்றின் காலடிச் சுவடுகள் கோடுகளாகப் பதிந்திருக்கும். ஆனால் அவற்றுக்கென்று ஒரு வடிவமும் இருக்காது. அப்படிப்பட்ட அப்பாவின் கையொப்பம் ஒன்று என் பத்தாம் வகுப்புப் பதிவேட்டில் இன்னமும் பாதுகாப்பாக இருக்கிறது.

படிப்பறிவற்ற குடும்பத்தில் பிறந்தமைக்காக எப்போதும் நான் வருந்த நேர்ந்ததில்லை. அதனால் எனக்கு அனுகூலமே உண்டாயிற்று. என் படிப்பு விஷயத்தில் எல்லாவிதச் சுதந்திரமும் கிடைத்தது. படிக்கலாம்; படிக்காமல் இருக்கலாம். தமிழ்ப் பாடத்தை ஏன் அடிக்கடி படிக்கிறாய், கணக்குப் பாடத்தைப் படி என்று சொல்வதற்கெல்லாம் யாரும் கிடையாது. எத்தனாம் வகுப்பு வரை படிக்கலாம் என்பதும் என் தீர்மானம்தான். எனக்கு விருப்பமான துறையைத் தேர்வு செய்துகொள்வதில் எந்த இடையீடும் இல்லை. இளம்வயதில் சுயமாக முடிவெடுக்க ஒருவனுக்குக் கிடைக்கும் சுதந்திரத்தைப் போல வாழ்வில் மகிழ்ச்சி தரும் விஷயம் வேறெதுவும் இருக்க முடியாது. படிப்பறிவற்ற பெற்றோருக்குப் பிறந்ததால் அந்த மகிழ்ச்சியின் உச்சத்தை நான் அனுபவித்தேன்.

பத்தாம் வகுப்பு முடித்தவுடன் பதினோராம் வகுப்பில் எந்தப் பிரிவை எடுப்பது என்பதை நானாக முடிவுசெய்தேன். பன்னிரண்டாம் வகுப்பில் முக்கியப் பாடங்களில் எல்லாம் எண்பது விழுக்காட்டுக்கு மேல் மதிப்பெண்களைப் பெற்றிருந்த போதும் தொழிற்கல்வி, அறிவியல் படிப்பு ஆகியவற்றை விரும்பாமல் தமிழ் இலக்கியம் படிக்கச் சேர்ந்தேன். நான் அழைத்த இடங்களுக்கு எல்லாம் என் தந்தை வந்தார். யாராவது இதில் சேர்க்கலாமே அதில் சேர்க்கலாமே என்று சொன்னால் 'அவன் விருப்பம்' என்று சொல்லிவிடுவார். இதுதான் என் கல்விப் பின்னணி என்பதால் எழுத்தார்வத்திற்குத் தாத்தா பாட்டி, அப்பா அம்மா உள்ளிட்ட குடும்பத்தவர் யாரையும் கைகாட்ட வாய்ப்பில்லை. நானாகவே உருண்டு புரண்டு பெரும் வெள்ளத்தில் நீந்தக் கற்றுக்கொண்டேன். அந்த மகிழ்ச்சி இன்றும் என்னுள் நிலைத்திருக்கிறது.

எழுத்து என்னை ஒரு பிசாசைப் போலப் பீடித்துக் கொண்டதற்கான காரணத்தை என் பால்யத்தில்தான் கண்டடைய வேண்டும். என் குடும்பம் வசித்த இடம் பல வீடுகள் சேர்ந்திருக்கும் ஊர்ப்பகுதி அல்ல. நான்கே வீடுகள் மட்டுமிருந்த மேட்டுக்காடு எனப்படும் மானாவாரி நிலப்பகுதி யில் எங்கள் குடியிருப்பு. கொங்குப் பகுதி வேளாண்மை, மற்ற

பகுதிகளைப் போல எப்போதாவது நிலத்திற்குச் சென்று மேற்பார்வை செய்துவிட்டு வருவதாகவோ கொஞ்ச நேரம் உழைத்தால் போதுமானதாகவோ அமைந்ததல்ல. இரவு பகலாக நிலத்திற்குள் ஆடுமாடுகளுடன் அல்லாடிக் கிடக்க வேண்டும். அதற்காக நிலத்திற்குள் ஒண்டிக்குடியாகவும் மக்கள் வசிப்பதுண்டு. தாத்தா பாட்டி, சித்தப்பாக்கள் இருவர், நாங்கள் என நான்கு குடும்பங்கள் அருகருகே வசித்தோம். கண்ணுக்கெட்டும் தூரத்தில் அங்கங்கே சில குடியிருப்புகளும் உண்டு.

அந்தப் பகுதியில் வசித்த குடும்பங்களுள் கடைக்குட்டிப் பையன் நான்தான். எனக்குப் பின் பிறந்தவை எல்லாம் பெண் குழந்தைகள். மூத்த பையன்களை அண்ணா, மாமா என்றே அழைக்கும் வகையில் என் வயது வேறுபாடு இருந்தது. என் விளையாட்டுக்குத் தோழர்கள் யாருமில்லை. பெண்பிள்ளைகளோடு சேர்ந்து விளையாடினால் 'பொம்பளச்சட்டி' என்று பையன்கள் கேலி செய்வார்கள். பெண்பிள்ளைகளின் விளையாட்டுகள் அனைத்தும் இழிவாகவே பையன்களால் கருதப்பட்டன. ஆகவே சுயமாக விளையாட்டுக்களை உருவாக்கித் தன்னந்தனியனாக விளையாடிக்கொண்டிருக்க வேண்டியவனானேன். உடன் பலபேர் விளையாடுவது போலவும் அவர்கள் உரையாடுவது போலவுமான கற்பனைகளைச் செய்து, அந்தப் பலபேராக நானே இயங்கினேன். யாருமற்ற வெளி எனக்கு ஏராளமாகக் கிடைத்தது. யாராவது அருகில் இருந்துவிட்டால் நத்தையைப் போல் எனக்குள்ளேயே சுருங்கிக்கொள்வேன். பொதுவிடத்தில் நான் ஊமை. வெகு அமைதி. குறும்புகள் புரியாத நல்ல பையன்.

எனது தனிமை வெளியிலோ எல்லாவற்றையும் நிகழ்த்தும் சாகசவாதி நான். விளைநிலங்களுக்கு இடையே இருந்த வட்டப்பாறை ஒன்று, எனது வழக்கமான விளையாட்டுக்களம். சுற்றிலும் பயிர்கள் ஓங்கி நிற்கும் காலத்தில் எனது உற்சாக விளையாட்டுகள் அங்கே பொங்கும். கோயில் திருவிழாவில் ஆடும் ஒயிலாட்டத்தில் எனக்குப் பெருவிருப்பு உண்டு. ஆனால் கூட்டத்திடையே உடல் முழுக்க இறுகிக் கெட்டித்துவிடும். அதனை நெகிழ்த்த எந்தச் சக்தியாலும் முடியாது. பாறைக்குப் போய் விட்டால் என் உடல் குழைந்து போகும். பயிர்களுக்குள் வாழும் தட்டுச் சிட்டுகளும் ஆகாயத்தில் பறந்தேகும் பெரும் பறவைகளும் என் ஆட்டம் கண்டு வியந்தோ பயந்தோ செல்லும். ஆட்டம் நிகழ்ந்துகொண்டிருந்த சமயம் ஒன்றில் கொஞ்ச தூரத்தில் பனைமரம் ஏறிய மரமேறி ஒருவர் மேலிருந்தபடி பார்த்துவிட்டார். அவர் என் ஆட்டத்தைப் பற்றி

வெகுவாகப் பலரிடம் பரப்ப, என்னால் வெளியே தலைகாட்ட முடியவில்லை. அத்தோடு பாறை அந்நியமாகிப் போயிற்று. அத்தனை கூச்ச சுபாவி நான்.

எதனோடும் இணைய முடியாத தனிமையும் எனக்கென உருவாக்கிக் கொண்ட வெளியில் சிருஷ்டித்த கற்பனை உலகமும் தான் என்னை எழுத்தை நோக்கி உந்தியிருக்கக் கூடும். பாடப்புத்தகத்திற்கு அப்பால் எதேச்சையாக எனக்குக் கிடைத்த இதழ் 'ராணி' மட்டும்தான். அதில்வரும் குரங்கு குசலாவும் சிறுவர் பகுதியும் எனக்கு மிகவும் பிடித்தவை. சிறுவர் பகுதியில் இடம்பெற்ற பாடல்களின் பாணியில் நானும் புனைய ஆரம்பித்தேன். 'சின்னச் சின்னப் பூனை, சிங்காரப் பூனை' என்பதுபோல அமைந்த அப்பாடல்களைச் சில ஆண்டுகளுக்குப் பின் வானொலிக்கு அனுப்பினேன். திருச்சி வானொலியின் 'மணிமலர்' நிகழ்ச்சியில் அவற்றுள் பல ஒலிபரப்பாயின. யார்யாருடைய பாடல்கள் ஒலிபரப்பாகும் என்பதை முன்கூட்டியே வானொலி தெரிவிப்பதில்லை. அதனால் என்பாடல் வருமா வராதா என்பதைத் தீர்மானிக்க முடியாது. என்பாடல் வந்தால் அதைப் பகிர்ந்துகொள்ள ஆள் கிடையாது. அடுத்தநாள் யாரிடமேனும் சொன்னால் கேலி செய்வார்களோ என்னும் பயத்தால் ஒருவரிடமும் சொல்லமாட்டேன். ஆனால் வானொலி ஒலிபரப்புத்தான் எனக்குப் பிரசுர ஆசையை உண்டாக்கியது.

'ராணி'யில் வெளியாகும் 'மந்திர மலை ரகசியம்', 'மலைநாட்டு இளவரசி' போன்ற சிறுவர் தொடர்களை மாதிரியாகக் கொண்டு நீண்ட கதைகளை எழுதும் பழக்கமும் எனக்கிருந்தது. அப்படிப்பட்ட என் கதைகளில் சுரங்கப் பாதைகள் ஏராளமாக வரும். கூச்சமும் அச்சமும் கொண்ட ஒருவன் சுரங்கப்பாதைகள் வழியாகத் தனியாய் இருளினூடே சென்றபடி இருக்கும் அந்தக் காட்சிப் படிமம் எனக்கு ரொம்பவும் பிடிக்கும். விதவிதமான சுரங்கப் பாதைகளைக் கற்பனை செய்வேன். பாதைகளினூடே ஏற்படும் தடைகளாகப் பல்வேறு உருவங்கள் முளைக்கும். அவையெல்லாம் என் மனதுக்கு உவப்பான காரியங்கள். இவ்விதமே எழுத்துவெளிக்குள் நான் வந்தேன்.

எனது வெளிப்பாட்டுக்குரிய வடிவமாக மிகச் சிறுவயதி லேயே எழுத்தை உணர்ந்துகொண்டேன். எனினும் கிட்டத் தட்டப் பதினைந்து ஆண்டுகளாகத்தான் பொதுவெளியில் எழுத்தாளனாக அறியப்படுகிறேன். இதுவரைக்கும் நூல்களாக வெளியானவை என்று கணக்கிட்டால் மூன்று நாவல்கள் மூன்று

சிறுகதைத் தொகுப்புகள், இரண்டு கவிதை நூல்கள் ஆகியன படைப்புகளாக வந்துள்ளன. வட்டார அகராதி ஒன்றைத் தொகுத்துள்ளேன். கட்டுரை நூல்கள் இரண்டு வெளியாகி யுள்ளன. தொகுத்தவை, பதிப்பித்தவை என்று சில நூல்கள் உள்ளன. எனது கட்டுரைகள் தொகுக்கப்பட்டால் இன்னும் சில நூல்கள் உருவாகக் கூடும்.

என் படைப்புகளின் வழியாகப் பயணப்படும் ஒருவர் அவற்றுள் சில பொதுத்தன்மைகளைக் கண்டடைய நேரலாம். அவையெல்லாம் பெரும்பாலும் எனது பால்ய வயதில் உருவான மனோபாவம் சார்ந்தவையாக இருக்கும் என்றே நினைக்கிறேன். என் எழுத்தை விலகி நின்று பார்க்கும்போது எனக்குத் தோன்றும் ஓர் அவதானிப்பை விளக்குவதன் மூலம் என் பால்ய மனோபாவம் பற்றிய புரிதலை அளிக்க முடியும். என் எழுத்துக்களில் வீடு பற்றிய குறிப்புகள் ஆங்காங்கே இடம்பெறும். ஆனால் வீடு என்பதை என் படைப்புக்களில் இருந்து வாசகர் உருவாக்கிக்கொள்ள முடியாது. வீடு பற்றிய விஸ்தாரமான விவரணைகளோ வீடும் வீட்டின் பாகங்களும் மையக் களமாக அமைவதோ என் படைப்புகளில் இல்லை. என் படைப்புகளுக்குத் தேவையானதெல்லாம் விரிந்த வெளி. வெளியை நிரப்புவதாக வீடு எப்போதும் அமைவதில்லை. வெளியை அடைத்துக்கொண்டு இம்சை தருவதாக வீட்டைக் காணமுடியும். முழுக்க முழுக்கப் பரந்த வெளியாகிய மேட்டுக் காட்டுக்குள்ளேயே சுழலும் எனது நாவல் 'கூளமாதாரி'யில் இந்த மனோபாவத்தின் உச்சத்தைப் பார்க்கலாம்.

என் பால்யத்தில் வீடாக எனக்கு அர்த்தமானது, வருசத்திற்குமான தவசங்களைப் பாதுகாப்பாக வைத்துக் கொள்வதற்கான ஓர் அமைப்பு என்பதுதான். சமையல், உறக்கம் எல்லாமே எங்கள் வாழ்வில் வீட்டுக்கு வெளியில்தான். எல்லா வீடுகளிலும் அடுப்பு வெளியேதான் இருக்கும். மழைநாளில் சமைக்கவென ஒரே ஒரு சூட்டடுப்பை வைத்திருப்பார்கள். அதை வேண்டும் இடங்களில் தூக்கி வைத்துக்கொள்ளலாம். உறக்கம் என்பது, வாசல் வெளியிலோ ஆட்டுப் பட்டிகளிலோ மாட்டுக் கொட்டகைகளிலோ நிகழும் ஒன்று. நடுத்தரவர்க்க வாழ்க்கைக்குப் பழகிக்கொண்டிருக்கும் இன்றைய நிலையிலும் எனக்கு மிகவும் பிடித்தமானதாக இருப்பது வெளிதான்.

பறவைகள் கூடுகளில் வசிப்பதில்லை. இனப்பெருக்க காலங்களில் தேவையை ஒட்டிப் பறவைகள் கூடுகளைப் புனைகின்றன. முட்டைகளை இட்டு அடைகாக்கவும் குஞ்சுகள்

இறக்கை விரித்துப் பறக்கும் வரைக்குமான பாதுகாப்புக்கும் கூடுகள் அவசியமாகின்றன. குஞ்சுகள் வளர்ந்ததும் மரங்களிலும் பொந்துகளிலும் கற்களிலும் கைவிடப்பட்ட கூடுகளை நீங்கள் காணலாம். அவ்விதம் கைவிடப்பட்ட கூடுகளாகப் பால்ய மனோபாவங்கள் பல என்னுள் பொதிந்திருக்கின்றன. அவற்றை என் படைப்புகள் உட்கொண்டுள்ளன என்று சொல்லத் தோன்றுகிறது.

●

(2004ஆம் ஆண்டுக்கான அமுதன் அடிகள் இலக்கியப் பரிசளிப்பு விழா 29-10-2005 அன்று புதுக்கோட்டையில் நடைபெற்றது. அவ்விழாவில் நிகழ்த்திய ஏற்புரை.)

11

ராசிபுரம் கிருஷ்ணசாமி நாராயண சுவாமி

நான் எட்டாம் வகுப்பு மாணவனாக இருந்தபோது என்று நினைவு. ஆங்கிலப் பாடநூலில் '*Engine Trouble*' என்னும் சிறுகதை இருந்தது. நாங்கள் எல்லாம் சிரித்து மகிழும்படி அக்கதையைத் தமிழிலும் ஆங்கிலத்திலுமாக எங்கள் ஆசிரியர் நடத்தினார். அதை எழுதிய ஆர்.கே. நாராயண் மீது எனக்கு மிகுந்த பிரியம் ஏற்பட்டது. சிறுகதைகளைத் தேடிப் படிப்பதற்கு உந்துதலாக அந்தக் கதை இருந்தது.

சில ஆண்டுகளுக்குப் பிறகு எங்களூர்ப் பொதுநூலகத்தில் கழித்துக் குப்பையாகக் கிடந்த காகிதக் குவியலில் 'வேண்டுவதை எடுத்துக் கொள்ளலாம்' என நூலகர் அனுமதியுடன் சில நூல்களைத் தேடி எடுத்தேன். அப்போது என் கைக்குக் கிடைத்த நூல்களில் ஒன்று 'சுவாமியும் சிநேகிதர்களும்.' ஆர்.கே. நாராயணின் முதல் நாவல் அது. 1935இல் எழுதப்பட்ட அந்நாவலைத் தமிழ் வார இதழான 'ஆனந்த விகடன்' மொழி பெயர்த்துத் தொடராக வெளியிட்டு 1937இல் நூலாக்கமும் செய்திருந்தது.

சுவாமிநாதன், அவன் நண்பர்களான ராஜம், மணி முதலிய சிறுவர்களைப் பாத்திரங்களாகக் கொண்டு நாவல் எழுதப்பட்டிருந்தது. அச்சிறுவர்கள் எல்லோரும் பார்ப்பன சாதியைச் சேர்ந்தவர்கள். அவர்கள் படிக்கும் பள்ளி,

பள்ளியில் அவர்கள் செய்யும் சுட்டித்தனங்கள், ஆசிரியர்களும் பெற்றோரும் அவர்களை அணுகும் முறைகள், விடுமுறை நாட்களில் அவர்கள் விளையாடும் விளையாட்டுகள், சந்திக்கும் பிரச்சினைகள் உள்ளிட்ட அனைத்தும் எனக்குப் புதிதாக இருந்தன. அதில் வரும் குடியிருப்புப் பகுதிகள், தெருக்கள், வீடுகள் எல்லாம் நான் கண்டிராதவை. அச்சிறுவர்களின் உலகத்தில் சிறிதளவைக் கூட நான் அறிந்திருக்கவில்லை.

எனக்குப் பழக்கமானவை வேளாண் நிலங்கள், கூரை வீடுகள், ஆடுமாடுகள். விடுமுறை நாட்களில் ஆடுமாடுகள் மேய்ப்பது, விவசாய வேலைகளில் ஈடுபடுவது, கிணற்றில் குதித்து நீந்துவது, பள்ளிக்கே செல்ல வாய்ப்பில்லாத அருந்ததியச் சிறுவர்களுடன் விளையாடுவது என்பவையே எனக்குத் தெரிந்த உலகம். நாங்கள் சந்திக்கும் பிரச்சினைகள் முற்றிலும் வேறானவை. நாவல் காட்டிய சிறுவர் உலகத்தையும் நான் வாழ்ந்த சிறுவர் உலகத்தையும் மனம் ஒப்பிட்டுப் பார்ப்பது ஏனோ மனதில் நடந்துகொண்டேயிருந்தது. இரண்டுக்கும் எந்தச் சம்பந்தமும் இல்லை. ஒப்பிடும்போது அவர் காட்டும் பால்யத்தை விட என் மனதில் இருந்த பால்யத்தில் எத்தனையோ சம்பவங்களும் மனோபாவங்களும் நிறைந்திருப்பதாகத் தோன்றியது. என்னுடையதை விரிவாகவே எழுதலாம் என்று நினைத்தேன்.

'சுவாமியும் நண்பர்களும்' நாவலை அவ்வவ்போது வாசிப்பதுண்டு. நாவல் காட்டும் சிறுவர் உலகமும் மறக்க வில்லை. அதை ஒப்பிட்டுக் காணும் பார்வையும் மாறவில்லை. எனக்கான சிறுவர் உலகத்தை ஒரு நாவலாக எழுதிவிட வேண்டும் என்னும் உந்துதல் ஏதோ ஒருபுள்ளியில் தோன்றி வளர்ந்துகொண்டேயிருந்தது. கல்லூரிக் காலத்திலேயே எழுதிப் பார்க்க ஆரம்பித்தேன். சரியாகக் கைகூடாமல் போய்க் கொண்டேயிருந்தது. கிட்டத்தட்ட ஐந்து முறை எழுதிப் பார்த்துச் சரிவரவில்லை எனக் கைவிட்டேன். அதற்குரிய வடிவம் பிடிபடவில்லை. ஒரு கட்டத்தில் என் பால்யத்தின் களமான நிலத்தை மையப் பாத்திரமாக்கி எழுதும் உத்வேகம் கூடியது. நிலம்தான் என் பலம் என்று தோன்றியதும் நாவல் வடிவம் பிடிபட்டுவிட்டது. அப்படித்தான் 'கூளமாதாரி' நாவலை எழுதினேன்.

ஆர்.கே. நாராயணின் பூர்விகம் தமிழ்நாடு என்பது எல்லோருக்கும் தெரியும். எங்கள் மாவட்டமாகிய நாமக்கல்லில் உள்ள ராசிபுரத்தைச் சேர்ந்தவர் அவர் என்பதை அறிந்தபோது எனக்குக் கூடுதல் மகிழ்ச்சியாக இருந்தது. அவருடைய முன்னெழுத்துக்களிலுள்ள 'ஆர்' என்பது ராசிபுரத்தைக்

குறிப்பது. ராசிபுரம் கிருஷ்ணசாமி நாராயணசுவாமி. ஆனால் அவர் எங்கள் ஊரில் பிறந்தவரும் அல்ல; வாழ்ந்தவரும் அல்ல. அவரது முன்னோர் இங்கே இருந்திருக்கக் கூடும். பூர்விகம் பெயரோடு ஒட்டிக்கொண்டே சென்றிருக்கிறது. எனினும் எங்கள் ஊரைப் பூர்விகமாகக் கொண்டவர் எழுதிய நாவலின் உந்துதலில் நானும் ஒரு நாவலை எழுத முடிந்தது குறித்த மகிழ்ச்சியும் பெருமையும் எப்போதும் என்னுள் இருக்கின்றன.

●

08—08—21

12

ஒருகை மணல்

என்னுடைய படைப்புகளைப் பற்றிப் பேசுவதற்குப் பெரும்பாலும் கருத்துகள் எதுவும் எனக்கு இருப்பதில்லை. எனக்குள் நீடித்திருந்த தொடர் இம்சை ஒன்று வெளியேறிவிட்ட ஆசுவாசத்தில் நிம்மதிகொள்கிறேன். மிஞ்சியிருக்கும் மன வெறுமை மவுனத்தில் நிலைகொள்கிறது. ஒரு படைப்பு எனக்குள் எப்படிக் கருக்கொண்டது, அதை என் மனவெளியில் எவ்வாறு விரிவாக்கி னேன், அதன் வெளிப்பாட்டுக்கு எத்தகைய சிரமங்களை எதிர்கொண்டேன், வெளிப்பாட்டு வடிவம் திருப்தி கொடுத்ததா, வாசகர் எதிர்வினை என்ன, அதற்கு நான் பதில்கள் வைத்திருக்கிறேனா எனப் பேசுவதற்கு எத்தனையோ கேள்விகள் இருக்கின்றன. ஆனால் இவற்றுக்கான பதில்கள் அந்தப் படைப்புக்கான புரிதலைக் கூட்டுமா அல்லது வேறு ஏதாவது வகையில் படைப்பின் பரவலுக்கு உதவுமா என்பது எனக்குத் தெரிய வில்லை.

தன் படைப்பைப் பற்றி எழுத்தாளர் பேசும்போது அதன் பலவீனங்களை அடைக்கும் பெரிய துணிச்சுருணை ஒன்றைக் கையில் வைத்திருப்பதாய் எனக்குத் தோன்றுவதுண்டு. படைப்பின் குறைபாடுகளை நியாயப்படுத்துவதற்கு பரிதாபகரமான காரணங்கள் பலவற்றைப் பட்டியலிடுவதாய் அமையும் பேச்சு தொனி எப்படியோ வந்து சேர்ந்துவிடும். அல்லது படைப்புக்கு ஓர் இருப்பை உருவாக்கும் நோக்கில் நீரோட்டத்திற்கு எதிராய் எழுத்தாளன் தன்

கை மணலைத் தட்டிவிட்டுப் பார்ப்பதும் உண்டு. என்ன தவிர்த்தாலும் பேச்சு இத்தகைய திசைக்குத் தாவுவதுதான் இயல்பு. இப்படியான எண்ணங்கள் படைப்பைப் பற்றிப் பேசாமல் தவிர்க்க எனக்குள் எழுபவை.

ஒன்றை எழுதுவதற்குமுன் பிறரிடம் அதைப் பற்றி விவாதித்தால் எழுத்து வேகம் குறைந்துவிடும் என நம்புகிறேன். எழுத்துக்கு அடிப்படையான பகிர்ந்து கொள்ளல் பேச்சின்வழி நிகழ்ந்துவிட்டால் எழுத்து வீர்யம் இழந்துபோகும் என்பதும் என் மூடநம்பிக்கை. ஆனால் ஏதாவது ஒரு சந்தர்ப்பத்தில் படைப்பைப் பற்றிப் பேசவேண்டிய நிர்ப்பந்தம் ஏற்படத்தான் செய்கிறது. ஒரு படைப்புக்கு அங்கீகாரம் கிடைக்கும் இத்தகைய சூழலில் படைப்பைப் பற்றிச் சில விசயங்களைப் பகிர்ந்துகொள்ளும் மனத்தூண்டுதல் ஏற்படுகின்றது. படைப்பிற்கு உள்ளிருந்து உறவாடும் வாசகர் அப்படைப்பின் உருவாக்கம் தொடர்பான புறத்தகவல்களை அறியும் ஆர்வம் கொண்டவர்களாக இருப்பர். ஆகவே கங்கணம் நாவலுக்குச் சிறந்த நாவலுக்கான அங்கீகாரத்தை சி.கே.கே. அறக்கட்டளை வழங்கியிருக்கும் இத்தருணத்தில் அந்நாவல் உருவாக்கம் பற்றிச் சில செய்திகளைப் பகிர்ந்துகொள்ள விழைகிறேன்.

2000ஆம் ஆண்டு ‘கூளமாதாரி’ நாவல் வெளியானது. அதையடுத்துக் கல்வித்துறை சார்ந்த எனது அனுபவங்களைக் கொண்ட நாவல் ஒன்றை எழுதும் உந்துதல் கொண்டிருந்தேன். சில பக்கங்கள் எழுதிப் பார்த்த பின்னால் அதை எழுதும் பக்குவத்தை நான் இன்னும் பெறவில்லை என்று தோன்ற அது அப்படியே நின்றுபோயிற்று. அடுத்தடுத்து எழுதவென்று எனக்குள் போட்டு வைத்திருந்த விசயங்களைத் தோண்டி எடுத்தேன்.

பெண் சிசுக்கொலை பற்றி ஊடகங்களில் பரவலாகச் செய்திகள் வந்த காலத்தில் அதனைக் கருவாகக் கொண்ட சிறுகதைகள், நாவல்கள், ஏராளமான கவிதைகள் எல்லாம் வெளியாயின. திரைப்படக் கருவாகவும் ஆயிற்று. அவை எனக்குத் திருப்தி தருவனவாக இல்லை. பெண் சிசுக்கொலையை இயல்பான வாழ்முறையாகக் கொண்ட மனிதர்கள் என்னைச் சுற்றிலும் இருந்தனர். வறுமை, வரதட்சிணை ஆகியவையே பெண் சிசுக்கொலைக்குக் காரணம் எனப் பொதுப்புத்தி சார்ந்த ஊடகங்கள் பரப்பிக்கொண்டிருந்ததில் எனக்குக் கொஞ்சமும் உடன்பாடில்லை.

நிலவுடைமையும் சொத்துடைமையும் நிரம்பப் பெற்றிருந்த சாதியில்தான் பெருமளவுக்குப் பெண்சிசுக்கொலை இருந்தது.

பிரிவினையின் காரணமாக நிலச்சிதறல் ஏற்பட்டு விடாமல் காத்துக்கொள்வதிலும் சொத்துக் குவிப்பைக் கைக் கொண்டிருப்பதிலும் கவனமானவர்கள் என்பதால் பெண்சிசுக் கொலை சாதாரண நிகழ்வு. பெண் சிசுக்கொலையில் சாதிகளைத் தொடர்புபடுத்தாமல் வறுமை என்று பொத்தாம் பொதுவாகக் கூறுவதில் பொருளில்லை. குறிப்பாக ஆதிக்க சாதிகளில் நிலவும் பெண் சிசுக்கொலை பற்றி ஊடகங்கள் மவுனம் சாதித்தன. ஏழ்மை, வறுமை, வரதட்சிணைக் கொடுமை ஆகியவை செய்திக்குப் போதுமானவையாகவும் பிரச்சினை ஏற்படுத்தாதவையாகவும் ஊடகங்களுக்கு அமைந்திருக்கக் கூடும்.

ஊடகங்கள், கலை இலக்கியங்கள் ஆகியவை பொய்யான அனுதாபங்களையும் பெண் குழந்தைகள் மீதான பரிதாபங் களையும் உதிர்த்துக்கொண்டிருப்பதைப் பார்த்து வருத்தம் உண்டாயிற்று. தமது கரிசனத்தை வெளிப்படுத்திக் கொள்வதற்கு மேலோட்டமான காரணங்களே போதுமானவை என்று பரபரப்பு ஊடகங்கள் முடிவெடுக்கலாம். கலை இலக்கியங்களின் எல்லை அப்படியானது அல்ல. ஆகவே பெண்சிசுக்கொலையின் பலவிதமான பரிமாணங்களைத் தொட்டுச் செல்லும் நாவல் ஒன்றை எழுத வேண்டும் என அப்போது தீர்மானித்தேன். ஆனால் சாத்தியமாகவில்லை. கிட்டத்தட்ட இருபதாண்டுகளுக்குப் பிறகு அந்த எண்ணத்தை உள்ளிருந்து உருவினேன். தூசி தட்டி அதைப் புனரமைக்க வேண்டும் என்று கருதி இருந்தேன். அந்தப் பிரச்சினை அடைந்திருந்த பல்வேறு பரிமாணங்கள் இயல்பாகவே எனக்குள் பதிவாகியிருந்தன.

அதை எழுதத் தொடங்கியபோது பெண் சிசுக்கொலை தொடர்பானதாக அல்லாமல் வேறு ஏதேதோ விசயங்களில் அலைவதாக எழுத்துப் பயணம் தொடர்ந்தது. ஆறு ஆண்டு களை இந்த நாவல் எடுத்துக்கொண்டிருக்கிறது. மூன்றுமுறை ஒவ்வொரு பகுதி எழுதித் திருப்தி வராமல் நிறுத்தியிருக்கிறேன். நிறுத்தங்கள் நாவலின் விரிவுக்கும் செழுமைக்கும் பயன் பட்டிருக்கின்றன என்றே தோன்றுகின்றது. இனிமேலும் இதனை வைத்துக்கொண்டு அல்லாட முடியாது என்னும் நிலையில் ஒருசில மாதங்களில் எழுதி முடித்தேன்.

பெண் சிசுக்கொலை என்னும் ஒற்றைப் புள்ளியில் நாவலுக்கான தொடக்கம் வாய்த்தது எனினும் இப்போது கங்கணமாக உருப்பெற்றிருப்பதை அந்தப் புள்ளியில் நிறுத்த முடியாது. மேம்போக்கான வாசிப்பில் அந்தப் புள்ளியே தட்டுப்படாமல்கூடப் போகலாம். தேர்ந்த வாசிப்பில் நம்

சமகாலச் சமூகத்தின் பல்வேறு குறுக்குவெட்டுத் தோற்றங்கள் கிடைக்கக்கூடும். எனது முந்தைய நாவல்களிலிருந்து வேறுபட்ட நடையும் சம்பவ வேகமும் இந்த நாவலுக்கு அமைந்திருக்கின்றன. ஆகவே வாசிப்புத்தன்மை கூடியிருக்கிறது என்று நினைக்கிறேன்.

எனது முந்தைய நாவல்களுக்கான விசயங்களை என் சொந்த வாழ்க்கையிலிருந்தே எடுத்துக்கொண்டிருக்கிறேன். கங்கணத்திற்கு அப்படியல்ல. என்னைச் சூழ்ந்துள்ள புறத்திலிருந்து நான் அவதானித்த விசயங்கள் சார்ந்து இதை உருவாக்கினேன். சொந்த அனுபவங்களைப் பொதுமைப்படுத்தி எழுதிய பயிற்சியும் கூடியுள்ள வாழ்க்கைப் பார்வையும் புற அனுபவத்தைப் படைப்பாக்க முடியும் என்னும் நம்பிக்கையை எனக்குக் கொடுத்திருக்கக் கூடும். படைப்பு என்னும் கூடு பாய்தல் வித்தையில் அடுத்த கட்டம் நோக்கியான எனது அடிவைப்பு கங்கணம் என்று சொல்லத் தோன்றுகிறது.

சி.கே.கே. அறக்கட்டளை இந்த ஆண்டுக்கான சிறந்த நூலாகக் 'கங்கண'த்தைத் தேர்ந்தெடுத்துப் பரிசளிக்கிறது. 'கங்கணம்' நாவலுக்குக் கிடைத்திருக்கும் மிகப் பெரிய அங்கீகாரம் என்று இதைக் கருதுகின்றேன். நாவல் வெளியாகி மூன்று மாதத்திற்குள் இத்தகைய அங்கீகாரம் என்பது கொடுக்கும் மகிழ்ச்சி நாவலை எழுதி முடித்ததும் பெற்ற வெறுமை மனநிலையை நிரப்பும் என்றும் அடுத்தடுத்த முயற்சிகளுக்கு உந்துதல் தரும் என்றும் நம்புகிறேன். சி.கே.கே. அறக்கட்டளை சார்ந்தவர்களுக்கு எனது நன்றி.

●

(22-07-07 அன்று ஈரோட்டில் நடைபெற்ற
சி.கே.கே. அறக்கட்டளையின் இலக்கிய விருது
வழங்கும் நிகழ்ச்சி ஏற்புரையின் எழுத்து வடிவம்.)

13

இலை கொண்டு மரம் வரைதல்

'கங்கணம்' நாவலை 2006ஆம் ஆண்டு எழுதி 2007இல் வெளியாயிற்று. 'ஏறுவெயில்', 'நிழல்முற்றம்', 'கூளமாதாரி' ஆகியவற்றுக்குப் பின்னர் எழுதிய நான்காவது நாவல் இது. எழுதிய காலத்திற்குக் கிட்டத்தட்ட இருபது ஆண்டுகளுக்கு முன்னரே இதன் கரு மனதில் உதித்துவிட்டது. 1980களின் இறுதியாண்டுகளில் 'பெண்சிசுக் கொலை' தொடர்பான கவனம் தமிழ்நாட்டில் மிகுந்தது. சில மாவட்டங்களில் பெண்சிசுக் கொலை நடைபெறுவதைக் கண்டறிந்து அதைத் தடுப்பதற்கான வழிமுறைகள், சட்டங்கள் பற்றிப் பேசப்பட்டன.

இப்பிரச்சினையை மையமாகக் கொண்டு படைப்புகள் உருவாயின. திரைப்படங்கள் வெளியாயின. ராஜம் கிருஷ்ணன் உசிலம்பட்டிப் பகுதியில் தங்கிக் கள ஆய்வு செய்து 'மண்ணகத்துப் பூந்துளிகள்' என்னும் நாவலை எழுதினார். பெண்சிசுக் கொலைக்குக் காரணம் 'வரதட்சிணைப் பிரச்சினை' என்னும் ஒற்றைக் கருத்தையே பொதுவாகப் பேசினர். வரதட்சிணை கொடுக்க இயலாமல் வறுமையில் வாடும் ஏழைகள் பெண்சிசுக்களைக் கொன்றுவிடுகின்றனர் எனப் பத்திரிகைகளில் அட்டைப்படக் கட்டுரைகள் வந்தன. பெண்சிசுவைக் கொல்வதற்கு 'எருக்கம் பால்' கொடுப்பது பற்றியும் பேச்சு இருந்தது.

அப்போது கல்லூரி மாணவன் நான். பெண்சிசுக் கொலை தொடர்பாகப் பொதுத் தளத்தில் பேசப்படுவதற்கும் எங்கள் பகுதி

நடைமுறைக்கும் பெரிய வேறுபாடு இருப்பதைக் கண்டேன். நிலவுடைமை பெற்ற சாதிகள், நல்ல வசதி வாய்ப்புள்ளோர் குடும்பங்களில் பெண்சிசுக் கொலை நடந்த செய்திகளை அறிந்தேன். அவர்களால் வரதட்சிணை கொடுக்க முடியும் என்றாலும் சொத்தைப் பகிர்வதால் உடைமை அளவு குறைவதை விரும்பவில்லை. பெண்ணைத் திருமணம் செய்து கொடுக்கும்போது தம் சொத்து, குறிப்பாக நிலம், தமக்குச் சம்பந்தமில்லாத 'யாரோ ஒருவருக்குப்' போய்ச் சேர்வதையும் அவர்களால் ஏற்றுக்கொள்ள முடியவில்லை. ஆண் குழந்தைகள் தம் வாரிசாக இருப்பார்கள், தம் பெயர் சொல்வார்கள், தம் சொத்தை அடுத்தடுத்த பரம்பரைக்கு எடுத்துச் செல்வார்கள் என்று நம்பினர்.

அறுபதுகளில் குடும்பக் கட்டுப்பாட்டு அறுவை சிகிச்சை வந்தபோது அதை எம் மக்கள் விருப்பத்தோடு செய்து கொண்டனர். எழுபதுகளில் அப்போதைய பிரதமர் இந்திரா காந்தியால் கொண்டு வரப்பட்ட 'குடும்பக் கட்டுப்பாட்டுத் திட்டம்' எங்கள் பகுதி மக்களின் மனநிலைக்கு உகந்ததாக இருந்தது. 'நாம் இருவர் நமக்கு இருவர்' என்பதை நிலவுடைமைச் சாதிகள் உவப்போடு கடைப்பிடித்தனர். முதல் குழந்தையே ஆணாக இருக்க வேண்டும் என்று எதிர்பார்த்தனர். பெண்ணாக இருந்துவிட்டால் அடுத்த வாய்ப்பு இருக்கிறதல்லவா என்று வைத்துக்கொள்வர். இரண்டாவது குழந்தை ஆணாகப் பிறக்க வேண்டும் என்று வேண்டுதல் வைப்பதும் ஜோதிடம் பார்ப்பதும் கூடுவதற்கு நேரம் பார்ப்பதும் ஆகிய பித்துக்களில் ஈடுபட்டனர். இரண்டாம் குழந்தை ஆணாக இருந்து விட்டால் போதும், தாய்க்குக் குடும்பக் கட்டுப்பாட்டு அறுவை சிகிச்சையும் செய்தே மருத்துவமனையிலிருந்து வீட்டுக்கு அழைத்து வருவர்.

முதல் குழந்தை ஆணாக இருந்தால் இரண்டாம் குழந்தை ஆணோ பெண்ணோ எதுவாக இருந்தாலும் பரவாயில்லை என்று பெற்றுக்கொள்வர். இரண்டாம் குழந்தையும் ஆணாக இருந்துவிட்டால் அந்தக் குடும்பத்திற்கு உறவுகளிடையே மதிப்பு கூடிவிடும். 'உங்களுக்கென்ன ரண்டும் பையன்' என்று பொறாமையோடும் ஆதங்கத்தோடும் உறவினர் பேசுவர். முதல் குழந்தை ஆணாக இருந்தால் ஒன்றே போதும் என்று அத்துடன் நிறுத்திக்கொண்ட குடும்பங்களும் உண்டு. அரசு சொல்வதற்கு முன்னரே 'நாம் இருவர் நமக்கு ஒருவர்' என்பதை எம் மக்கள் கடைப்பிடித்தனர்.

முதல் குழந்தை பெண்ணாக இருந்து இரண்டாம் குழந்தையும் பெண்ணாகப் பிறந்தால் அப்போதுதான்

பிரச்சினை. இரண்டாம் பெண்சிசு பிறந்த சில நாட்களில் இறந்துவிடும். அச்சிசு பிறந்த தகவல் உறவினர்களுக்குக்கூட தெரியாது. அதே போல அது இறந்த செய்தியும் பெரும்பாலும் யாருக்கும் தெரியாது. அந்தக் குடும்பத்தோடு எல்லாம் முடிந்துவிடும். அடுத்து ஆண் குழந்தைக்கு முயற்சி நடக்கும். அதுவும் பெண் குழந்தையாக இருந்தால் இறப்புத்தான். தொடர்ந்த பிரசவத்தால் தாய்க்கு உடல்நிலை பாதிக்கப்படும். சரி, வேறு வழியில்லை என்று இன்னொரு பெண் குழந்தையை வைத்துக்கொண்டு குடும்பக் கட்டுப்பாடு செய்துகொள்வர் சிலர். இன்னொரு திருமணம் செய்துகொண்டால் அந்தப் பெண்ணுக்கு ஆண் குழந்தை பிறக்கும் வாய்ப்புள்ளது என்று இரண்டாம் திருமணம் செய்துகொள்பவர்களும் இருந்தனர்.

பெண்சிசுவைக் கொல்வதற்கு ‘எருக்கம்பால்’ தேவை யில்லை. வேறு எளிய வழிமுறைகள் இருக்கின்றன. பாரதிராஜா இயக்கி வெளியான ‘கருத்தம்மா’ (1994) என்னும் திரைப்படம் பெண்சிசுக் கொலையை மையமாகக் கொண்டது. அதில் எருக்கம்பால் கொடுத்துப் பெண்சிசுவைக் கொல்லும் காட்சியைத் துயரார்ந்த பாடலுடனும் குழந்தைகளின் புதைகுழிகளை அரளிச்செடிகளுடனும் காட்டி ஒரு நாடகம் போலாக்கியிருப்பார். அச்செயலைச் செய்வதற்கென்றே ஊரில் ஒரு கிழவியும் இருப்பார். அப்படக் காட்சியைப் பார்த்தபோது எனக்குச் சிரிப்புத்தான் வந்தது. இந்தச் சிரமங்கள் ஏதுமின்றி பெண்சிசுவின் உயிர் போக்கும் வழிகள் எங்கள் பகுதியில் இருந்தன.

சில வண்டினங்கள் மூப்பின்போது உடல் பருத்துவிடும். அவை பறந்து கீழிறங்கும்போது தவறி மல்லாக்க விழுந்துவிடும். கனமான தம் உடலைப் புரட்டிக் கவிழ்ந்துகொள்ளும் பலம் அவற்றுக்கு இருக்காது. கால்களைக் காற்றில் அசைத்தபடி மல்லாக்கக் கிடக்கும். படிப்படியாக அசைக்கவும் சக்தியற்றுப் போகும். ஓரிரு நாட்களில் எறும்புகள் மொய்த்துத் தின்ன அதன் வாழ்நாள் முடிந்துபோகும். அந்த வழிமுறைதான் பெண்சிசுவுக்கும். பிறந்து ஓரிரு நாளே ஆன குழந்தையைக் கட்டிலிலோ தொட்டிலிலோ கவிழ்த்துப் போட்டுவிட்டு வீட்டுக் கதவைச் சாத்திக்கொண்டு வெளியேறி விடுவார்கள்.

மூக்கும் வாயும் அழுந்திக்கொள்ளக் குழந்தைக்கு மூச்சு முட்டும். அது பூங்குழந்தை அல்லவா? உடலைத் திருப்பிக் கொள்ளும் வலு கிடையாது; திரும்பினால் உயிர் பிழைக்கலாம் என்பதும் தெரியாது. அதிகபட்சமாக அரைமணி நேரம் கழித்துப் போய்ப் பார்த்தால் குழந்தையின் உயிர்த்துடிப்பு அடங்கிப் போயிருக்கும். மல்லாந்த வண்டால் கவிழ்ந்துகொள்ள

முடியாது. கவிழ்த்துப் போட்ட குழந்தையால் மல்லாந்துகொள்ள முடியாது. அதுதான் வித்தியாசம். இன்னொரு வழிமுறை பாலில் நெல் கலந்து உயிர் போக்குதல். தாய்ப்பாலையோ மாட்டுப் பாலையோ எடுத்து அதில் இரண்டு நெல்மணிகளைப் போட்டுச் சங்கில் குழந்தைக்கு ஊட்டிவிடலாம். குழந்தையின் தொண்டை நூலளவு சிறியதாக இருக்கும். திடவுணவு கொள்ள இயலாது. முள் போல நுனி கொண்ட நெல்மணி தொண்டையில் சிக்கிக்கொள்ளும். அதில் மூச்சுத் திணறிக் குழந்தை இறந்துவிடும். பெண்சிசுவைக் கொல்வதற்கு இப்படியான 'இயற்கை' வழிமுறைகள் எம் மக்களுக்குத் தெரிந்திருந்தன.

1989இல் 'பெண்களுக்குச் சொத்துரிமைச்' சட்டம் இயற்றப் பட்டது. பெண்ணுரிமை தொடர்பான மிக முக்கியமான முன்னெடுப்பு அது. அதே காலகட்டத்தில் கருவில் இருக்கும் குழந்தை ஆணா, பெண்ணா என்பதை அறியும் 'ஸ்கேன்' தொழில்நுட்பம் மருத்துவத் துறையில் அறிமுகம் ஆயிற்று. பெண்ணுக்கும் சொத்தைப் பிரித்துக் கொடுக்க வேண்டும் என்பதை ஏற்றுக்கொள்ளாத மனநிலை கொண்டவர்களுக்கு ஸ்கேன் வசதி வரப்பிரசாதமாக அமைந்தது. ஆணா பெண்ணா என்பதைக் கருவிலேயே கண்டறிந்து நான்கைந்து மாதத்திலேயே கருவைக் கலைத்துவிடுவது பரவலாயிற்று. பிறந்து கண்ணால் பார்த்த பிறகு கொல்வதைவிடக் கருவிலேயே அழித்துவிடுவது முற்போக்கானதுதான். 1990களில் 'கரு கலைக்கும்' தொழில் செய்த மருத்துவர்கள் கோடீஸ்வரர்களாயினர்.

1970களின் பிற்பகுதியில் தொடங்கி இப்படிப் பல பரிமாணங்கள் எடுத்தது பெண்சிசுக் கொலை. இவற்றின் விளைவுகளை 1980களில் பிறந்த இளைஞர்களே அனுபவித்தனர். இப்போது கேலியாக 'நைண்டீஸ் கிட்ஸ்' (1990களில் பிறந்தவர்கள்) என்று அழைக்கப்படும் இளைஞர்கள் மிகுதியாக அனுபவிக்கின்றனர். அவர்களைப் பற்றிச் செய்யப்படும் கேலியில் பெரும்பான்மை திருமணம் ஆகாமல் இருத்தல் பற்றியதுதான். இன்று 'சிங்கிள்', 'முரட்டுச் சிங்கிள்' என்றெல்லாம் சொல்லிக்கொண்டு திருமணப் பிரச்சினையை வருத்தத்துடன் அவர்கள் எதிர்கொள்ள நேர்ந்திருக்கிறது. 2000க்குப் பிறகு திருமண வயதில் இருக்கும் இளைஞர்களின் எண்ணிக்கை மிகுந்தது. பெண்களின் எண்ணிக்கை பெருமளவு குறைந்தது. இதைச் சாதி ரீதியாகக் கணக்கிட்டால் அதிர்ச்சியான தகவல்கள் கிடைக்கும். ஆயிரம் ஆண்களுக்குத் தொள்ளாயிரம் பெண்கள் என்னும் விகிதத்தில் இருப்பதாகச் சில புள்ளிவிவரங்களைப் படித்த நினைவிருக்கிறது. என் அனுமானத்தில் அவ்விகிதம் இன்னும் குறையும் என்றே எண்ணுகிறேன்.

இந்நிலை வேறு சில மாற்றங்களையும் சமூகத்தில் ஏற்படுத்தி யிருக்கிறது. இப்போது 'வரதட்சிணை' பிரச்சினை எங்கே போயிற்று என்றே தெரியவில்லை. திருமணப் பேச்சு தொடங்கும்போதே 'இத்தனை பவுன், இவ்வளவு ரொக்கம்' என்றெல்லாம் ஆரம்பிக்கும் பேச்சு இப்போது அறவே இல்லை. 'அவுங்க பொண்ணுக்கு என்ன செய்றாங்களோ அது அவுங்க விருப்பம்' என்னும் 'பெருந்தன்மை' கொண்ட பேச்சை இப்போது மிகுதியாகக் கேட்க முடிகிறது. இப்போது மலையாளப் பெண்கள் பலர் எம் பகுதிக்கு மணப்பெண்களாக வந்துள்ளனர். 'கேரள மணப்பெண் தேவைக்கு அணுகவும்' என்று அழைக்கும் 'திருமண நிலையங்கள்' இருக்கின்றன. சாதியைக் கடந்திருக்கிறது மொழி. இப்படி எத்தனையோ மாற்றங்கள்.

பெண்சிசுக் கொலை பிரச்சினையைப் பற்றி ஆய்வு ஏதும் செய்தவன் அல்ல நான். ஆனால் தொடர்ந்து அதைக் கவனித்து வந்திருக்கிறேன். ஆய்வு செய்து புள்ளிவிவரங்களை அடுக்குபவன் எழுத்தாளன் அல்ல. ஆய்வுத் தரவுகளை அப்படியே கையாள்பவனும் அல்ல. ஏதோ ஒரு புள்ளி கிடைத்தால் போதும், அதிலிருந்து கோடு, கோலம் என விரித்துக் கொள்வான். காற்றில் வந்து விழும் ஓர் இலையைக் கொண்டு மரத்தை வரைந்துவிடும் திறன் படைப்பாற்றல். அப்படித்தான் 'கங்கணம்' நாவல் உருவாயிற்று.

என் வயதொத்த நண்பர்கள் பலர் திருமணம் ஆகாமல் இருந்ததையும் திருமணத்திற்காக அவர்கள் அலையும் அலைச்சலையும் கண்டு வந்திருக்கிறேன். நூறு வீடுகளைக் கொண்ட எங்கள் பகுதி ஊர் ஒன்றில் ஒருசமயத்தில் திருமண வயது ஆண்கள் முப்பது பேர் இருந்தனர்; இரண்டே இரண்டு பெண்கள்தான். திருமண முகவர் வேலை செய்வோர் இப்படிப் பல ஊர்களைப் பற்றிய புள்ளிவிவரங்களைக் கையில் வைத்திருந்தனர். என் கவனிப்புகளைப் புனைவாக்க வெகுகாலம் எடுத்துக்கொண்டேன் போல. புள்ளிவிவரங்கள், ஆய்வுகளுக்குள் செல்லாமல் மாரிமுத்து என்னும் இளைஞனின் பாடுகளாக நாவலை எழுதுவது என்று முடிவு செய்து 'கங்கணம்' நாவலை எழுதினேன். இந்நாவல் எழுந்த பின்னணி வரலாறு இதுதான்.

●

(2011இல் வெளியான 'கங்கணம்' நாவல்
பதிப்பிற்கு எழுதிய முன்னுரை.)

14

ஒற்றைச் சொல்

ஒற்றைச் சொல். அது போகிறபோக்கில் என் காதில் தானாக வந்து விழுந்த ஒற்றைச் சொல். பேருலகத்தை அடைகாத்து வைத்திருந்த ஒற்றைச் சொல். அந்த ஒற்றைச் சொல்லைப் பற்றிக்கொண்டு மேலேறிச் சென்றது மனம். இதுவரைக்கும் புலனாகாத காட்சிகள், விரிவானம், கற்பனை ஊற்று, பரிசீலனை, சொற்பெருக்கு முதலியவை என் அனுபவ வெளிக்குள் பிரவாக வெள்ளம் போல வந்துசேர்ந்துகொண்டே இருந்தன. ஒற்றைச் சொல்லின் மகத்துவம் சொல்லித் தீராதது. மொழி தான் மனித வரலாற்றுப் பக்கங்களையும் சிடுக்கு களையும் தன்னுள் பொதிந்துவைத்திருக்கிறது. அது ஏதேனும் அசந்தர்ப்பம் ஒன்றில் அவிழ்ந்து தன்னை வெளிக்காட்டிக் கொள்கிறது. அப்படி வெளிக்காட்டிய ஒற்றைச் சொல்தான் ‘மாதொருபாகன்’ நாவல் உருவாகக் காரணம்.

ஒற்றைச் சொல் என்னவெல்லாம் செய்யும்? அது உருட்டித் திரட்டி அடைத்துவைத்துள்ள விழுமியம் பெருவெடிப்புக் கொண்டால் எல்லா வற்றையும் தலைகீழாக்கிவிடும் என்பதை இந்நாவல் மூலமாக உணர்ந்தேன். ஆம். என் வாழ்வை மட்டுமல்ல, ஒட்டுமொத்தச் சமூகத்தின் சிந்தனைப் போக்கைத் திசை திருப்பிவிடும்

ஆற்றலைப் பெற்ற நாவலாக இது உருமாறியது. மிகக் குறைந்த வாசகப் பரப்பைக் கொண்ட தமிழ் இலக்கிய உலகிலேயே வெளியானவுடன் பெரும் கவனம் பெற்றது. பின்னர் இதன் பரப்பு விரிந்து லட்சக்கணக்கான வாசகர்களைப் பெற்றது.

என்னுடைய பிற நாவல்களை விடவும் இந்நாவலுக்கு வந்த வாசக எதிர்வினைகளும் அதிகம். இந்த நாவலின் கதைத்தலைவனாகிய காளியின் நிலை என்னவாயிற்று என்பதுதான் வாசகர்களின் முக்கியமான கேள்வியாக இருந்தது. சிலருக்கு அவன் செத்துவிடுவது உசிதம் என்று தோன்றியது. சிலருக்கு அவன் உயிர் வாழ வேண்டும் என்று விருப்பம். சிலருக்கு அவன் மனைவியாகிய பொன்னாதான் சாக வேண்டும் என எண்ணம். இப்படி வாசகர்கள் இந்த நாவலின் முடிவிலிருந்து என்னை மேலும் இழுத்துச் சென்றார்கள். ஆகவே வாசகர்களால் உத்வேகம் கொண்டு இந்நாவலின் தொடர்ச்சியாக இன்னும் இரண்டு நாவல்களை எழுதினேன்.

இவ்விதம் ஒற்றைச் சொல்லுக்குள் இருந்து கிளைத்து விரிந்த இந்நாவல் இன்று உலக அளவுக்கான வாசகப் பரப்பை நோக்கிச் செல்வது பேரானந்தம் தருகிறது. உலகத்தின் வெவ்வேறு பகுதி இலக்கிய வாசகர்களுக்கும் இந்நாவல் எத்தகைய அனுபவத்தை வழங்கும் என்பதை அறியும் எதிர்பார்ப்பு என்னுள் மிகுந்திருக்கிறது.

உலகச் செம்மொழிகளுள் ஒன்றாகிய தமிழ் மொழியில் உருவான நவீன இலக்கியம் ஒன்றை மொழிபெயர்ப்பு வழியாக வெளியுலகத்திற்கு எடுத்துச் செல்லும் பெரும்பணியை நிறைவேற்றியுள்ள என் தமிழ் நூல் பதிப்பாளரும் நண்பருமாகிய காலச்சுவடு கண்ணன் சுந்தரம், இந்நாவல் வந்தபோதே வாசித்துவிட்டு 'மொழிபெயர்க்கும் வாய்ப்பு வந்தால் நானே செய்கிறேன்' என்று சொல்லி விருப்பத்தோடும் ஈடுபாட்டோடும் மொழிபெயர்த்தவரும் என் மீது மிகுந்த அன்பு கொண்டவருமான நண்பர் அனிருத்தன் வாசுதேவன், இந்நாவல் என்னைக் கலக்கமுறச் செய்த காலத்தில் உடனிருந்து ஆறுதல் வழங்கியதோடு இந்நாவலின் சார்பில் பெரும் உரையாடலை முன்னெடுத்தவர் என் இனிய நண்பரும் தமிழ்நாட்டு வரலாற்றுக்குப் பெரும் பங்களிப்பைச் செய்துள்ளவருமாகிய பேராசிரியர் ஆ.இரா. வேங்கடாசலபதி.

மேலும் இந்தியாவைக் கடந்த இந்த ஆங்கில மொழிப் பதிப்பைச் சாத்தியப்படுத்தியவர்கள் Priya Doraswamy,

Lotus Lane Lit ஆகியோர். இப்பதிப்பில் பல்வேறு நிலைகளில் பங்களிப்பு செய்தவர்கள் *Peter Blackstock, senior editor, Emily Burns, editorial assistant, and Morgan Entrekin publisher of Grove/Atlantic* ஆகியோர்.

அனைவருக்கும் நான் வழங்க விரும்பும் ஒற்றைச் சொல் 'நன்றி.'

●

(2018இல் அமெரிக்கப் பதிப்பாக வெளியான 'மாதொருபாகன்' நாவல் மொழிபெயர்ப்புக்கு எழுதிய முன்னுரை.)

15

விதிகளும் விதிமீறல்களும்

மாதொருபாகன் நாவலின் ஆங்கில மொழிபெயர்ப்பாகிய 'One Part Woman' இப்போது அமெரிக்காவில் வெளியிடப்பட்டுள்ளது. 2010இல் இந்நாவலை எழுதியபோது இது இவ்வளவு தூரம் பயணம் செய்யும் என்று நான் முன்னுணரவில்லை. படைத்தவனேகூட விதியைத் தீர்மானிக்க முடியாது போல. இந்நாவல் இத்தனை தூரம் வந்து சேர்ந்திருப்பதற்குப் பல காரணங்கள் இருக்கின்றன. மிக முக்கியமான காரணம் இந்நாவல் கையாண்டிருக்கும் விதிமீறல்.

சமூகம் உருவாக்கியிருக்கும் வாழ்வியல் விதிகளுக்கு உட்பட்டுத் தம் முழு வாழ்க்கையையும் வாழ்ந்து முடிப்போருக்குப் பெரிய மனப் பிரச்சினைகள் ஏதும் இருப்பதில்லை. விதிமீறலை வாழ்க்கையாகக் கொண்டிருப்போர் மிகவும் சுவாரசியமானவர்கள்; அவர்களுக்கும் பெரிதாக மனப் பிரச்சினைகள் கிடையாது. எதையும் அனாயாசமாகக் கடந்து செல்லக்கூடியவர்கள். விதிகளுக்கு உட்பட்டு வாழ விரும்பி அது முடியாமலோ விதிகளுக்கு உட்பட்டு வாழ்வதற் காகவோ விதிமீறலைச் செய்ய வேண்டிய நிர்ப்பந்தத்துக்கு ஆளாகின்றவர்கள் படும் பாடு பெரிது. அவர்களது மனப் பிரச்சினைக்கு முடிவே கிடையாது. விதிமீறலைப் பற்றிய பல குழப்பங்களில் அவர்கள் தவிப்பார்கள். விதிமீறலுக்குப் பிறகு இந்தச் சமூகத்தின் முகத்தில் விழிக்க முடியுமா என அஞ்சுவார்கள். பரிதாபத்திற்கு உரியவர்கள் இவர்கள். இந்த மூவகைக்கும் நாவலில் இடம்

இருக்கிறது. பொன்னாவின் அண்ணன் குடும்பம், காளியின் மாமன் குடும்பம் ஆகியவை முதல் வகை. நல்லையன் சித்தப்பா இரண்டாம் வகை. காளியும் பொன்னாவும் மூன்றாம் வகை. இந்த மூன்றாவது வகை மனிதர்களின் மனப் பிரச்சினைகளைத் தான் இந்நாவல் கையாள்கிறது.

நாவலின் காலப் பின்னணி இருபதாம் நூற்றாண்டின் முற்பகுதி. அந்தக் காலத்து விவசாயக் குடும்பம் கூட்டுக் குடும்பம். ஒரே வீட்டிற்குள் பல குடும்பங்கள், பல தலைமுறைகள் வாழும். ஆடும் மாடும் செல்வம் எனக் கருதியதோடு குழந்தைகளையும் செல்வம் என எண்ணுவர். நிறையக் குழந்தைகள் இருந்தால் விவசாய நிலத்தில் உழைப்பதற்கு ஆட்கள் கிடைப்பார்கள் என்பது காரணம். குழந்தைப் பேற்றின் போது பெண்கள் இறந்துபோவதும் ஆண் இன்னொரு திருமணம் செய்துகொள்வதும் சாதாரணம். அக்காலத்தில் பிரசவ இறப்பின் காரணமாக ஆண் பல பெண்களை அடுத்தடுத்துத் திருமணம் செய்துகொள்ளும் கதைகள் பல இருக்கின்றன. தமிழின் தொடக்க கால நாவல்கள் பல இதைப் பதிவு செய்திருக்கின்றன. அதே போலப் பல குழந்தைகள் பிறக்கும் போது அவற்றில் சில குழந்தைகள் இறப்பதும் சாதாரணம். ஆனால் இந்த நாவலில் வரும் குடும்பம் அப்படியானதல்ல. இக்குடும்பத்தில் இருப்பவர்கள் மொத்தமே மூவர்தான். காளி, அவன் அம்மா மாராயி, அவன் மனைவி பொன்னா ஆகியோர். மூவரும்கூட ஒன்றாகச் சேர்ந்து ஒரே வீட்டில் வாழ்வதில்லை. ஒவ்வொருவரும் தனித்தனியான வீட்டில் மட்டுமல்லாது, தனித்தனி உலகத்திலும் வசிக்கிறார்கள்.

ஆம். மக்கள் குடியிருக்கும் ஊருக்குள் இருக்கும் வீட்டின் ஒரு பகுதியில் காளியின் அம்மா மாராயி தனியாகச் சமைத்துக் கொண்டு வசிக்கிறார். அதே வீட்டின் இன்னொரு பெரிய பகுதியில் பொன்னா வசிக்கிறாள். காளியின் இருப்பு முழுவதும் விவசாய நிலத்தில் ஆடு மாடுகள் கட்டப்பட்டிருக்கும் தொண்டுப்பட்டி என்னும் பகுதியில்தான். அங்கே இருக்கும் ஒரு ஓலைக் கொட்டகையும் வெட்டவெளியுமே அவனுக்குப் போதுமானவையாக இருக்கின்றன. பெரிய குடும்பம் இல்லை. அதிக நபர்கள் கிடையாது. மூவர் மட்டும்தான். ஆனால் அவர்களால் ஏன் சேர்ந்து வசிக்க முடியவில்லை? என்ன பிரச்சினை? ஏன் இப்படி இருக்கிறார்கள்? அந்தக் காலம் மட்டுமல்ல, இன்றைக்கும்கூட தமிழ்ச் சமூகத்தில் குழந்தை பற்றி நிலவும் விழுமியம்தான் காரணம். குழந்தைதான் ஒருவரின் வாழ்க்கையை முழுமையாக்குகின்றது என்பது தீவிர நம்பிக்கையாகவும் வாழ்வியல் விழுமியமாகவும் இருக்கிறது.

திருமணமாகிப் பன்னிரண்டு ஆண்டுகள் கழிந்தும் குழந்தைப் பேறில்லாத தம்பதியாக வாழ்கின்றனர் காளியும் பொன்னாவும். அதுதான் அவர்கள் ஒவ்வொருவரும் தனித்தனி உலகத்தில் வாழக் காரணம்.

அவர்களுக்குக் குழந்தை இருந்திருக்குமானால் எல்லாரையும் போல விதிகளுக்கு உட்பட்ட வாழ்க்கையை வாழ்ந்திருப்பார்கள். அவர்களுக்குக் குழந்தை இருப்பதாகக் கற்பனை செய்துகொள்வோம். அப்போது மாராயி தனியாகச் சமைத்துக்கொண்டு தனி வீட்டில் வசிக்க வாய்ப்பில்லை. பேரனையோ பேத்தியையோ கொஞ்சி வளர்த்தபடி தன் நாட்களைக் கழிப்பார். குழந்தையைத் தூக்கிக்கொண்டு அவர் வெவ்வேறு இடங்களுக்குப் போவார். தாய்க்கும் தந்தைக்கும் வேலைகள் இருக்கும்போது குழந்தை பாட்டியிடம்தான் இருக்கும். பாட்டி அதற்குச் செல்லம் கொடுப்பார். கதைகள் சொல்வார். போவோர் வருவோரிடம் எல்லாம் தன் பேர்த்து செய்யும் சேட்டைகளைச் சொல்லி மகிழ்வார். அவருக்குப் பெருமைப்பட்டுக்கொள்ள விஷயம் இருக்கும். தன் மகனுடனோ மருமகளுடனோ ஆன பிரச்சினைகள் எதுவும் பெரிதாகத் தெரிந்திருக்காது.

பொன்னாவுக்கும் அப்படித்தான். எத்தனை நாளைக்குத் தான் கணவன் முகத்தை அவள் பார்த்துக்கொண்டே இருப்பாள்? அன்பு பெருகி ஆறாக ஓடினாலும் தினமும் ஒருவர் முகத்தை ஒருவர் பார்த்துக்கொண்டே இருந்தால் அலுப்பும் சலிப்பும் தோன்றுவது இயல்புதான். புதிதாகக் கோபித்துக் கொள்ளவும் சேர்ந்துகொள்ளவும் அவர்களுக்குள் என்ன இருக்கிறது? அவர்களுக்கு நடுவில் குழந்தை ஒன்று வந்து விடுமானால் அதை முன்னிட்டு அவர்களின் தேவைகள் அதிகரிக்கும். குழந்தையின் எதிர்காலத்தைத் திட்டமிட நேரும். குழந்தையை வளர்க்கும் விதம் பற்றிப் புதுப்புதுக் கற்பனைகள் தோன்றும். அவற்றை நிறைவேற்றியும் நிறைவேற்ற முடியாமல் தவித்தும் வெவ்வேறு வகையான பிரச்சினைகளை எதிர்கொள்வார்கள். சிந்தனை தேங்கி நிற்காமல் ஓடிக் கொண்டே இருக்கும். பொன்னா தன் குழந்தையோடு பொது இடங்களுக்குப் போகும்போது தள்ளி நிற்க வேண்டியிருக்காது. வழக்கமான வாழ்க்கையை அவளுக்குக் குழந்தை கொடுத்திருக்கும்.

காளிக்கும் அப்படித்தான். அவன் தன் உலகத்தைத் தொண்டுப்பட்டிக்குள் சுருக்கிக்கொண்டிருக்க நேராது. நிலத்தில் வேலைகள் முடிந்த பிறகோ வேலையை விட்டுவிட்டோ அவன் வீட்டுக்கு வருவான். குழந்தையைப் பார்க்கவும் கொஞ்சவும்

ஒவ்வொரு வேளையும் குழந்தைக்கு ஊட்டிவிட்டுச் சேர்ந்து சாப்பிடவும் விரும்பியிருப்பான். தன் குழந்தையைத் தோள் மீது ஏற்றி உட்கார வைத்துக்கொண்டு அவன் கம்பீரமாக நடந்து செல்லும் காட்சி என் மனதில் விரிகிறது. குழந்தைக்காக அவன் இன்னும் கொஞ்சம் சொத்து சேர்க்க விரும்பக் கூடும். கூடுதலாகவும் மேலும் ஆர்வத்தோடும் அவன் உழைக்க விரும்புவான். தன் இளவயதுக் குறும்புகளும் சேட்டைகளும் அவனிடமிருந்து ஒருபோதும் விலகியிருக்காது.

தங்கள் குழந்தையோடு காளி, மாராயி, பொன்னா ஆகியோர் ஒன்றாக அமர்ந்து சாப்பிடும் காட்சியும் என் கண் முன்னே தெரிகிறது. ஆனால் அவர்கள் மூவருக்கும் அது வாய்க்கவில்லை. குழந்தை இல்லாமல் வாழ்வை மகிழ்ச்சியாக வாழ முடியும் என்பதை அவர்கள் சிறிதும் சிந்தித்துப் பார்க்கவில்லை. தங்கள் காலத்து மக்கள் எதையெல்லாம் ஏற்றுக்கொண்டு எத்தகைய வாழ்க்கை வாழ்ந்தார்களோ அப்படித்தான் அவர்களும் வாழ விரும்பினார்கள். அந்த வாழ்க்கையை அவர்களிடம் இருந்து பறித்த ஒரே அம்சம் குழந்தை. விதிகளுக்கு உட்பட்டு வாழ விரும்பியவர்கள். ஆனால் குழந்தைக்காக விதிமீறலைப் பற்றி யோசிக்கிறார்கள். அந்த விதிமீறலும் சமூகம் உருவாக்கி வைத்திருந்த ஒன்றுதான். அவ்வீதிமீறல் தொடர்பாக அவர்களுக்கிடையே ஏற்படும் பிரச்சினையைத்தான் நாவல் அணுகுகிறது.

நாவல் காட்டும் குடும்ப அமைப்பு பலவிதமானது. பொன்னாவின் பெற்றோரும் அண்ணனும் ஒரே வீட்டில் கூட்டுக் குடும்பமாகவே வாழ்கிறார்கள். சகோதரர்கள் எல்லோருக்கும் திருமணம் ஆகும் வரை கூட்டுக் குடும்பமாக வாழ்ந்த நல்லையன் சித்தப்பாவின் குடும்பம் எல்லோருக்கும் திருமணம் ஆனதும் தனித்தனிக் குடும்பமாக ஆகிறார்கள். இப்படி எல்லோரும் அன்றைய குடும்ப அமைப்பிற்கேற்ப வாழும்போது காளியின் குடும்பம் மட்டும் அதற்கு இயையாமல் மூவரும் தனித்தனி உலகத்தில் அலைபவர்களாக இருக்கிறார்கள். ஒருவருக்கு ஒருவர் பேசிக்கொள்வதும் அளவாகத்தான். அவர்களுடைய உலகம் சுருங்கிச் சுருங்கித் தங்களுக்குள்ளானதாக மாறிவிடுகிறது. அவர்கள் தங்கள் சமூகத்திலிருந்து கொஞ்சம் கொஞ்சமாகத் துண்டித்துக் கொள்கிறார்கள். சமூகத்தோடு இயைந்தும் சேர்ந்தும் வாழ அவர்கள் எப்போதும் தயாராகவே இருக்கிறார்கள். ஆனால் சமூகம் குழந்தையின்மையைக் காரணம் காட்டிக் காட்டி அவர்களை விலக்கிக்கொண்டேயிருக்கிறது. அவமானம் பொறுக்க முடியாமல் அவர்கள் விலக நேர்கிறது.

காளிக்கோ பொன்னாவுக்கோ தம் சமூகத்தை எதிர்த்துக் கொண்டு, பகைத்துக்கொண்டு விதிமீறி வாழ வேண்டும் என்னும் எண்ணம் துளியும் இல்லை. திரும்பத் திரும்ப அவர்கள் தம் சமூகத்தோடு இணைவதற்கே விரும்புகிறார்கள். எப்படியாவது கூட்டத்தில் ஒருவராக ஆகிவிட வேண்டும் என்பதுதான் அவர்கள் ஆசை; முயற்சி. குழந்தைப் பேற்றுக்காக அவர்கள் மேற்கொள்ள விரும்பும் விதிமீறல் எதற்காக? விதிமீறலுக்குப் பிறகு விதிகளுக்கு உட்பட்ட தம் சமூகத்திற்குள் சேர்ந்துவிட வேண்டும் என்பதற்காகத்தான்.

காளி, பொன்னாவுக்கு மட்டுமல்ல. பெரும்பாலான மனிதர்களுக்கு இதுதான் பிரச்சினை. அவர்கள் ஒருபோதும் சமூகத்தின் விதிகளை மறுத்து மீறிச் செல்ல விரும்புவதில்லை. ஆனால் சமூகம் எதையாவது முன்னிறுத்தி அவர்களை விதிமீறத் தூண்டுகிறது. அவ்விதம் மீறினால்தான் ஏற்றுக்கொள்வோம் என்று நிர்ப்பந்திக்கிறது. அவர்கள் அக்காலக் குடும்ப அமைப்பில் எந்த உடைவையும் ஏற்படுத்தியவர்கள் அல்ல. ஏற்படுத்த முயன்றவர்களும் அல்ல. அக்காலக் குடும்ப அமைப்பையும் அது உண்டாக்கி வைத்திருக்கும் விழுமியங்களையும் துளி பிசகாமல் பின்பற்றிக் கலந்து வாழவே முனைந்தவர்கள். அதற்கு அவர்கள் எதையும் செய்யத் தயாராக இருந்தார்கள்.

சமூகம் உருவாக்கி வைத்திருக்கும் எல்லாவித நம்பிக்கை களையும் கடைப்பிடித்துப் பார்த்தார்கள். கடவுள்களை நாடினார்கள். வேண்டுதல்கள் வைத்தார்கள். விரதம் இருந்தார்கள். உயிரைப் பணயம் வைத்து முயன்றார்கள். மருந்துகளை உண்டார்கள். எப்பேர்ப்பட்ட வைத்திய முறையையும் விட்டு வைக்கவில்லை. குழந்தையைத் தத்து எடுத்துக்கொள்ளவும் தயாராக இருந்தார்கள். ஆனால் சாதியமைப்பு அதற்கும் பல தடைகளை உருவாக்கியது. திருவிழா என்னும் கொண்டாட்டச் சூழல் ஏற்படுத்தித் தந்த வழிமுறைதான் அவர்களுக்குக் கடைசியாகக் கிடைத்த ஒன்று. அவ்வழிமுறையை ஏற்றுக்கொள்வதில் காளிக்குப் பிரச்சினை உண்டாகிவிட்டது. அது அவனுக்கிருந்த அன்பு, ஆணுக்கென இருந்த விழுமியங்கள் ஆகியவற்றால் உண்டானது. அவன் கொஞ்சம் இசைந்திருந்தால் அவர்கள் தம் சமூகத்தோடு இயைந்து எல்லாரையும் போலவே வாழ்ந்திருக்கலாம். அவனுடைய மனப்பிரச்சினையின் காரணமாக அது இயலாமல் போய்விட்டது.

இந்நாவலை எத்தனையோ கோணங்களில் பார்க்க எனக்கு வாய்ப்புக் கிடைத்துக்கொண்டே இருக்கிறது. இந்த நிகழ்வுக்காகப் பேச யோசித்தபோது எனக்கு அகப்பட்ட

கோணம் இது. இப்போது எனக்குள் பல கேள்விகள் எழுகின்றன. தன்னோடு சேர்ந்திருக்கவே விரும்பும் ஒரு குடும்பத்தை ஏன் சமூகம் திரும்பத் திரும்ப விலக்குகிறது? ஏன் இச்சமூகத்திற்குக் குறைந்தபட்ச இரக்கம்கூட இல்லை? அவர்கள் யாரிடமும் எதுவும் கேட்கவில்லையே? தங்களையும் ஏற்றுக்கொள்ளுங்கள் என்றுதானே கேட்டார்கள்? அவர்கள் முகமும் உடலும் அந்நியமாகிவிட்டனவா? பேச்சும் குரலும் மாறிவிட்டனவா? உடைகளும் ஆபரணங்களும் மாறிவிட்டனவா? இல்லையே. குழந்தையில்லை என்றாலும் அவர்கள் தங்களைப் போலவே எல்லாவிதமான இயல்புகளோடும் இயைந்து வாழ ஏன் சமூகம் ஒத்துக்கொள்ளவில்லை? சமூகம் இவ்வளவு மந்தைத்தனம் கொண்டதா? இத்தனை இறுகியதா? சக மனிதர்களை விலக்குவதில் ஏன் இத்தனை ஆர்வம்?

காளியையும் பொன்னாவையும் இந்தச் சமூகத்தின் சார்பாக அங்கீகரித்து, அரவணைத்து, அவர்கள் விரும்பும் எல்லாவற்றையும் வழங்கி, அவர்கள் மகிழ்ச்சியுடன் வாழ்வதைப் பார்க்க விரும்புகிறது என் மனம். என் பாத்திரங்கள் மகிழ்ச்சியாக இருக்க வேண்டும் என்பதுதான் என் விருப்பம்.

●

11−09−18
(குறிப்பு: 2018ஆம் ஆண்டு அமெரிக்காவின் நியூயார்க் மாகாணத்தில் ஒரு நிகழ்வில் பேசுவதற்காகத் தயாரித்த உரை.)

16

பாதி மலையேறுன பாதகரு

விரும்பிய வகையில் பயணம் செய்வதற்கான வாய்ப்பு எனக்குப் பெரிதாக அமையவில்லை. பேருந்துப் பயண ஒவ்வாமை எனக்கு உண்டு. அதனால் எப்போதாவது அரிதாகப் பேருந்தில் செல்ல நேரும் சமயங்களில்கூட என்னை எங்கும் அழைத்துச் செல்ல மாட்டார்கள். இளவயதுப் பயணம் என்பது என் ஊரைச் சுற்றி அதிகபட்சம் பத்துக் கல் தொலைவுவரை இருக்கும். அருகில் சற்றே பெரிய நகரங்களாக இருந்த ஈரோடு, சேலம், நாமக்கல், ராசிபுரம் ஆகியவற்றைப் பதினான்கு பதினைந்து வயதிலேயே பார்த்தேன். எங்கள் தேவைகள் மிகவும் குறைவு. திருச்செங்கோட்டுச் செவ்வாய்ச் சந்தையும் சிறுகூடையும் போதும்.

என் அத்தையின் ஊர் அணிமூர். எங்கள் ஊரிலிருந்து ஐந்து கல் தொலைவு. அடிக்கடி செல்வது அங்கேதான். அத்தையின் கணவரை நான் பார்த்ததில்லை. அத்தைக்குத் திருமணமாகி மிகச் சில ஆண்டுகளிலேயே அவர் இறந்து விட்டார். ஒரே மகனை வைத்துக்கொண்டு ஆடு மாடுகள், மேட்டுக்காட்டு வேளாண்மை என்று என் அத்தை கடும் உழைப்பில் வாழ்க்கை நடத்திக் கொண்டிருந்தார். என் பாட்டியும் பாட்டனும் அத்தைக்கு மிக ஆதரவாக இருந்தார்கள். என் தந்தை உட்பட அத்தைக்கு மூன்று தம்பிகள். எல்லாருமே அத்தையைப் பாசத்தோடு கவனித்துக் கொண்டார்கள்.

வாரம் ஒருமுறை என் பாட்டி அத்தையைப் பார்க்கப் போய்விடுவார். ஐந்து கல் தொலைவும்

நடைதான். பாட்டியோடு பெரும்பாலும் நானும் போவேன். எங்கள் ஊரிலிருந்து காட்டுத்தடம் வழியாக நடப்போம். வரப்புகளின் மீது செல்லும் ஒற்றையடித் தடம். போகும் வழியில் அவரவர் காட்டுக்குள் குடியிருப்பவர்களிடம் ஒரு நிமிடமாவது நின்று பேசாமல் போக மாட்டார் பாட்டி. எல்லாரும் ஏதோ வகையில் சொந்தக்காரர்களாகவே இருப்பார்கள். காடுகளில் வேலை செய்யும் சக்கிலிய சாதியைச் சேர்ந்தவர்கள் பாட்டியிடம் பிரியமாகப் பேசுவார்கள். 'பெரிய கவுண்டிச்சி' என்று அழைப்பார்கள். எல்லாரிடமும் மலர்ந்த முகத்தோடு இரண்டு வார்த்தையாவது பதில் பேசாமல் பாட்டி நகர்வதில்லை.

'மவ ஊட்டுக்குக் கௌம்பீட்டயா?' 'எட்டுக்கு ஒருநா மவளப் பாக்கப் போவலீன்னாத் தூக்கம் வராதே உனக்கு' என்றெல்லாம் கேட்பார்கள். பாட்டியும் அதற்குச் சிரித்துக் கொண்டே பதில் சொல்வார். அவர்கள் பேச்சைக் கேட்க எனக்குப் பொறுமை இருக்காது. முன்னால் ஓடிப் போவேன். என்னைக் காரணம் காட்டிப் பேச்சை முடித்துக்கொண்டு பாட்டி நடக்க ஆரம்பித்துவிடுவார். போகும் நேரம் மாலை யாகவே இருக்கும். அதனால் இருட்டும் முன் போய்ச் சேர வேண்டும் என்பதில் பாட்டி குறியாக இருப்பார். பாட்டியின் கழுத்தில் நகை ஒன்றும் இருக்காது. அத்தை இளவயதிலேயே கைம்பெண்ணாகி நகை அணிய முடியாமல் போயிற்று. வெள்ளைச்சேலை கட்டும்படியும் ஆயிற்று. 'எம்மவ மூளியா இருக்கறப்ப எனக்கு நக கேக்குதா' என்று சொல்லிப் பாட்டியும் கழுத்தில் எதையும் அணிவதில்லை.

மஞ்சள் கயிறு சன்னமான நூலில் போட்டிருப்பார். காதில் மட்டும் மேல்காது, நடுக்காது, கீழ்க்காது என்று மூன்று இடத்திலும் கொப்பு, கிராம்புச்சுரை, தோடு ஆகியவை இருக்கும். எல்லாமே சிறியவை. அவற்றை எவனாவது வந்து கழட்டிக் கொடுக்கச் சொல்லிக் கத்தியைக் காட்டினால் என்ன செய்வது என்னும் பயம்தான். அதையும் இப்படிச் சொல்வார்: 'கழட்டிக் குடுத்தாப் போவுது, எவனோ ஒரு மவராசன் வித்துப் பொழைக்கறான். எப்பவோ போட்டதக் கழட்டிப் பல வருசமாச்சு. காத அறுத்துத்தான் குடுக்கோணும். அதுக்குத் தான் பயமா இருக்குது பொன்னு.'

பனைச்சாரிகளிலும் வேலி ஓரங்களிலும் செல்லும் ஒற்றையடித் தடத்தில் நடப்போம். எனக்கு வெகு உற்சாகமாக இருக்கும். அடையச் செல்லும் பறவைகளோடு போட்டியிட்ட படி ஓடுவேன். 'மெதுவாப் போ பொன்னு' என்று பாட்டி கத்துவது லேசாகக் கேட்கும். ஏதாவது ஓரிடத்தில் போய்

நிற்பேன். பாட்டியின் தலை தெரியும்வரை இளைப்பாறல். தெரிந்ததும் மீண்டும் ஓட்டம். சிலசமயம் பனஞ்சாரிக்குள் முரட்டு மரமாகப் பார்த்து ஒளிந்துகொள்வேன். நான் முன்னால் ஓடிவிட்டதாகக் கருதிக்கொண்டு பாட்டி தடத்தைப் பார்த்த படி நடப்பார். அப்போது பின்னாலிருந்து 'பே' என்று கத்திப் பயமுறுத்துவேன். விருக்கென்று பயந்தாலும் வெளிக்காட்டிக் கொள்ளாமல் 'எந்தத் திரடனாச்சும் கத்துவானா. என்னயப் பயப்பெருத்த முடியாது பொன்னு' என்று சொல்வார்.

பாதிதூரம் போனதும் ஒரு வீடு. சீமை ஓடு வேய்ந்த நீள்வீடு. அதை ஒட்டித் தாவாரம் ஒன்று. தாவாரத்தில் என் பாட்டியின் வயதுடைய கிழவனும் கிழவியும் இருந்தார்கள். மற்ற இரண்டு வீடுகளிலும் அவர்களின் பையன்கள் குடும்பம். அவர்கள் எங்களுக்குச் சொந்தம் அல்ல. அணிமூருக்கும் எங்கள் குடும்பத்திற்கும் நூற்றாண்டுக்கும் மேலான உறவு உண்டு. என் அத்தையை அவருடைய அத்தை மகனுக்கே கட்டிக் கொடுத்தார்கள். அதாவது என் பாட்டனின் அக்காவைத் திருமணம் செய்து கொடுத்ததும் அணிமூரில்தான். ஆகவே நூறாண்டுக்கும் மேலாக அணிமூருக்கு அந்தக் காட்டு வழியில் சென்றுகொண்டிருந்தோம். காட்டுக்குள் வழியில் இருந்த அந்த வீட்டில் நின்று தண்ணீர் வாங்கிக் குடித்துவிட்டுச் சற்று நேரம் பேசிவிட்டுச் செல்வது வழக்கம். அது தொடர்ந்த காரணத்தால் அக்குடும்பமே எங்களுக்கு நெருக்கமாகிவிட்டது. அன்யோன்யமாகப் பேசுவதும் குடும்ப நிகழ்ச்சிகளுக்கு அழைப்பதுமாக அந்த உறவு தொடர்ந்தது.

அந்த வீட்டைக் கடந்தபின் மீதி உள்ள தூரம் முழுக்க ஒருவீடு கூட இருக்காது. பெருவேலிகளைக் கொண்ட மேட்டுக்காடுகள்தான். ஆடுமாடு மேய்ப்பவர் கண்ணில் பட்டால் உண்டு. அதற்குள் நுழைந்துவிட்டால் ஆளற்ற அனாதி உலகில் சஞ்சரிப்பது போலத் தோன்றும். நாங்கள் போகும்போது இருட்டத் தொடங்கிவிட்டால் அந்த வழி வீட்டுக்கார ஆண்கள் யாராவது கொஞ்ச தூரம் துணைக்கு வருவார்கள். பாட்டி வேண்டாம் என்று சொன்னாலும் கேட்க மாட்டார்கள். 'அப்பறம் நாங்க இங்க இருக்கறது என்னத்துக்கு?' என்று கோபித்துக்கொள்வார்கள்.

நானோ என் சித்தப்பா பிள்ளைகளாகிய தங்கைகளோ 'அணிமூர்' என்று சொல்ல மாட்டோம். 'அத்தையூர்' என்று பெயர் வைத்திருந்தோம். ஊர் எங்களுக்கு மிகப் பிடிக்கும். எங்கள் ஊரைப் போல இல்லை அது. திருச்செங்கோட்டிலிருந்து ஈரோடு செல்லும் முதன்மைச் சாலையில் இருக்கும் ஊர் எங்களுடையது. அதனால் அவ்வப்போது வாகனச் சத்தங்கள்

கேட்போம். பேருந்துகள் செல்லும். புதிய ஆட்களைப் பார்க்க முடியும். அத்தையூரில் வாகனம் எதையும் பார்க்க முடியாது. அது தனித் தீவு போல இருக்கும். வீடுகள் அதிகம் இருக்கும். ஊரில் குடியிருப்பவர்களின் எண்ணிக்கையும் மிகுதி. பெரிய நந்தவனம் உண்டு. மரங்களும் செடிகளும் அடர்ந்து கிடக்கும் அதன் ஒருபகுதியில் சிறுவர்கள் விளையாட்டு மும்மரமாக நடந்தபடியே இருக்கும்.

அதையொட்டிய பிள்ளையார் கோயில் திண்டு சதுர வடிவிலானது. மிகப் பெரியது. அதில் எப்போதும் ஐந்தாறு பேர் தூங்கிக்கொண்டிருப்பார்கள். தாயக்கரம் அல்லது பாஞ்சாங்கரம் ஆட்டம் நடக்கும். புளிய மரங்களில் ஊஞ்சல் கட்டி ஆடுவார்கள். அத்தையூருக்குப் போய்விட்டால் திரும்பவே மனம் வராது. அத்தை எங்களைக் கடிந்து ஒரு வார்த்தையும் சொன்னதில்லை. எதையும் ஒரு சிரிப்போடு கடந்து போய்விடும் இயல்பு. பள்ளித் தேர்வு விடுமுறைக் காலங்களில் அங்கே செல்லவே மிகவும் விரும்புவேன். ஆனால் அதிக நாள் தங்க அம்மா அனுமதிக்க மாட்டார். அத்தைக்குச் செலவு வைக்கக் கூடாது என்னும் எண்ணம்.

பாட்டனுடன் இப்படிப் பயணம் போக வாய்த்ததில்லை. அவரது புழங்குவெளி எனக்கு அந்நியம். மகன்களுக்கு எல்லாம் திருமணம் முடித்தவுடன் விவசாய நிலத்தைப் பங்கிட்டுக் கொடுத்துவிட்டு ஆட்டு வியாபாரம் செய்யத் தொடங்கி விட்டார். வாரத்திற்கு நான்கு அல்லது ஐந்து வெள்ளாட்டுக் குட்டிகள் வாங்கி விற்றால் அவர் செலவுக்குப் போதும். வாரம் நாற்பது ஐம்பது ரூபாய் கிடைக்கும். சாராயம், கள், புட்டு ஆகியவையே அவரது செலவுகள். வீட்டுச் செலவுக்குப் பாட்டியின் கூலி வேலைச் சம்பாத்தியம். ஆட்டுக்குட்டிகளை விலை பேசி வாங்கவும் விற்கவும் 'கோழி கூப்பிடும்' நேரத்தி லேயே கிளம்பிவிடுவார். நாங்கள் தூங்கிக்கொண்டிருப்போம். எந்த ஊருக்குப் போகிறார் என்பதெல்லாம் எங்களுக்குத் தெரியாது. எப்போதாவது என் அண்ணனை அழைத்துப் போவார். கொஞ்சம் முரட்டுக் கிடாக் குட்டியாக இருந்தால் அதை அவரால் இழுத்து வர முடியாது. அதற்காகத்தான் அண்ணன். அண்ணனையோ என்னையோ அவரோடு அனுப்பவும் என் அம்மாவுக்கு விருப்பம் இருக்காது. பையன்களுக்குக் குடிக்கப் பழக்கிவிடுவாரோ என்று பயம். அப்படியும் பாட்டனுடன் போய்வந்த ஒரு பயணம் எனக்கு நினைவிருக்கிறது.

புரட்டாசி மாதத்தின் மூன்றாம் சனிக்கிழமை அன்று பெருமாளுக்குப் பொங்கல் வைப்பது எங்கள் குடும்பத்தின்

பரம்பரைப் பழக்கம். புரட்டாசியில் கவுச்சி வாடை கிடையாது. ஒவ்வொரு சனிக்கிழமையும் பெண்கள் ஒருசிந்தி இருந்து குளித்து முடித்து மதியப்பொழுதில்தான் உண்ணுவார்கள். வாய்ப்பிருக்கும்போது பெருமாள் மலைக்குச் சென்று அங்கேயே பொங்கல் வைத்து வருவோம். யாருடைய குழந்தைக்காவது மொட்டை அடிக்க வேண்டியிருந்தால் கண்டிப்பாகப் பொங்கல் கோயிலில்தான். எங்கள் குடும்பத்தில் எந்தக் குழந்தையாக இருந்தாலும் ஒரு மொட்டை பெருமாளுக்கு இருக்கும். புரட்டாசி மாதத்தில் பிறந்த குழந்தைக்குப் பெருமாள், பெருமாயி என்று பெயர் வைப்பதும் வழக்கம். மலைக்கு மாட்டு வண்டியில் போவோம். அது மிகவும் சந்தோசமான பயணமாக இருக்கும். பெரும்பாலான வருசங்களில் வீட்டிலேயே பொங்கல் வைப்போம். கிணற்று மேட்டில் எல்லாரும் கூடிப் பொங்கல் வைப்பார்கள். அன்றைக்கு மட்டும் ஒரே பொங்கல். யாராவது ஒன்றிரண்டு பேர் மட்டும் மலைக்குப் போய்ச் சாமி கும்பிட்டு வருவார்கள். அவர்கள் வருவதற்குள் பொங்கல் தயாராக இருக்கும். சாமி கும்பிட்டுக் 'கோவிந்தா' போட்டு ஒருசிந்தியாக விரதத்தை முடிப்பார்கள்.

அந்த வருசம் மலைக்குப் போய் வருவது என் பாட்டன் என முடிவாயிற்று. அவரோடு துணைக்கு நானும் என் அண்ணனும். எங்கள் ஊரிலிருந்து பத்துப் பன்னிரண்டு கல் தொலைவில் இருந்தது பெருமாள்மலை. விடிகாலையில் எழுந்து மூவரும் நடந்தே சென்றோம். காடு மேடுகளில் ஏறி இறங்கி நடந்தோம். குறுக்கு வழியில் போனால் கொஞ்சம் தூரம் குறையும். பச்பச்சென்று விடியும்போது பாதி தூரம் போய்விட்டோம். வழியெங்கும் கடலைச்செடிகளை விரித்துவிட்ட மேட்டாங் காடுகள். எங்களைப் போல நடந்து செல்லும் ஆட்களின் கூட்டம். பாட்டனுக்கு அப்போது அறுபது வயதுக்கு மேலிருக்கும். நடக்க முடியவில்லை. நின்று நின்று போக வேண்டியிருந்தது. தெரிந்த மாட்டுவண்டி ஏதாவது வருமோ என்று பார்த்தார். ஒன்றும் கிடைக்கவில்லை. நடந்தேதான் முழுத் தூரமும் போனோம். ஆளரவமற்ற மொட்டைக் காட்டுக்குள் பெருமாள்மலை ராட்சசக் காளான் குடை போல நின்றிருந்தது.

பாறையால் ஆன கரடு. அதன்மேல் பெருமாள் கோயில். ஏறுவதற்குப் படிகள் அவ்வளவாக இல்லை. பிஞ்சுப் பாதம் வைக்கும் அளவு செதுக்கப்பட்ட சிறுசிறு படிகள். ஏறிப் போனோம். பாட்டனால் முடியவே இல்லை. பாதி மலை ஏறியதும் சுனை ஒன்று இருந்தது. உடலில் மரு வந்துவிட்டால் மிளகும் வெல்லமும் வாங்கி அந்தச் சுனைக்குள் போடுவதாக வேண்டிக்கொள்வார்கள். மரு மறைந்துவிடும். சுனை வரை

பாதி மலையேறுன பாதகரு

ஏறிய பாட்டனால் அதற்கு மேல் முடியவில்லை. எங்கும் கொஞ்ச நேரம் இளைப்பாறவோ நிற்கவோ நிழல்கூடக் கிடையாது. அப்படி மொட்டைப்பாறை. பாட்டன் சொன்னார், 'முடியலீடா. கீழ எறங்கீருவோம். இங்கருந்தே சாமியக் கும்பிட்டுக்கலாம். எங்கிருந்து கும்பிட்டாலும் சாமீ வேண்டாம்னா சொல்லீரும்? ஊருல போயி யாருகிட்டயும் சொல்லக்கூடாது.' அப்படியே இறங்கினோம். ஊருக்கு வந்து சாமி கும்பிட்டு ஒருசிந்தி முடித்தோம். நானும் அண்ணனும் யாரிடமும் மூச்சு விடவில்லை.

இரண்டு நாள் ஆயிற்று. அண்ணனுக்குக் கடும் காய்ச்சல். திருநீறு மந்திரித்துப் போட்டார்கள். சரியாகவில்லை. மருத்துவமனைக்குக் கூட்டிப் போனார்கள். சரியாகவில்லை. பக்கத்து ஊரில் அருந்ததியர் குடும்பம் ஒன்றில் வெள்ளிக்கிழமை தவறாமல் சாமியாடுவார்கள். கணவனுக்குப் பெருமாள் சாமி வரும். மனைவிக்கு மாரியாயி வரும். என் அண்ணனை அங்கே கூட்டிப் போனார்கள். போர்வையைப் போர்த்திப் படுக்க வைத்திருந்தார்கள். மாரியாயி சாமி வாக்குச் சொல்லி முடித்து மலையேறிவிட்டது. எங்களுக்கு வாக்கு ஏதுமில்லை. இனிப் பெருமாள் சாமிக்கு மருள் வரும். வந்து ஆடிய சாமி 'பாதி மலயேறி எம் பாதத்தப் பாக்காத வந்த பாதகரக் கூப்பிடுங்காயா' என்று அழைத்தது. என் அம்மா, பாட்டி, சித்தி எல்லாரும் இருந்தார்கள். அவர்களுக்கு இந்தப் பாதி மலை விவகாரம் தெரியாது. எனக்கு என்ன செய்வதென்று தெரிய வில்லை. விழித்துக்கொண்டு உட்கார்ந்திருந்தேன். கும்பிட யார் போனாலும் 'பாதி மலயேறுன பாதகரு வாங்காயா' என்று சாமி சொன்னது.

என் அண்ணன் மெதுவாகப் போர்வையை விலக்கி என் அம்மாவிடம் 'நாங்கதாம்மா அது' என்றான். உடனே நான் முழுமையாகச் சொல்லிவிட்டேன். பாட்டன் கேட்டால் 'அவன் தான் முதலில் சொன்னான்' என்று தப்பித்துக்கொள்ளலாம். அதன்பின் ஓடிப் போய்ச் சாமியைக் கும்பிட்டார்கள். சாமியிடம் மன்னாப்புக் கேட்டார்கள். சாமியும் மன்னித்தது. அடுத்த நாளே அண்ணனின் காய்ச்சலும் குறைந்தது. இந்த நிகழ்வுக்குப் பிறகு எங்களைப் பாட்டனுடன் நம்பி எங்கும் அனுப்புவதில்லை. அவரைக் கீழிறக்க வேண்டும் என்றால் 'பாதி மலையேறுன பாதகரு' என்று சொல்லித் திட்டுவார்கள். அடுத்த வருசம் அவர் மட்டுமல்ல, எங்கள் குடும்பம் முழுவதும் இரண்டு மாட்டுவண்டிகளில் பெருமாள்மலைக்குப் போய்ப் பொங்கல் வைத்து அண்ணனுக்கு மொட்டை அடித்துச் சாமி கும்பிட்டு வந்தோம். பாட்டன் முழுமலையையும் சிரமத்துடன் ஏறிச்

சாமியின் பாதம் பார்த்துக் கும்பிட்டு வந்தார். எனினும் 'பாதகரு' பட்டம் போகவில்லை.

என் இளவயதுப் பயணத்தில் அடுத்து எனக்குப் பிடித்தது பள்ளிக்குச் செல்லும் தூரம். நான் பயின்ற தொடக்கப்பள்ளிக்கு நான்கு கல் தொலைவு. பள்ளியைவிட அந்த நடைத் தூரமே பிடித்தமான விஷயம். பிடித்த பானம் சீக்கிரம் தீர்ந்துவிடக் கூடாது என்று மிடறு மிடறாக உறிஞ்சிக் குடிப்பது போல அந்தத் தூரத்தைக் காலையும் மாலையும் கடப்போம். அந்தத் தூரத்திற்குள் எத்தனையோ விளையாட்டுக்கள் உண்டு. நாங்கள் புதிதாகக் கண்டுபிடித்தது 'நெம்பர் விளையாட்டு.' திருச்செங்கோட்டிலிருந்து ஈரோடு செல்லும் சாலை அது. இன்றைக்கு நிமிட இடைவெளிகூட இல்லாமல் வாகனங்கள் செல்லும் நெரிசல் மிகுந்திருக்கிறது. ஆனால் அன்றைக்கு எப்போதோ ஒரு வாகனம் அரிதாக வரும்.

நாலு கல் தொலைவை நாங்கள் கடக்கும் வரை அதிக பட்சம் பத்து வாகனங்களைப் பார்ப்போம். ஆளுக்கு ஒரு எண்ணை வரித்துக்கொள்வோம். வரும் வாகனங்களில் ஒருவருக்கு உரிய எண் எத்தனை முறை இடம்பெற்றிருக்கிறது என்பதைக் கண்டுபிடிப்பதும் அதிக எண்ணிக்கையில் இடம்பெற்றிருக்கும் எண்ணை வரித்துக்கொண்டவர் வெற்றி பெற்றவர் ஆவதுமே விளையாட்டு. மிகவும் குறைவான எண்ணிக்கை பெறுபவரே தோல்வியுற்றவர். வென்றவர் சொல்வதைத் தோற்றவர் செய்ய வேண்டும். பென்சில், மிட்டாய், நெல்லிக்காய், நாவல்பழம் எனத் தின்பண்டம் வாங்கித் தருவதாகவே அது அமையும். சிலேட்டில் எழுதியதை அழிக்கத் தண்ணீர்த் தழை என்று ஒன்று உண்டு. சாலையோரங்களில் அதைத் தேடித் தேடிப் பறிப்போம். ஒரு கட்டுக்குப் பத்துத் தழை. தோற்றவர் தண்ணீர்த் தழை ஒரு கட்டு வென்றவருக்குக் கொடுக்க வேண்டும். இப்படி எல்லாம் பந்தயம் இருக்கும்.

எங்கள் ஊரைச் சுற்றி ஐந்தாறு கல் தொலைவில் இருக்கும் ஊர்களுக்கெல்லாம் ஏதாவது காரணம் கொண்டு செல்வோம். 'பழம்படக்' கத்தும் மாட்டுக்குக் காளை சேர்க்க கொல்லபட்டி அருமைக்காரர் வீட்டுக்கு மாட்டைப் பிடித்துக்கொண்டு செல்ல வேண்டும். செம்மறிக் கிடாய்க்குப் பிரச்சினை இல்லை. மந்தையாக மேயும்போது எந்த மந்தையிலாவது கிடாய்கள் இருக்கும். ஆகவே செம்மறிகளுக்கு இயற்கைப் புணர்ச்சி வாய்க்கும். வெள்ளாடுகளுக்கு அப்படியல்ல. யாராவது ஓரிருவரே வெள்ளாட்டுக் கிடாய் வைத்திருப்பார்கள். 'பயிராகக்' கொழா அடித்துக் கிடக்கும் வெள்ளாட்டுக்குக் கிடாய் சேர்த்தத் தேடிக் கொண்டு போக வேண்டும்.

நாச்சிபாளையம், எளம்புளியாம்பாளையம், ஆண்டிபாளையம் முதலியவையே என் பயண ஊர்கள். கருமகவுண்டம்பாளையம், தோக்கவாடி ஆகியவை கொஞ்சம் அதிக தூரத்தில் உள்ள ஊர்கள். அந்த ஊர்களுக்கு வெள்ளாட்டைக் கொண்டுபோக நேரும் நாட்களில் திரும்ப நேரமாகிவிடும். அப்போது பள்ளிக்கூடம் போக வேண்டியதில்லை. அது சந்தோசமாக இருக்கும். ஆடு மாடுகள் வழியாக இப்படி இளம் வயதிலேயே புணர்ச்சி பற்றிய அறிவு உருவானது என்பதும் முக்கியம்.

ஆண்டுக்கு ஒருமுறை எங்கள் குலதெய்வமாகிய கரியகாளியம்மன் கோயில் இருக்கும் ஆனங்கூருக்குச் செல்வோம். அது பத்துப் பன்னிரண்டு கல் தொலைவில் உள்ள ஊர். எப்போதும் பத்து இருபது பேர் கூடியே செல்வோம். அங்கே செல்வதற்கு மாட்டு வண்டிகள் வரும். ஈரோட்டில் இருந்து சேலம் செல்லும் தொடர்வண்டி ஆனங்கூர் வழியாகச் செல்லும். ஆனங்கூரில் பயணிகள் வண்டி நிற்கும். இந்தத் தகவல்கள் எல்லாம் எங்களுக்கு அப்போது தெரியாது. ஆனங்கூரில் ரயில் ரோடு இருக்கிறது என்று கேள்விப்பட்டிருந் தோம். ரயில் ரோட்டையும் பார்த்ததில்லை. ரயிலையும் பார்த்த தில்லை. எனக்குப் பத்து வயதிருக்கும். கோயிலில் பொங்கல் வைக்கும் வேலை நடந்துகொண்டிருந்தது. அதற்குரிய குழம்பு வகைகள் செய்து முடிக்கவே வெகுநேரம் ஆகும். பொங்கலைப் படைத்துப் பூசை செய்வார்கள். மூலவரிலிருந்து பிரகார சாமிகள் வரை அனைத்துக்கும் பூசை விமரிசையாக நடக்கும். கோயிலுக்கு வெளியே ஏரிக்கரையோரம் ஒரு சிறிய கோயில் உண்டு. அதிலும் கரியகாளிதான் இருந்தாள். எப்போதோ ஒருமுறை திருடர்கள் தூக்கிச் சென்று சுமை தாள முடியாமல் அங்கே வைத்துவிட்டுப் போனார்களாம். அங்கிருந்து கரியகாளி நகர மறுத்துவிட்டாளாம். அதனால் இரண்டு கோயில்கள். அதற்கும் பூசை நடக்கும்.

சிறுவர், சிறுமிகள் கோயிலுக்கு வெளியே விளையாடிக் கொண்டிருந்தோம். அப்போது 'கூ'வென்று ரயில் சத்தம் கேட்டது. ரயிலையும் ரயில்ரோட்டையும் பார்க்க எனக்கு ஆசை வந்தது. நான் ரயில் ரோட்டைப் பார்க்கப் போகிறேன் என்றதும் என்னுடன் விளையாடிக்கொண்டிருந்த சித்தப்பா பிள்ளைகள் ஐந்தாறு பேரும் வருகிறோம் என்றார்கள். பக்கத்தில்தான் இருக்கும் என எண்ணிக்கொண்டு வேகமாக ஓடினோம். கோயில் இருக்கும் இடத்திலிருந்து மண் சாலை வழியாகச் சென்று தார்ச்சாலையை அடைந்தோம். தார்ச்சாலையில் வேகமாக ஓடினோம். வெகுதூரம் போனோம். ரயில்ரோட்டைக் காணோம். அடுத்த ஊர் வந்துவிட்டது.

பயந்துபோனோம். வந்த வழியிலேயே ஓடி வந்தோம். கோயிலை அடைந்தால் அங்கே எல்லாரும் பதறிக்கொண்டு ஏரியைச் சுற்றி எங்களைத் தேடிக்கொண்டிருந்தார்கள். ஏரிச் சேற்றில் மூழ்கிவிட்டோம் என்று நினைத்திருக்கிறார்கள். எனக்குத் திட்டும் சித்தப்பா பிள்ளைகளுக்கு அடியும் விழுந்தன. எங்களுக்குப் பூசை முடிந்துதான் கரியகாளிக்குப் பூசை ஆரம்பமாயிற்று. ஊர் திரும்பும்போது என் சித்தப்பன் ரயில்ரோட்டுப் பக்கம் மாட்டுவண்டியை விட்டார். அப்போது தான் எங்களுக்குப் புரிந்தது. தார்ச்சாலையில் ரயில் ரோட்டுக்கு எதிர்ப்பக்கமாக ஓடியிருக்கிறோம். ஒருவழியாக ரயில் தண்டவாளத்தை அன்றைக்குப் பார்த்தோம்.

இவையெல்லாம்தான் என் பயணங்கள். பயணத்தில் நான் கண்ட ஊர்கள்.

இன்றைக்கும் வெவ்வேறு கிராமங்களுக்குச் செல்வதை மிகவும் விரும்புகிறேன். எங்கு சென்றாலும் கிராமங்களைப் பார்க்கவில்லை என்றால் பயணத்தில் நிறைவு ஏற்படாது. குறைந்தபட்சம் நாமக்கல் மாவட்டத்தில் உள்ள எல்லாக் கிராமங்களையும் பார்த்துவிட வேண்டும் என்பது என் லட்சியமாக இருக்கிறது. அது கொஞ்சம்கொஞ்சமாக என் மாணவர்கள் வழியாக நிறைவேறி வருகிறது. ஆளண்டாப் பட்சியை எழுதத் தொடங்கியபோது பயணத்தை இவ்விதம் வெளிப்படுத்த வேண்டும் என்னும் தெளிவான எண்ணம் இல்லை. எழுதும்போது அப்படி ஒரு பயணம் அமைந்தது எதிர்பாராதது. எழுதி முடித்த பிறகு வாசித்தபோது முத்து வுடனும் குப்பனுடனும் நானும் மகிழ்ச்சிப் பயணம் செய்தேன். இந்த நாவலை எழுதத் தூண்டுதல் பட்டிக்காட்டுப் பயண ஆசை என்னும் என் ஆழ்மன விருப்பமாக இருக்கலாம் என்று சொல்லத் தோன்றுகிறது.

●

(‘ஆளண்டாப் பட்சி’ நாவல் 2012ஆம் ஆண்டுக்கான கோவை, கஸ்தூரி சீனிவாசன் அறக்கட்டளைப் பரிசுக்குத் தேர்ந்தெடுக்கப்பட்டது. அதற்கான விழாவில் (04–01–14) ஏற்புரையாகப் பேசியதன் எழுத்து வடிவம்.)

17

இடம்பெயரல்

அனைவருக்கும் வணக்கம். மனிதர்கள் வெகுகாலம் உணவுக்காக இடம்பெயர்ந்து கொண்டேயிருந்தார்கள். ஓரிடத்தில் நிலை கொண்டு வாழ்வதே மனிதரின் விருப்பம். கிட்டத்தட்ட எல்லா உயிர்களின் விருப்பமும் அதுவாகவே இருக்கும். இடைவிடாத அலைச்சலை எந்த உயிர்தான் விரும்பும்?

இன்று பெருமளவு ஓரிடத்தில் நிலைத்த வாழ்வு மனிதருக்கு அமைந்திருக்கிறது. எனினும் இடம்பெயரல் முடிந்துவிடவில்லை. இயற்கை மாற்றங்கள், அரசியல், அதிகாரம், போர், வேலை, குடும்பம் முதலிய பல காரணங்களால் இடம்பெயர நேர்கிறது. ஓரிடத்தில் இருந்து பெயர்வதும் துன்பம்; இன்னோரிடத்திற்குச் சென்று நிலைகொள்வதும் துன்பம். நிர்ப்பந்தம் காரணமாகவே இத்தகைய துன்பங்களுக்கு ஆளாக வேண்டியிருக்கிறது.

அறுபது எழுபது ஆண்டுகளுக்கு முன் நேர்ந்த ஒரு வேளாண் குடும்பத்தின் கட்டாய இடம்பெயரலை மையமாகக் கொண்டு எழுதிய நாவல் 'ஆளண்டா பட்சி.' சொந்த ஊரும் நிலமும் குடும்பமும் அந்நியமாகிப் போன துயரம். புதிய ஊர், புதிய நிலக்காட்சிகள், புதிய மனிதர்கள், புதிய சூழல். அவற்றை உள்வாங்கிக்கொண்டு நிலைபெற வேண்டும். இவ்விரண்டையும் ஒரு குடும்பம் சமாளிக்கும் திறத்தை எழுதிப் பார்க்கும் விருப்பமே இந்நாவல்.

என் முன்னோர்களின் இடம்பெயர் கதைகள் பலவற்றைக் கேட்டு அறிந்திருக்கிறேன். பல தலைமுறைகளாக வாழ்ந்த நிலத்தை விட்டு எங்கள் குடும்பம் இடம்பெயர்ந்ததை என் இளவயதில் நேரடியாக அனுபவித்திருக்கிறேன். இடம்பெயர்ந்து சென்ற எங்கள் உறவுக் குடும்பங்கள் பலவற்றின் கதைகளையும் அறிந்திருக்கிறேன். அவற்றிலிருந்து திரட்டி எடுத்த சாரமே முத்து, பெருமாயி, குப்பன் உள்ளிட்ட பாத்திரங்கள். இடம்பெயர் துன்பமும் பயணம் தரும் அனுபவமும் இயைய இந்நாவலை எழுதினேன்.

இது என் முன்னோர் கதை மட்டுமல்ல. எங்கள் குடும்பம், என் சொந்த வாழ்க்கை ஆகியவற்றைக் காட்டுவது மட்டுமல்ல. சிறிதாகவோ பெரிதாகவோ இடம்பெயர நேரும் ஒவ்வொருவர் மன உணர்வையும் இந்நாவல் ஏதோ ஓரிடத்தில் தொட்டுச் செல்லும் என்று நம்புகிறேன். நாவலுக்குள் இருக்கும் வேளாண் வாழ்க்கை முறை, இன்றைய நவீன வசதிகள் பலவும் இல்லாத பழைய காலம், நிலவுடைமை வாழ்க்கைக்கே உரித்தான குடும்ப உறவு முறைகள் ஆகியவற்றை அறிந்து கொள்ளும் அனுபவத்தையும் இந்நாவல் வழங்கும்.

இந்நாவல் ஆங்கிலத்தில் 'Fire Bird' என்னும் தலைப்பில் மொழிபெயர்க்கப்பட்டு வெளியான பிறகு விரிவான வாசகர் தளத்தைச் சென்றடைந்திருக்கிறது. வாசகர் விரும்பும் நாவலாக மாறியிருக்கிறது. இந்நாவலுடன் ஒவ்வொருவரும் தம்மையும் இணைத்துக் கொள்வது மகிழ்ச்சி தருகிறது. இப்போது ஜேசிபி வழங்கும் உயர்விருதுக்கும் இந்நாவல் தகுதி பெற்றிருப்பது மிக முக்கியமான அங்கீகாரம் என்று கருதுகிறேன்.

இந்நாவலை எழுதக் காரணமான என் முன்னோர்கள், எழுதும்போது உதவியாக இருந்த என் குடும்பத்தினர், நாவலைத் தமிழில் வெளியிட்ட காலச்சுவடு கண்ணன், ஆங்கிலத்தில் வெளியிட்டிருக்கும் பென்குவின் நிறுவனம், மொழிபெயர்த்த ஜனனி கண்ணன், ஜேசிபி விருது நடுவர் குழு, ஜேசிபி நிறுவனம் உள்ளிட்ட அனைவருக்கும் நன்றி.

வணக்கம்.

●

10-11-23

(2023ஆம் ஆண்டுக்கான ஜேசிபி விருதை
'ஆளண்டாப் பட்சி' நாவலின்
ஆங்கில மொழிபெயர்ப்பாகிய *Fire Bird* பெற்றது.
அப்போது காணொலி வாயிலாக ஆற்றிய ஏற்புரை.)

பாதி மலையேறுன பாதகரு

18

கற்பனை விரிவு

சென்னை, பொக்கிஷம் புத்தக அங்காடியில் எனது மூன்று நாவல்கள் தொடர்பாக நடைபெறும் கலந்துரையாடல் அல்லது விமர்சன நிகழ்வில் நிச்சயம் பங்கேற்க வேண்டும் என எண்ணினேன். தொடர் விடுமுறையாலும் பயணச் சிரமம் காரணமாகவும் வர இயலவில்லை. சென்னையில் எனது நூல்களின் வெளியீட்டு நிகழ்வுகள் நடந்திருக்கின்றன. விமர்சனக் கூட்டம் எதுவும் நானறிய இதுவரை நடைபெற்றதில்லை. அந்த வகையில் இந்த நிகழ்வு மிகவும் முக்கியமானது என்று தோன்றுகின்றது.

சென்னையில் எண்பதுகளின் இறுதியிலும் தொண்ணூறுகளின் தொடக்கத்திலுமாகச் சில ஆண்டுகள் வசித்திருக்கிறேன். அப்போதும் பல்வேறு பதிப்பகங்கள் சென்னையில் இருந்தன. அவர்களின் அலுவலகத்திற்குச் சென்றால் அவர்களது வெளியீடுகளை வாங்கலாம். பெரும்பாலான பதிப்பகங்கள் தியாகராய நகர் பகுதியிலேயே இருந்தன. ஏதாவது ஒரு நூல் தேவைப்படும். அதற்காக அங்கு சென்று ஏதாவது ஒரு குறுக்குச் சந்தில் மாடிப்பகுதியில் இருக்கும் அலுவலகத்தைத் தேடிச் சென்று வாங்கி வர ஒரு முழுநாள் போய்விடும். சில சமயம் அப்படி அலைந்து சென்றாலும் 'ஸ்டாக் இல்ல' என்னும் பதிலைப் பெற்றுத் திரும்ப வேண்டும்.

தமிழ்நாட்டுப் பாடநூல் நிறுவன வெளியீடாக 'தமிழ் – தமிழ் அகரமுதலி'யை வாங்குவதற்குச்

சென்று எத்தனையோ முறை அலைக்கழிக்கப்பட்டிருக்கிறேன். அதற்குக் கொஞ்சமும் குறைந்ததல்ல, தனியார் பதிப்பகங்கள் வாசகரை நடத்திய முறைகள். பழந்தமிழ் இலக்கியம் தொடர்பான நூல்களை வாங்குவதற்கே அத்தகைய பதிப்பகங்களை நாடிச் சென்றிருக்கிறேன். நீதிபதி மு.மு. இஸ்மாயில் எழுதிய 'செவிநுகர் கனிகள்' என்னும் கம்பராமாயணக் கட்டுரைகள் கொண்ட நூலை நூலகத்தில் எடுத்து வாசித்துவிட்டுச் சொந்தமாக வாங்கிக்கொள்ளலாம் என்னும் எண்ணத்தில் வாங்குவதற்குச் சென்று நாள் முழுக்கப் பட்ட துன்பம் இன்னும் நினைவில் இருக்கிறது. நேரில் சென்று வாங்குவதைவிட வி.பி.பி.யில் வாங்குவது மிகவும் எளிது என்பது என் அபிப்ராயம். அந்த நூலை இன்றுவரை வாங்க முடியவில்லை.

அப்போது புத்தகக் கடைகளே இருக்காது. நவீன இலக்கிய வாசகர்களுக்கும் எழுத்தாளர்களுக்கும் இரண்டு இடங்கள் இருந்தன. மந்தைவெளியில் எழுத்தாளர் திலீப்குமாரின் வீட்டில் நடைபெற்ற கடை. அங்கு சென்றால் புத்தகங்களோடு திலீப்பின் அன்பான உபசரிப்பையும் இலக்கியம் தொடர்பான அவருடைய கருத்துக்களையும் சேர்த்துப் பெற்று வரலாம். கருத்துக்களிலிருந்து தப்பித்து வருவது கடினம். எழுத்தாளர்கள் யாரையாவது நிச்சயம் சந்திக்க வாய்க்கும். மாதம் ஒருமுறை யேனும் அங்கு செல்லும் வழக்கம் எனக்கிருந்தது. நாம் கிளம்பும்போது வெளிவாசல் வரைக்கும் வந்து திலீப் வழியனுப்புவார். அங்கும் நின்று கொஞ்ச நேரம் பேசிக்கொண்டிருப்பார். அவர் நடத்தியதைக் கடை என்றும் அங்கும் வருவோரை வாடிக்கையாளர்கள் என்றும் சொல்ல முடியாது. சந்தித்து அளவளாவுதலுக்கான ஓர் இடம்.

அப்படியான ஓரிடம் தியாகராய நகர் ரங்கநாதன் தெருவில் இருந்தது. எழுத்தாளர் மா. அரங்கநாதனின் மகனாகிய 'முன்றில் மகாதேவன்' (இன்று உயர்நீதிமன்ற நீதிபதியாக இருக்கிறார்) நடத்திய புத்தகக் கடை அது. அதையும் கடை என்று சொல்வது ஒரு அடையாளத்திற் காகவே. மாலை நேரத்தில் அங்கு சென்றால் ஐந்தாறு பேர்களாவது இருப்பார்கள். அவ்வளவு பேரும் எழுத்தாளர்கள். எழுத்தாளர்கள் பலரை முதன்முதலாக அங்குதான் சந்தித்தேன். நானும் யூமா. வாசுகியும் ஒரே பகுதியில் வசித்ததால் இருவரும் இணைந்து முன்றிலுக்குச் சென்றுவிட்டு மாம்பலத்தில் ரயில் ஏறுவதை வழக்கமாகக் கொண்டிருந்தோம்.

இன்று சென்னையில் புத்தகம் விற்பதற்கென்றே சில கடைகள் உருவாகியிருக்கின்றன என்பது மகிழ்ச்சி தரும் செய்தி.

இவை உண்மையாகவே புத்தக விற்பனை செய்கின்றன. அது மட்டுமல்லாது நூல்களைப் பற்றிப் பேசுவதற்கான அரங்கையும் இணைத்திருக்கின்றன என்பது கூடுதல் நன்மை. நூல் விற்பனையும் நூல்களைப் பற்றிப் பேசுவதும் ஒரு கலாச்சார நிகழ்வாக இன்று உருவாகி வருவது வரவேற்புக்குரியது. சமீபத்தில் தொடங்கப்பட்ட 'பொக்கிஷம் புத்தக அங்காடி' இத்தகைய கலாச்சார நிகழ்விடமாகத் தன்னை வடிவமைத்துக் கொண்டிருப்பதை அறிகையில் சந்தோசமாக இருக்கிறது. இன்று என் நாவல்களைப் பற்றிப் பேசும் நண்பர்கள் சுரேஷ் கண்ணன், வேல் கண்ணன், கிருஷ்ணபிரபு ஆகிய மூன்று கண்ணன்களுக்கும் பொக்கிஷம் புத்தக அங்காடிக்கும் என் நன்றிகள்.

எனது இந்த மூன்று நாவல்களும் அடுத்தடுத்து வெளியானவை. அதனாலேயே ஆண்டுக்கு ஒரு நாவல் எழுதுகிறீர்களா என்னும் கேள்வியைக் கேலியாக நண்பர்கள் கேட்கிறார்கள். சமீப காலத்தில் அடுத்தடுத்து எழுதுவதற்கான கால அவகாசம் எனக்குக் கிடைத்திருக்கிறது. என்னுள் நிறைந்திருக்கும் அடுக்குகளில் இருந்து சிலவற்றை எழுதி ஆசுவாசம் பெறுகிறேன். வயதாகிறது என்னும் உணர்வும் உடல் சிரமங்களும் கூடிவிட்டன. ஆகவே வாய்ப்பிருந்தால் ஆண்டுக்கு இரண்டு மூன்று எழுதவும் ஆசைதான். அப்போதுதான் என் அடுக்கு ஓரளவு காலியாகும். எல்லாவற்றையும் காலியாக்க இயலாது எனினும் சில வெற்றிடங்களையேனும் உருவாக்கி னால்தான் சுமையற்றுக் காலத்தைக் கடந்து செல்ல முடியும். அதுவும் இந்த மூன்று நாவல்களுக்கும் கிடைத்திருக்கும் வரவேற்பும் வரும் கருத்துக்களும் என்னை உற்சாகப்படுத்து கின்றன. எழுதும் உத்வேகத்தை வழங்குகின்றன.

இந்த நாவல்கள் தொடர்பான ஒரு சுவையான வாசக அனுபவத்தை இந்தச் சந்தர்ப்பத்தில் பகிர்ந்துகொள்ளலாம் எனத் தோன்றுகின்றது. மாதொருபாகன் வெளியானதிலிருந்து இன்றுவரை எனக்கு வரும் வாசகக் கேள்வி: 'காளி இறந்து விட்டானா, உயிரோடு இருக்கிறானா?' என்பதுதான். கடந்த மாதத்தில் ஒரு வாசகர் செல்பேசியில் அழைத்தார். அவசர அவசரமாக அவர் கேட்ட கேள்வி: 'பூக்குழியில் சரோஜா செத்துவிட்டாளா, உயிரோடு இருக்கிறாளா?' 'ஆளண்டாப் பட்சி'க்கு இப்படிக் கேள்விகள் வருவதில்லை. ஆனால் 'பெருமா அங்க வந்து சேந்துட்டாளா?' என்று கேட்பார்கள். இந்தக் கேள்விகள் வருவதைத் தவிர்க்க முடியாது. ஆனால் இந்தக் கேள்விகளுக்கு நான் என்ன பதில் சொல்வது?

'எனக்கும் தெரியவில்லை. உங்களைப் போலவே நானும் குழம்பிக்கொண்டுதான் இருக்கிறேன். என்னவானான் காளி, என்னவானாள் சரோஜா, எப்படியிருக்கிறாள் பெருமா என்பவை பற்றி எனக்கு எத்தனையோ கற்பனைகள் விரிகின்றன. நீங்களும் கொஞ்சம் கற்பனை செய்து பார்த்துக்கொள்ளுங்க ளேன். வேண்டுமானால் உங்களுக்குப் பிடித்த ஒரு கற்பனையை முடிவாக வைத்துக்கொள்ளுங்கள், தப்பில்லை' என்றுதான் சொல்வேன். கற்பனை விரிவுக்கு இடம் கொடுப்பது படைப்பு. ஒரு நாவலுக்குள் எத்தனையோ விஷயங்கள் இருக்கின்றன. அவற்றைப் பொருட்படுத்தி விவாதிக்காமல் ஒற்றைத்தன்மை கொண்ட ஒரு சில கேள்விகளுக்குள் நாவலை அடக்கிவிட வேண்டாம் என்பதுதான் என் வேண்டுகோள்.

●

(2014, அக்டோபர் மாதம் சென்னை,
பொக்கிஷம் புத்தக அங்காடியில் நடைபெற்ற
விமர்சன அரங்கில் வாசிப்பதற்காக
எழுதிக் கொடுத்த கட்டுரை.)

19

உண்மையல்லாத வரிகள்

என் எழுத்துக்களை 2014க்கு முன், 2014க்குப் பின் எனப் பிரித்துப் பார்க்க விரும்புகிறேன். 2014க்குப் பின் இரண்டாண்டுகள் எழுதாமல் இருந்து 2016 டிசம்பரில் 'பூனாச்சி அல்லது ஒரு வெள்ளாட்டின் கதை' நாவலை எழுதினேன். அது என் முதல் நாவல். இப்போது 2018 டிசம்பரில் வெளிவந்திருக்கும் 'கழிமுகம்' இரண்டாவது நாவல். சென்னைப் புத்தகக் கண்காட்சியை ஒட்டிக் காலச்சுவடு பதிப்பகம் வெளியிட்டுள்ளது.

இது மனிதர்களைப் பற்றியது அல்ல. 'பூனாச்சி' நாவலில் சில அசுரக் கதாபாத்திரங்களை உருவாக்கியிருந்தேன். அவற்றின் தொடர்ச்சியாக இந்நாவலில் வருபவர்களும் அசுரர்களாகவே இருக்கிறார்கள். பூனாச்சியில் தொடங்கிய அசுரவுலகம் இதில் சற்றே விரிந்திருக்கிறது. அவ்வுலகமும் காலத்திற்கேற்ப மிக நவீனமயப் பட்டிருக்கிறது. அவர்களுக்கும் நிறையப் பிரச்சினைகள். எந்த வாழ்க்கையும் பிரச்சினையின்றி அமைவதில்லை. குமராசுரர், மங்காசுரி என்னும் தம்பதியர் அசுரவுலகத்தின் சிறுநகரம் ஒன்றில் வசித்து வருகிறார்கள். அவர்களுக்கு ஒரே ஒரு மகன் மேகாஸ். இம்மூவரும் தம் வாழ்வை வடிவமைத்துக்கொண்ட விதம், அதைத் தக்க வைத்துக்கொள்ளும் பயம், எதிர்காலம் பற்றிய பரிசீலனைகள் என விரிகிறது நாவல்.

மேகாஸ் என்னும் ஒரு குட்டியசுரனைக் கல்வி கற்க வைப்பதற்குள் அந்தப் பெற்றோர் படும் பாடு பெரிது. அதற்காக அலையும் அலைச்சல்களும் போடும் திட்டங்களும் கேட்கும் ஆலோசனைகளும் எத்தனை எத்தனை. எல்லாம் செய்தாலும் இந்த நவீன காலத் தொழில்நுட்பமும் பொருட்களும் நடுவில் புகுந்து என்னென்னவோ மாயங்களைச் செய்கின்றன. அவற்றை எதிர்த்து நிற்பது இயல்கிற காரியமா? அவற்றின் பகாசுர வாய் எல்லாவற்றையும் விழுங்கிவிடும் தன்மை கொண்டதல்லவா? தப்பிப் பிழைத்தோடும் உயிர்களையும் மூச்சுக் காற்றால் நசுக்கி ஈர்த்து வரும் வல்லமை கொண்டது அது. இப்படி அசுரவுலகத்தின் சமகாலமும் அது உருவாக்கும் பதற்றங்களும் அவற்றால் ஏற்படும் மனச் சிக்கல்களும் காட்சிகளாகி உள்ளன.

இதன் சொல்முறையில் புதிய பரிசோதனை ஒன்றை முயன்று பார்த்திருக்கிறேன். அது பகடி செய்தல். மையப்படுத்தப் பட்ட ஒரே ஒரு வாழ்க்கை முறையை வைத்துக்கொண்டு அல்லலுறுபவர்கள் அசுரர்கள். அவ்வாழ்க்கை முறையைப் பகடியாக்கிப் பார்த்திருக்கிறேன். பாத்திரங்கள், நிகழ்ச்சிகள் ஆகியவற்றைத் தேர்வு செய்துகொண்டதில் மட்டுமல்ல, பாத்திரங்களின் ஒவ்வொரு அசைவையும் பகடி செய்வதுதான் நோக்கம். அதற்கேற்ப மொழியை இலகுவாக்கி ஓட விட்டிருக் கிறேன். தமிழ் எழுத்து மொழி, பேச்சு மொழி என்னும் பிரிவினையை உடையது. அதே போலப் பொதுமொழி, வட்டார மொழி என்றும் பிரிக்கலாம். இந்நாவலில் பொது மொழியைத்தான் பயன்படுத்தியிருக்கிறேன். என்னை யறியாமல் எங்கேனும் வட்டார மொழி வந்திருக்கலாம். எந்தச் சொல்முறைக்கும் வாகாக இயைந்து கொடுக்கும் மொழியின் அற்புதம் எனக்குப் பெருமகிழ்ச்சியைக் கொடுத்தது.

நூல் எழுதுவதில் நேரும் பத்து அழகுகள், பத்துக் குற்றங்கள் ஆகியவற்றை வகைப்படுத்திச் சொல்கிறது தமிழ் இலக்கணம். 'குற்றம்' என்று ஒன்றைச் சொல்வதில் எனக்கு ஒருபோதும் உடன்பாடில்லை. இலக்கியம் பற்றி வைத்திருக்கும் வரையறைக்குள் ஒன்றை அடக்கிப் பார்க்கும்போது அடங்காத வற்றைக் குற்றம் என்று சொல்ல நேர்கிறது. எப்போதும் வரையறையை மீறுவதும் கடப்பதும் இலக்கியத்தின் தன்மை. இந்நாவலில் இரண்டு குற்றங்களைத் திட்டமிட்டே செய்திருக்கிறேன். அவை மிகைபடக் கூறல், மற்றொன்று விரித்தல் ஆகியன. அசுரவுலகத்தின் நடைமுறையில் ஒன்றை மிகைப்படுத்திச் சொல்வதும் மற்றொன்றை விரித்துச் சொல்வதும் சாதாரணம். பேச்சுமொழியின் உரையாடல்

உத்திகளான அவற்றை நாவலுக்காக எடுத்துக்கொண்டிருக்கிறேன். ஆகவே குற்றம் புரிந்திருக்கிறேன் என்று சொல்லப்படலாம். யாரேனும் தீர்ப்பெழுதித் தண்டனையும் தரலாம். தண்டனையிலிருந்து தப்பித்துக்கொள்ளும் பொருட்டு நாவல் முழுவதையும் முழுக் கற்பனையாகவே எழுதியிருக்கிறேன். உண்மையல்லாத வரிகளால் நிறைந்திருக்கும் நாவல் இது.

●

20

சாதி நோய்க்கு அருமருந்து

நான் பதிப்பித்த 'சாதியும் நானும்' நூல் 2013இல் வெளியாயிற்று. அந்நூலின் வயது இப்போது பத்தாண்டுகள். ஆண்டுக்கு ஒரு பதிப்புக்கு மேலாக இதுவரை பன்னிரண்டு பதிப்புகள் வெளியாகியுள்ளன. சாதி சார்ந்த தம் அனுபவங்களை முப்பத்திரண்டு பேர் வெளிப்படையாகப் பகிர்ந்துகொண்ட கட்டுரை களின் தொகுப்பு அது. நூலைப் பற்றிப் பெருந்தேவி எழுதிய கட்டுரை மிகவும் முக்கிய மானது. இன்னும் பலரும் கட்டுரையாகவும் மதிப்புரையாகவும் வெவ்வேறு தளங்களில் எழுதி யுள்ளனர். நூலின் ஆங்கில மொழிபெயர்ப்பும் 'Black Coffee in a Coconut shell' என்னும் தலைப்பில் ஆங்கிலத்தில் வெளியாகியுள்ளது. மொழி பெயர்த்தவர் அம்பை.

தமிழ்நாட்டின் சாதிகள் பலவற்றைப் பற்றி இந்நூல் மூலமாகவே தாம் அறிந்துகொண்டதாக வும் பல்வேறு நடைமுறைகள் தமக்குப் புதிதாக இருந்ததாகவும் அம்பை என்னிடம் கூறியுள்ளார். இந்நூலை மொழிபெயர்க்கும் காலத்தில் நாமக்கல்லுக்கு வந்து ஒருவாரம் தங்கியிருந்தார். கட்டுரையாளர் ஒவ்வொருவரையும் நேரில் சந்தித்துத் தம் ஐயங்களைக் கேட்க வேண்டும் என்று விரும்பினார். பெரும்பாலான கட்டுரையாளர்கள் நேரில் வந்து சந்தித்தனர். மின்னஞ்சல் மூலமாகவோ பேசி வாயிலாகவோ ஐயம் கேட்டுத் தெளிவது இயலும்தான். ஆனால் நேரில் பார்த்துப் பேச வேண்டும் என்பது அவரது ஆழ்ந்த விருப்பமாக

இருந்தது. சலூனில் இருக்கும் சுழல் நாற்காலியில் அமர்ந்து முடிவெட்டிக் கொள்ளும்போது சாதி காரணமாகப் பாதியில் இறக்கிவிடப்பட்ட மு. ஆனந்தனுக்கு ஒரு சுழல் நாற்காலி வாங்கித் தர விரும்பினார். அந்தளவு கட்டுரைகளில் அவர் ஆழ்ந்திருந்தார்.

எனக்குமே இந்த நூல் மீது ஆர்வம் அதிகம். என் பணிகளில் முதல் வரிசையில் இந்நூலை வைத்துப் போற்றுகின்றேன். காரணங்கள் பல. தமிழ்ச் சமூகத்தின் மீது அவநம்பிக்கை ஏற்படும்போதெல்லாம் இந்நூலை எடுத்து ஏதேனும் ஒரு கட்டுரையை வாசிப்பேன். நாம் நினைப்பது போலல்ல, நம்பிக்கை கொள்வதற்கு அனேகக் காரணங்கள் இருக்கின்றன என்று தோன்றும். தெம்பாவேன். சாதியின் கொடுங்கரம் ஒவ்வொருவரையும் பிடித்திருக்கிறது என்றாலும் கல்வி கற்ற தலைமுறையினர் அதிலிருந்து விடுபடவே விரும்புகின்றனர். முப்பத்திரண்டு பேரில் ஒருவர்கூடச் சாதியைப் போற்றி ஒருவரியும் எழுதவில்லை. கட்டுரையாளர்களில் பெரும்பாலானோர் 1980களில் பிறந்தவர்கள். அவர்கள் பெற்றோர், முன்னோருடன் ஒப்பிடும்போது கல்வியாலும் பணியாலும் வெவ்வேறு சாதியினருடன் நட்பாக இருப்பவர்கள். சாதி கடந்து நல்ல நண்பர்கள் தமக்கு இருப்பதைப் பலரும் பதிவுசெய்துள்ளனர். கிராமத்திலிருந்து முதல் தலைமுறையாக வெளியே வரும் இவர்கள் சாதிக் கட்டுக்களுக்கு உட்பட்டுப் படும் துன்பங்களையும் இழப்புகளையும் மனத்துயர்களையும் வெளிப்படுத்தியுள்ளனர். வெறும் சொற்களால் அல்ல, தம் அனுபவங்களை விவரிப்பதன் மூலமாக இந்த வெளிப்பாட்டைச் சாத்தியப்படுத்தியுள்ளனர்.

இந்நூல் வந்தபோதும் சரி, இப்போதும் சரி வாசிப்போரில் பலர் 'மேற்கு மாவட்டத்தைச் சேர்ந்தவர்கள்தான் இதில் தங்கள் அனுபவங்களைப் பதிவு செய்துள்ளனர். இதே போலத் தமிழ்நாட்டின் ஒவ்வொரு பகுதி சார்ந்தும் அனுபவங்களைப் பதிவு செய்ய வேண்டும். அதற்கு முயலுங்கள்' என்று எனக்கு ஆலோசனை சொல்வார்கள். ஆலோசனை வழங்குவதற்கும் அறிவுரை சொல்வதற்கும் சளைக்காதவர்கள் நாம். எதையும் பிறர் தலைமேல் சுமத்திவிட்டுத் தாம் சுகமாக வாழ்வது எப்படி என்பதை நன்கு கற்றவர்கள். 'எனக்கு இதுதான் சாத்தியப் பட்டது. உங்கள் பகுதிக்கு நீங்கள் பொறுப்பெடுத்து ஒரு நூல் கொண்டு வாருங்கள்' என்று சொல்வேன். மழுப்பலே பதிலாக இருக்கும். அப்படிச் சொல்பவர்கள் குறைந்தபட்சம் தம் அனுபவங்களை மட்டும் பதிவு செய்திருந்தால்கூட இன்னொரு நூல் உருவாகியிருக்கும். சொல்லுதல் யார்க்கும்

எளிய. சமீபத்தில் வெளியான திருக்குமரன் கணேசனின் 'கறி விருந்தும் கவுளி வெற்றிலையும்' நூல் ஒன்றுதான் இவ்வகைப் பதிவுகளைக் கொண்ட நூல்.

'சாதியும் நானும்' நூலுக்குக் கிடைத்த வரவேற்புக்குக் காரணம் அனுபவ அடிப்படையில் சாதியைப் பற்றிப் பேசியது தான். அன்றாட வாழ்வில் சாதி சார்ந்த நிகழ்வுகள் இல்லாத நாளில்லை. ஒருநாளின் நிகழ்வுகளைத் தொகுத்தால் குறைந்த பட்சம் ஒன்றாவது சாதி சார்ந்த அனுபவமாக இருக்கும். ஒவ்வொரு சாதிக்கும் சமூகப் படிநிலையில் ஒவ்வொரு இடம் இருக்கிறது. அதற்கேற்பவே அனுபவங்கள் ஏற்படுகின்றன. ஆகவே கட்டுரையாளர் ஒவ்வொருவரும் எந்தச் சாதியைச் சேர்ந்தவர் என்பது கட்டுரையின் ஏதாவது ஓரிடத்தில் வெளிப்படையாக வரும்படி செய்தோம். சாதி ஒருபோதும் ஒளிவுமறைவானதல்ல. எழுத்தில் ஏன் மறைக்க வேண்டும்?

தம் சாதியை வெளிப்படையாகச் சொல்லும்போதே பிற சாதியினருடனான உறவு நிலைகளைப் பேச முடியும். அப்படிப் பேசும்போது முடிந்தவரைக்கும் தனிமனிதர்கள் பாதிக்கப்படாத வகையில் ஊர்ப்பெயர், மக்கட்பெயர் ஆகியவற்றைக் கூறாமல் தவிர்த்தோம். சாதி பார்க்கும் குணமுடைய ஒருவர் பெயரைக் குறிப்பிட்டு எழுதினால் 'நான் அப்படியல்ல' என்று அவர் தன்னிலை விளக்கம் தரக்கூடும். 'நான் அப்படியல்ல' என்று ஒருவர் சொல்வாரேயானால் அவர் மனதில் 'சாதி பார்ப்பது தவறு' என்னும் எண்ணம் இருக்கிறது என்றே நான் எடுத்துக் கொள்வேன். என்றாலும் அத்தகைய விளக்கம் கூடினால் கட்டுரையாளர்களின் சமூக உறவு பாதிக்கப்படும் என்னும் நோக்கில் பெயர்களைத் தவிர்த்தோம்.

அப்படியும் கண்ணுக்கு மீறி ஒருசில பெயர்கள் வந்து விட்டன. ஒரு கட்டுரையில் தம் பெயர் இடம்பெற்றதைச் சுட்டிக்காட்டி எனக்கு ஒரு மின்னஞ்சல் வந்தது. அது அவருக்கு வருத்தம் தருவதாகவும் பொதுத்தளத்தில் சாதிரீதியான அடையாளம் தனக்கு நன்மை செய்யாது என்றும் அவர் குறிப்பிட்டிருந்தார். வருத்தம் தெரிவித்தேன். கட்டுரையாளர் தன் ஆசிரியர் என்றும் அவர் மீது தனக்கு அளவற்ற மதிப்பு இருப்பதாகவும் தெரிவித்தார். தன் வருத்தத்தை ஆசிரியருக்குச் சொல்ல வேண்டாம் என்றும் நீங்களாகவே பெயரை நீக்கி விடுங்கள் என்றும் அன்போடு கேட்டுக்கொண்டார். நான் நெகிழ்ந்துபோன தருணம் அது. அடுத்த பதிப்பில் அதைச் செய்தேன்.

இந்தத் தொகுப்புக்கான கட்டுரையை எழுதிய பிறகு தாம் குற்றவுணர்விலிருந்து விடுபட்டதாகத் தெரிவித்தோர்

உண்டு. வேளாண் சாதியைச் சேர்ந்த மாணவர்களுக்குத் தம் நண்பர்களை வீட்டுக்கு அழைத்துச் செல்வதில் மிகப் பெரிய தடுமாற்றம் உண்டு. கல்லூரிக் காலத்தில் உடன் பயிலும் நண்பர் வீட்டுக்கு ஏதாவது ஒரு தருணத்தில் கூட்டமாகச் செல்வது வழக்கம். ஊர்த் திருவிழா அப்படிப்பட்ட முக்கியமான தருணம். திருமணம் உள்ளிட்ட விசேசங்களும் அப்படியானவை. பெற்றோரோ தாத்தா பாட்டிகளோ சாதி பார்ப்பவர்களாக இருப்பார்கள். வீட்டுக்கு வருவோரிடம் சாதியைத் தயக்கமில்லாமல் விசாரிப்பார்கள். சாதியை விசாரிக்கவில்லை என்றாலும் அவர்கள் நடந்துகொள்ளும் முறை மிகவும் மோசமானதாக இருக்கும். வீட்டுக்குள் அனுமதிக்க மாட்டார்கள். இலையில் தான் உணவு பரிமாறுவார்கள். இச்சூழலில் அழைத்துச் சென்றவர் குற்றவுணர்வுக்கு ஆளாவார்; விருந்தினராகச் சென்றவர் மனம் புண்படுவார். இத்தகைய சம்பவங்கள் நூலில் பல உள்ளன. சாதி நோய்க்கு எழுத்து அருமருந்தாக இருக்கிறது.

ஒருவரின் சாதியை அறிவதற்கு நம் மக்கள் கையாளும் வழிமுறைகள் சுவாரசியமானவை. சாதி என்னும் சொல்லைத் தவிர்த்துவிட்டு இனம், வர்ணம், பிரிவு என்னும் சொற்களை எல்லாம் கையாள்வார்கள். ஊர், தெரு, உறவினர்கள் என விசாரித்து முடிவு செய்வார்கள். பெயருக்குப் பின்னால் சாதியைப் போட்டுக்கொள்வது அநாகரிகம் எனக் கருதிக் கழற்றி விட்டோம். அதேபோல ஒருவரின் சாதியைக் கேட்பதும் அநாகரிகம் என்னும் கருத்து எல்லோரின் மனதிலும் ஏறியுள்ளது ஒருவகையில் நல்ல விஷயமே. அறிந்துகொள்ள மறைமுக ஆயுதங்களைப் பிரயோகிக்கிறார்கள். இது எப்போது ஒழியுமோ தெரியவில்லை. சாதியை அறிந்துகொள்ள முயலும் ஒருவரின் கேள்விகளையும் அதை எதிர்கொள்பவரின் பதில்களையும் கொண்ட கட்டுரை 'பீதிங்கற மாதிரி.' எழுதியவர் ஆ.சின்னதுரை. இந்தக் கட்டுரைக்கு ஏராளமான வாசகர்கள். ஏனென்றால் ஒவ்வொருவரும் ஏதோ ஒரு தருணத்தில் எதிர்கொள்ள நேரும் சம்பவம் இதில் உள்ளது. கட்டுரையாளர் பதில் தரும் கோணம் எல்லோருக்கும் உவப்பானதாக உள்ளது. இப்படி இந்நூலில் உள்ள ஒவ்வொரு கட்டுரை பற்றியும் பேசப் பல விஷயங்கள் உள்ளன.

அன்றாட வாழ்வில் நம் சாதியை அறியும் நோக்கிலும் தம் சாதியை வெளிப்படுத்திக் கொள்ளும் எண்ணத்திலும் நடக்கும் சம்பவங்களுக்குக் குறைவேயில்லை. பிறரைப் புண்படுத்துமோ என்றெல்லாம் பெரும்பாலானோர் யோசிப்பதேயில்லை. இன்று நடந்த நிகழ்வு ஒன்று. இப்போது கோடைகாலம். நாமக்கல்

சாலைகளில் கொஞ்ச தூரத்திற்கு ஒன்றாகக் கம்மங்கூழ் தள்ளுவண்டிக் கடைகள் இருக்கின்றன. மாவட்ட ஆட்சியர் அலுவலகம் கடந்து ஓரிடத்தில் இருந்த கடையில் வண்டியை நிறுத்தினேன். அருகில் உள்ள கிராமத்தில் இருந்து வந்து கணவன் மனைவி இருவர் கடை நடத்திக்கொண்டிருந்தனர். இருவருக்கும் ஐம்பது வயதுக்கும் மேலிருக்கும். கம்மங்கூழும் மோரும் நல்ல மணமாக இருந்தன. கெட்டியான கம்மஞ்சோறு. புளிக்காத மோர். நறுக்கிய வெங்காயம் தூவியதும் வெயிலுக்குக் குடிக்க இதமாக இருந்தது.

'ஆட்சியர் அலுவலகத்திற்கு அருகில் இருக்கும் கடைகளில் குடித்திருக்கிறேன். அதைவிட உங்கள் கடைக் கம்மங்கூழ் மிகவும் நன்றாக இருக்கிறதம்மா' என்று பாராட்டாகச் சொன்னேன். உடனே அந்தம்மா 'அவுங்கெல்லாம் அந்தவூர்க்காரங்க. அப்படித்தான் செய்வாங்க. நாங்க இந்த ஊர். நன்றாகச் செய்வோம்' என்று வேறுபடுத்திப் பேசத் தொடங்கிவிட்டார். அந்த ஊரில் பெரும்பான்மையாக வசிப்பது ஒருசாதி. இந்த ஊரில் பெரும்பான்மையாக வசிப்பது இன்னொரு சாதி. ஆக அந்த ஊர், இந்த ஊர் என்பது வெறுமனே ஊரைக் குறிப்பதல்ல. தமிழ் இலக்கணத்தில் 'ஊர் சிரித்தது' என்பதை ஆகுபெயர் என்பார்கள். ஊர் எப்படிச் சிரிக்கும்? ஊரில் உள்ள மக்கள் சிரித்தனர் என்று பொருள். ஊர் என்பது ஊரில் உள்ள மக்களுக்கு ஆகிவருகிறது; ஆகவே இது இடவாகுபெயர் என்று விளக்கம் சொல்வதுண்டு.

கம்மங்கூழ்க் கடை அம்மா சொன்னதில் ஊர் என்பது நேரடியாக மக்களுக்கு ஆகிவரவில்லை. முதலில் சாதிக்கு ஆகிவருகிறது; பின்னர் அச்சாதியைச் சேர்ந்த மக்களுக்கு ஆகிவருகிறது. இதைத் தமிழ் இலக்கணம் 'இருமடியாகுபெயர்' என்று கூறும். ஊருக்கும் மக்களுக்கும் இடையில் சாதி வந்து நின்றுகொள்கிறது. என் தமிழாசிரியர் மூளைக்குத்தான் இந்த இலக்கணக் குறிப்பெல்லாம். அந்தம்மாவைப் பொருத்தவரை ஊரும் சாதியும் பிரிக்க முடியாதவை. தன் சாதியைச் சேர்ந்தவர்கள் நன்றாகச் செய்பவர்கள்; வேறொரு சாதியைச் சேர்ந்தவர்கள் அப்படியல்ல. இதுமாதிரி நம் அன்றாட நிகழ்வு களை நினைவுகூர்ந்து பார்த்தால் சாதி சார்ந்த சம்பவங்கள் எத்தனையோ!

சாதி குறித்து அரசியல், சமூகவியல் அடிப்படையில் கோட்பாடுகளை முன்னிறுத்திப் பேசுதல் பொதுவான நடைமுறை. இலக்கியத் தளத்தில் அனுபவத்தை மையமாகக் கொண்டு அன்றாட வாழ்வில் சாதி எப்படியெல்லாம் தொழிற் படுகிறது என்று பேச வேண்டும். அதுதான் தேவை.

அன்றாடத்தைப் பேசுவதன் மூலமாகவே சாதியை நுட்பமாகப் புரிந்துகொள்ள முடியும். எல்லாச் சாதியினரும் தம் அனுபவங்களை வெளிப்படையாகப் பேச வேண்டும். அனுபவப் பதிவுகள் சாதியைப் புரிந்துகொள்ள பெருந்தரவுகளாகப் பயன்படுபவை. சாதியைத் தக்க வைப்பதில் 'வெளி (இடம்)' எவ்வாறு முக்கியப் பங்கு வகிக்கிறது என்பதை இக்கட்டுரைகள் தெளிவாக முன்வைக்கின்றன. அடுத்த நிலையில் உணவு, புழங்கு பொருட்கள் ஆகியவை வருகின்றன. இவற்றைக் குறித்துப் பரவலான உரையாடல் நிகழ வேண்டும். உரையாடல் நிகழ்வதற்கு அன்றாடத்தின் கணங்கள் பெரிதும் பயன்படுபவை.

தொடர் உரையாடல் சாதி ஒழிப்பை நோக்கிச் செலுத்தும். இட ஒதுக்கீடு, சாதி மறுப்புத் திருமணம் உள்ளிட்டவை சாதி ஒழிப்புக்கு எவ்வாறு பங்கு வகிக்குமோ அதைவிடவும் கூடுதலாகப் பொதுவெளி உரையாடல் பங்கு வகிக்கும். அன்றாடத்தின் கணம் ஒவ்வொன்றிலும் சாதிப் பார்வை எப்படிச் செயல்படுகிறது என்பதை விவாதிப்பதன் மூலம் அத்தகைய கணங்களை ஆரோக்கியமானதாக மாற்ற முடியும். விமர்சனமும் சுயவிமர்சனமும் உரையாடல் மூலமாகவே சாத்தியப்படும். கற்றோர் ஒவ்வொருவரும் சாதி சார்ந்த தம் அன்றாட வாழ்வனுபவங்களைப் பதிவு செய்ய வேண்டும். கட்டுரையாகவோ நூலாகவோ உரையாகவோ அவற்றைப் பதிவாக்கலாம். அவற்றின் மூலம் பொதுவெளியில் சாதி சார்ந்த ஓர் உரையாடலைக் காத்திரமாக முன்னெடுக்க முடியும். அதற்கான சான்றுதான் 'சாதியும் நானும்' நூல்.

●

அருஞ்சொல், 15–04–23

21

பிள்ளைக் கிறுக்கல்கள்

எழுத்து வாசனையற்ற குடும்பத்தில் பிறந்தவன் நான். என் புத்தகங்களை ஒருமுறை கையில் வாங்கிப் பார்த்த தாத்தா 'என்னடா பொன்னு, ஆட்டுப் புழுக்கைய அடுக்கி வெச்சாப்பல இருக்குது' என்றார். ஆடுமாடு வளர்ப்பும் அவற்றுக் கான தீவன வேளாண்மையும் தொழிலாகக் கொண்டவர்கள் என் முன்னோர். எழுத்து வரிசை ஆட்டுப் புழுக்கையின் அடுக்காகத் தோன்றும் பார்வை கொண்ட பரம்பரையில் வந்தவன் நான். ஆனால் ஆட்டுப் புழுக்கைக்கும் எழுத்துக்குமான வேறுபாட்டை அறிந்துகொண்ட முதல் தலைமுறைப் பிரதிநிதியும் நான்தான். எழுத்தையே இன்னதென்று அறியாத பின்னணியைக் கொண்ட நான் எப்படி எழுத்தாளன் ஆனேன்?

பால்ய வயதில் அம்மாவின் முந்தானையைப் பற்றிக்கொண்டே திரிந்தேன். நான்கைந்து பேர் சேர்ந்திருக்கும் இடம் பிடிக்காது. மனிதக் குரல்களைக் கேட்டால் அச்சம். பள்ளியில் சேர்ந்த பிறகும் தனித்திருப்பதே விருப்பமாக இருந்தது. பிறருடன் கலந்து பழகுவதில் தயக்கம். ஓரிரு வார்த்தைகளே பேச்சு; அதுவும் முனகல். பாடப் புத்தகங்கள் மிகவும் பிடித்திருந்தன. அவற்றில் இருந்த படங்களும் பாடங்களும் எனக்கான உலகம் எனத் தோன்றியது. முதலாம் வகுப்பில் ஒரே புத்தகம்தான். இரண்டாம் வகுப்பில் இரண்டு. அவை போதவில்லை. வாரச் சந்தைக்குப் போய் வரும் அம்மாவின் கூடையை ஆவலுடன் எதிர்பார்த்திருப்பேன். புளி, சீரகம், மிளகு

உள்ளிட்டவற்றைக் காகிதத்தில் மடித்துக் கொடுத்திருப்பார்கள். கூடையில் இருக்கும் தின்பண்டங்களை விடவும் காகிதங்களின் மீதே என் கவனம் இருக்கும். எல்லாக் காகிதங்களையும் சேர்த்து வைத்துக்கொள்வேன். அவற்றில் துண்டுதுண்டாக இருக்கும் செய்திகளை, துணுக்குகளை, கதைப் பகுதிகளை எல்லாம் படிப்பேன். புரிகிறதோ இல்லையோ ஒருவரி விடாமல் வாசிப்பேன்.

எனக்கும் அண்ணனுக்குமான தின்பண்டப் பங்கீடு சரிசமமாக இருக்கும். தன் பங்கைத் தின்று தீர்த்ததும் அவனிடம் மிஞ்சிய காகிதங்களை என்னிடம் கொடுப்பான். பதிலாக என் தின்பண்டத்தில் கொஞ்சம் அவனுக்குக் கொடுக்க வேண்டும். அப்படிக் கொடுப்பது போதாமல் இன்னொரு தந்திரம் செய்தான். தின்பண்டங்களை இரண்டாகப் பங்கிடுவது போலக் காகிதங்களையும் இரண்டு பங்காகப் பிரிக்க வேண்டும் என்று ஒருமுறை கோரிக்கை வைத்தான். அப்படிப் பிரித்தால் தன் பங்குக் காகிதங்களைக் கொடுத்து என்னிடமிருந்து கூடுதலாகப் பண்டங்களை வாங்கலாம் என்பது அவன் கணக்கு. இந்தத் தந்திரத்திற்கு அம்மா உடன்படவில்லை. அடுப்புக்குத் தீப் பற்ற வைக்க மட்டுமே உதவும் காகிதங்களைப் பங்காக்கி என்னை ஏமாற்றித் தின்பண்டங்களை அண்ணன் பறிக்கப் பார்க்கிறான் என்று அம்மா கோபம் கொண்டார். ‘இப்படியா ஏமாளியா இருப்ப?’ என்று என்னைக் கடிந்தார்.

எங்காவது கிடக்கும் காகிதங்களைப் பொறுக்கி எடுத்து வந்து அதிசயப் பண்டமாக என்னிடம் கொடுப்பார் அம்மா. நான் படித்து முடித்துக் கொடுத்த பிறகே அடுப்புப் பற்ற வைக்கப் போடுவார். இந்தப் பண்டமாற்று விவகாரம் என் சித்தப்பா, பெரியப்பா பிள்ளைகளுக்கும் பரவியது. அங்கங்கே சிறுசிறு வீடுகளைக் கட்டி நாங்களும் எங்கள் பங்காளிகளும் குடியிருந்த அந்த விவசாய நிலப் பரப்பில் இப்படியாகக் காகிதப் பஞ்சம் ஏற்பட்டது. என் காகிதப் பித்து பின் பள்ளியிலும் பிரபலமாகியது. எப்போதாவது கிடைக்கும் தின்பண்டக் காசில் ஆரஞ்சு மிட்டாய்களை வாங்குவேன். ஒரு காகிதத்திற்கு ஒரு மிட்டாய் என்னும் கணக்கில் என்னிடம் காகிதங்கள் சேரும். தின்பண்டங்களை முற்றிலுமாக இழந்தாலும் காகிதங்கள் பெருங்கிளர்ச்சி கொடுத்தன.

மூன்றாம் வகுப்பில் ஐந்து பாடப் புத்தகங்கள் இருந்தன. அது பெரும் சந்தோசத்தைத் தந்தது. அப்போதெல்லாம் பொழுது சாய்ந்ததும் உண்டுவிட்டுக் கட்டிலைப் போட்டுப் படுத்துவிடுவோம். அருகிருந்த நகரத்திலிருந்து எழும் முன்னிரவு எட்டு மணிச் சங்கொலியை அரைத்தூக்கத்தில் கேட்போம்.

கடுமையான பகல் உழைப்பும் விடிகாலையில் விரைந்து எழ வேண்டிய தேவையும் முன்னிரவு உறக்கத்திற்குக் காரணம். அப்போதெல்லாம் மண்ணெண்ணெய் விலை அதிகம்; கிடைப்பதும் அரிது. இரவில் ஒளியேற்ற வேண்டும் என்னும் நம்பிக்கைக்காகச் சிம்னி விளக்கை ஏற்றிச் சுடரை இறக்கி மின்மினி போல ஒருமணி நேரம் வைத்திருப்போம். எண்ணெய்ச் சிக்கனம். சிம்னி விளக்கைச் சுற்றிக் கையகலம் படரும் ஒளிக்குள் என் புத்தகத்தை விரித்து வைத்து வாய்விட்டு வாசிப்பேன். பாடல், உரைநடை எல்லாம் ஒரே ராகம். அறிவியலையும் கணக்கையும் ஒன்றே போல வாசிக்க முடியும். எல்லாம் மொழிதானே? மொழிக்குள் புதைந்திருக்கும் இசைக்கூறின் மீது ஏனோ அப்படி ஒரு பித்து. சொற்கள் என்னைக் கிறங்கச் செய்தன. மண்ணெண்ணெய்த் தட்டுப்பாடு கூடிய போது விளக்கெண்ணெய் ஊற்றி அகல்விளக்கேற்றி உதவினார் அம்மா. எங்கள் நிலத்தில் ஆமணக்கு விளையும் என்பதால் விளக்கெண்ணெய்க்குத் தட்டுப்பாடு இல்லை.

பாடநூலில் வரும் பாடல்களில் சொற்களைப் பதிலீடு செய்து பாடிப் பார்ப்பதே எனது விளையாட்டு. ‘மாம்பழமாம் மாம்பழம் மல்கோவா மாம்பழம்’ என்று ஒரு பாடல். அதைக் ‘கொய்யாப் பழமாம் கொய்யாப்பழம்’, ‘பப்பாளிப் பழமாம் பப்பாளிப் பழம்’ என்றெல்லாம் சொற்களை மாற்றிப் போடுவேன். பொருள் சரி. ஓசை இடிக்கிறதே. வாழையில் பூவன்பழம் என்றொரு வகையுண்டு. அதைப் பேச்சு வழக்கில் பூம்பழம் என்போம். அதைப் பதிலியாக்கி ‘பூம்பழமாம் பூம்பழம் புதுப்புதுப் பூம்பழம்’ என்று மாற்றியதும் ஓசை ஓரளவு பொருந்தியது போலிருந்தது. பொருள் சேர்ந்தும் பொருளற்றும் இப்படிச் சொற்களைப் போட்டு இஷ்டப்படி பாடித் திரிவேன். அது கொஞ்சம் கொஞ்சமாக வளர்ந்து புத்தகத் தாள்களின் வெற்றிடங்களில் எதையாவது எழுதி வைப்பது என்றானது. ஆண்டு முடிவில் மிஞ்சும் குறிப்பேட்டு வெற்றுத் தாள்களை ஒன்று சேர்த்துத் தைத்து வைத்துக்கொண்டு அத்தாள்களில் ஏதேதோ எழுதுவேன். என் தனித்திருக்கும் இயல்புக்கு உற்ற துணையாக எழுத்தை அப்போதே கண்டு கொண்டேன். எழுதியவற்றில் ஏற்கனவே வாசித்ததைப் போலி செய்தவையே மிகுதி. பிள்ளைக் கிறுக்கல்கள்.

●

30–12–20

22

மறைந்திருந்து கேட்கும் குயில்கள்

எழுதுவதற்கு என்று ஓரிடமும் நேரமும் எனக்கு நிரந்தரமாக அமைந்ததில்லை. மிகச் சிறுவயதிலேயே எழுத ஆரம்பித்துவிட்டேன். அப்போதெல்லாம் எங்கள் நிலத்திலிருந்த தானியக் களமாகிய பாறைதான் எழுதுமிடம். அகலமான வட்ட வடிவப் பாறை. சிறுபாழி ஒன்றும் உண்டு. மழைக்காலத்தில் அதில் நீர் நிறைந்திருக்கும். வட்டத்திலிருந்து ஒருபுறம் மட்டும் வால் போலக் கீழிறங்கிச் செல்லும். பனைமரத்தின் மேலிருந்து பார்த்தால் வித்தியாசமான மிருகம் ஒன்று படுத்திருப்பது போலப் பாறையின் வடிவம் தெரியும்.

சுற்றிலும் பயிர்கள் வளர்ந்து நிற்கும் பருவத்தில் கருப்பைக்குள் இருப்பது போலத் தோன்றும். அறுவடை முடிந்த கோடையில் விரிந்த வெளியின் சுதந்திரத்தை அனுபவிக்க முடியும். இளவெயில் படரும் காலையும் ஓரத்து மர நிழல்கள் நிறைக்கும் மாலையும் அந்தப் பாறையில் உட்கார்ந்து எதை யாவது வாசிப்பேன்; எழுதுவேன்.

மடியில் குறிப்பேட்டை வைத்துக்கொண்டு எழுதுவேன். சிலசமயம் குப்புறப் படுத்துக்கொண்டு எழுதுவேன். பாறையின் சொரசொரப்பு இதம் தரும். முன்னால் வைத்து எழுதுவதற்கு வாகாக பட்டைக்கல் ஒன்றைப் போட்டு வைத்திருந்தேன். அதுதான் மேஜை. உணவுக்காக அம்மா ஓங்கிக் குரல் கொடுத்து அழைப்பார். பொருட்படுத்தாமல் என் வேலையைப் பார்த்துக்கொண்டிருப்பேன். இடைவெளி விட்டு ஐந்தாறு முறை அழைப்பு வந்த பிறகு மனமில்லாமல் மெல்லக் கிளம்புவேன்.

எங்கள் வீட்டிற்கு 1993 வரை மின்சார இணைப்பு கிடையாது. ஆகவே இருட்டிய பிறகும் பாறையில் இருப்பதுண்டு. வளர்பிறை நாட்களில் நிலவொளி எனக்கு வெளிச்சம் தரும். அதில் வாசிக்க இயலாது. ஆனால் எழுதலாம். அப்படி நிலவொளியில் உருவான என் பிள்ளைக் கிறுக்கல்கள் ஏராளம். அப்பாறை என் கல்லூரிக் காலம் வரைக்கும் மனதுக்கு உகந்த ஏகாந்த வெளியாக இருந்தது.

அதன் பிறகு வெவ்வேறு ஊர்கள்; வெவ்வேறு அறைகள்; வீடுகள். எங்கும் என் மனதுக்குப் பிடித்தமான இடம் அமையவே இல்லை. 2005ஆம் ஆண்டு நாமக்கல்லில் சொந்த வீடு வாங்கினேன். அருமையான மொட்டை மாடி கிடைத்தது. வெயில் காலத்தில் என் படுக்கையும் மொட்டை மாடியில்தான். இரவுகளில் அங்கிருந்து நிறைய எழுதியிருக்கிறேன். என்றாலும் திருப்தியில்லை. எழுதவும் வாசிக்கவும் நிரந்தர அமைப்பு ஒன்றை ஏற்படுத்திக்கொள்ளும் விருப்பம் வந்தது. நினைத்த நேரமெல்லாம் மொட்டை மாடிக்குப் போயிருக்க முடியாது. நகரத்துக்கே உரிய கொசுத் தொல்லை மொட்டை மாடியிலிருந்து விரட்டும்.

2009இல் என் அம்மாவுக்கென ஓர் அறை உருவாக்கும் சாக்கில் எனக்கென புத்தக அறை ஒன்றையும் கட்டிக் கொண்டேன். மாடியில் ஒருபாதியில் அம்மாவின் அறையும் என் புத்தக அறையும். இன்னொரு பாதியில் அழகான தகரக் கூரை போட்டு மூன்றுபுறம் திறந்த பந்தல் அறை (*shed*). புத்தக அறையும் பந்தல் வெளியும் என் எழுத்துக்கான இடங்கள். இரண்டு இடங்களிலும் மேஜைகள் இருக்கின்றன. அவ்வப்போது பயன்படுத்தும் புத்தகங்களை கை நீட்டி எடுக்கும்படி வைத்துக் கொள்ள அலமாரிகள் இருக்கின்றன.

கொரானோ தனிமைப்படுத்தல் பொழுதில் பந்தல் அறைப் பகுதியில்தான் என் நேரம் கழிகிறது. மடிக்கணினி, அதனோடு இணைத்த ஒலிவாங்கிகள், புத்தகங்கள் என் மேஜையிலும் சிறிய அலமாரியிலும் இருக்கின்றன. வாசிப்பும் எழுத்தும் அதன்முன் தான் நடக்கின்றன. ஏதாவது பாடல் கேட்டுக்கொண்டே எழுதுவது என் இயல்பு. ஒருபுறம் முருங்கை மரம் ஒன்றும் கறிவேப்பிலை மரம் ஒன்றும் இருக்கின்றன.

முருங்கைப் பூக்களுக்கு வண்ணத்துப் பூச்சிகளும் தேன்சிட்டுகளும் வரும். கறிவேப்பிலைப் பழங்களைக் குயில்கள் விரும்பி உண்ணும். மரங்களிலும் சுற்றுச் சுவர்களிலும் காகங்களும் தவிட்டுக் குருவிகளும் உட்கார்ந்து இளைப்பாறும். சற்றுத் தொலைவிலிருந்து கரிக்குருவிகள் ஒலியெழுப்பும்.

செம்போத்தின் ஒற்றைக்குரல் பெரும் அதிர்வோடு வந்து சேரும். அணில்கள் மரமேறியும் சுவர்களில் குதித்தும் ஓடிக்கொண்டிருக்கும். அதுவும் காலை நேரத்தில் அவற்றை எல்லாம் ஒரு சேரப் பார்க்கலாம். தம் வேலைகளை அவை பார்த்துக்கொண்டிருக்க என் வேலைகளை நான் செய்துகொண்டிருப்பேன்.

அவற்றுக்குத் தங்களைப் போல நானும் ஓர் உயிர். அவ்வளவுதான். என் மேல் அவற்றுக்கு நம்பிக்கை இருக்கிறது. இந்த ஆள் தங்களை விரட்டவோ தொந்தரவு செய்யவோ மாட்டான் என்பது அனுபவத்தில் தெரிந்திருக்கிறது. எனக்கும் அவை எந்தத் தொந்தரவையும் தருவதில்லை. நாங்கள் அவரவர் இருப்பை மதிக்கிறோம். அவ்வப்போது சந்தோசக் குரல் எழுப்பிப் பேசிக்கொள்கிறோம். மௌனமாக ஒருவரை ஒருவர் பார்த்துக்கொள்கிறோம்.

இந்தச் சூழலில் எழுதி முடித்துள்ள சில சிறுகதைகளைச் சற்றே உரக்க வாசிக்கிறேன். அண்டங்காக்கைகள் இரண்டு தலையைத் தாழ்த்தி வியப்போடு பார்க்கின்றன. கறிவேப்பிலை அடர்த்திக்குள் மறைந்திருந்து குயில்கள் கேட்கின்றன. அணில்கள் ஆரவாரமிட்டுக் கத்துகின்றன. என் குரல் இன்னும் கொஞ்சம் உயர்கிறது.

●

30—04—20

23

யாருக்கு எழுத வேண்டும்?

'யாருக்கு எழுத வேண்டும்?' என்னும் கேள்வி மிகவும் எளிதானது போலத் தோன்றுகிறது. ஆனால் இதற்குப் பதில் சொல்வது அவ்வளவு சுலபமல்ல. யாருக்காவதுதான் எழுத வேண்டுமா? அதாவது வாசகரை மனதில் கொண்டுதான் எழுத வேண்டுமா? அப்படி எழுத முடியுமா? வாசகரை மனதில் இருத்தி எழுதினால் சரியாக வருமா? வாசகர் திரள் என்பது எப்படிப்பட்டது? அதற்கு ஒற்றைமுகம் உண்டா? பல முகங்களா? வாசகர் எதிர்பார்ப்பு பற்றி என்ன வகையான சித்திரம் இருக்க வேண்டும்? அவர்கள் கொண்டிருக்கும் கருத்துக்களை, விழுமியங்களை எழுத்தில் வலியுறுத்துவதா? இல்லை, அவற்றைக் கேள்விக்கு உட்படுத்துவதா? ஒருவர் கொண்டிருக்கும் கருத்தை வலியுறுத்த ஏன் எழுத வேண்டும்? கேள்விக்கு உட்படுத்தினால் எழுத்தை ஏற்றுக்கொள்வார்களா? வாசகரை மகிழ்விப்பதுதான் எழுத்தா? முடிவற்று எத்தனையோ துணைக்கேள்விகளை இப்படி எழுப்பிக்கொண்டே போகலாம். விடை சொல்வது தான் கடினம்.

நான் எழுதத் தொடங்கிய காலத்தை நினைவு கூர்ந்து பார்க்கிறேன். யாருக்காக எழுதத் தொடங்கி னேன்? வேறு யாருக்காகவும் இல்லை, எனக்காகத் தான். சிறுவயதில் பாடல்களைக் கேட்பதிலும் கதைகளை வாசிப்பதிலும் மிகப் பெரிய ஆர்வம் இருந்தது. அது எங்கிருந்து வந்தது என்று சொல்ல முடியவில்லை. என் முன்னோரும் பெற்றோரும்

எழுத்தறிவு பெற்றவர்கள் அல்ல. முதல் தலைமுறையாகப் பள்ளிக்கூடத்தில் அடி எடுத்து வைத்து எழுத்தறிவு பெற்றுக் கல்வி கற்றவன் நான். சிலர் சொல்வது போல 'எங்கள் பாட்டி சொல்லும் கதைகளைக் கேட்டு வளர்ந்ததால் எனக்கு எழுத்தார்வம் வந்தது' என்றும் என்னால் சொல்ல முடியாது.

என் பாட்டிக்கு அவ்வளவெல்லாம் கதைகள் தெரியாது. நான்கைந்து கதைகள் மட்டுமே பாட்டிக்குத் தெரியும். அவற்றையே மீண்டும் மீண்டும் எங்களுக்குச் சொல்லிக் கொண்டிருப்பார். ஒப்பாரிப் பாடல் கட்டும் திறம் பாட்டிக்கு உண்டு. பாட்டியிடம் கதை கேட்க நானும் என்னொத்த பேரன் பேத்திகளும் விரும்பியதில்லை. 'இந்தக் கதையவே எத்தன தடவ சொல்லுவ ஆயா?' என்போம். 'எனக்குத் தெரிஞ்சதத்தான் சொல்லுவன்' என்பார். பெரிய குடும்பம், இடைவிடாத விவசாய வேலை ஆகியவற்றின் காரணமாகக் கதை சொல்லச் சொல்லவே பாட்டிக்கு வாய் குழறும். திடீரென்று சொற்கள் நின்றுவிடும். தன்னையறியாமல் தூங்கிப் போவார். கதை கேட்கும் குழந்தைகள் பாதியிலேயே தூங்கிப் போவது இயல்பு. கதை சொல்பவர் தூங்கும் அதிசயம் எங்கள் பாட்டி.

தாத்தாவுக்கோ ஒருகதையும் தெரியாது. வயிறு முட்டக் கள் குடித்துவிட்டு வந்து புளிச்ச ஏப்பம் விடுவார். யார் யாரையோ திட்டுவார். நாக்குக்கு நல்ல காரமான குழம்பு வேண்டும். கயிற்றுக் கட்டிலில் குறட்டைச் சத்தம் எழ ஆழ்ந்து உறங்குவார். அவர் அருகில் போய்ப் படுக்க ஒருவரும் விரும்ப மாட்டோம். கதையும் தெரியாது; அண்டிப் படுக்கவும் முடியாது என்றால் கதை எங்கிருந்து வரும்? ஆட்டு வியாபாரம் செய்து கொண்டிருந்தார். அது சம்பந்தமான சில சம்பவங்களைச் சொல்வார். அவை கதை போல இருக்கும். ஆடு திருடர்களைப் பற்றிய சம்பவங்கள் சுவாரசியம் மிக்கவை. அவ்வளவுதான்.

எங்கள் பெரியபாட்டிக்கு நிறையக் கதைகள் தெரியும். தாத்தாவின் அண்ணன் மனைவி. ஆனால் அவர் வீட்டுக்கும் எங்கள் வீட்டுக்கும் கொஞ்சம் தூரம். இரவில் அங்கே சென்றால் திரும்ப வருவது கடினம். அப்போதெல்லாம் மின்சாரம் கிடையாது. பேய், பூச்சி பயம் அதிகம். வேலைகளை முடித்து விட்டுத் தூங்கப் படுத்த பிறகே கதை சொல்லல் தொடங்கும். கதை கேட்கக் கேட்கவே தூங்கிப் போவோம். அதுவும் தூங்கி விட்டால் என்னை எழுப்ப முடியாது. அப்படியே எழுந்தாலும் பித்துப் பிடித்தது போல அங்கும் இங்கும் ஓடுவேன். அதனால் எங்குமே என் அம்மா அனுப்ப மாட்டார். படுத்தால் அதே இடம்தான்.

அது மட்டுமல்ல. எங்கள் தாத்தாவும் பெரியதாத்தாவும் அண்ணன் தம்பிகள். விவசாயக் குடும்பத்தில் பங்காளிகளுக்குள் ஒத்துப் போனதாக வரலாறு கிடையாது. வரப்புத் தகராறு வரும். ஆடுமாடுகள் விவசாய நிலத்தில் புகுந்து மேய்ந்துவிட்டன என்று நித்தம் பிரச்சினை. ஏதாவது ஒரு காரணத்தை முன்வைத்து அடிக்கடி அவர்களுக்கும் எங்களுக்கும் சண்டை வந்துவிடும். பேச்சு வார்த்தை அற்றுப் போகும். பெரிய பிரச்சினை ஒன்றில் எங்கள் பாட்டி மண்ணை வாரித் தூற்றிவிட்டார். அது உறவு முறிவுக்கு அடையாளம். இத்தனை பிரச்சினைகள் இருந்தால் கதை எப்படிக் கேட்பது? பெரியபாட்டியிடமும் நினைத்த போதெல்லாம் கதை கேட்க முடியாது. அரிதாக வாய்க்கும் சந்தர்ப்பங்களில்தான் சில கதைகள் கிடைக்கும்.

ஆக, பாட்டிகதை கேட்டு நான் எழுத்தாளன் ஆகவில்லை. சுத்த சுயம்பு என்றுதான் சொல்ல வேண்டும். சிறுவயதிலேயே எந்தத் தாளைக் கண்டாலும் எழுத்துக் கூட்டி வாசிப்பேன். வாசிப்பில் அப்படி ஒரு ஆர்வம். என் கைக்குக் கிடைத்தவை சந்தைக் கடையில் பொட்டலம் கட்டிக் கொடுக்கும் பத்திரிகைத் தாள்கள்தான். போகப்போக வெகுஜனப் பத்திரிகைகள் சிலவும் வாசிக்க கிடைத்தன. எங்கள் வீட்டில் தானியம் கொட்டி வைக்கும் மொடாக்கள் நிறைந்திருக்கும். ஒற்றைத்தாளைக் கூடக் காண முடியாது. பள்ளிக்கூடப் புத்தகங்கள் மட்டுமே. ஒரு கல்வியாண்டு முடிந்ததும் அவற்றையும் எடைக்குப் போட்டுவிடுவோம். எங்களுக்கும் எழுத்து, வாசிப்பு, புத்தகம் இவற்றுக்கும் துளிகூடச் சம்பந்தம் இல்லை.

அப்புறம் எப்படித்தான் எனக்கு இந்த வாசிப்புப்பித்துப் பிடித்தது என்றே தெரியவில்லை. எதைக் கண்டாலும் வாசிப்பேன். எதை வாசிக்கிறேனோ அதையே மாதிரியாகக் கொண்டு சுயமாக எழுதுவேன். போலச் செய்தல்தான். பெரும்பாலும் வடிவம் போலச் செய்தல். விஷயம் என்னுடைய தாக இருக்கும். என் அம்மாவைத் தவிரப் பிறர் எவருடனும் அதிகம் பேச மாட்டேன். எவராக இருந்தாலும் ஓரிரு சொற்கள் மட்டுமே. அதனால் எழுத்தில் பேசுவது எனக்கு மிகவும் பிடித்திருந்தது. பள்ளிக்கூடக் குறிப்பேடுகளில் மீந்த தாள்களை எல்லாம் ஒன்றாகச் சேர்த்துப் புதுக்குறிப்பேடு தயாரித்து அதை எழுதுவதற்குப் பயன்படுத்திக் கொள்வேன்.

கவிதையே எனக்கு எழுத வாகாக இருந்தது. எழுதுவது பிரசுரம் ஆக வேண்டும் என்னும் எண்ணம் ஏதுமில்லை. பிறர் வாசித்துப் பாராட்ட வேண்டும் என்பதும் இல்லை. எங்கள் மேட்டுக்காட்டுப் பரப்பில் என்னைத் தவிர வாசிக்க யாருமே யில்லை. நானே எழுதுவேன்; நானே வாசிப்பேன். நன்றாகக்

காற்று வீசும்போது அதன் சத்தத்திற்கு எதிர்க்குரலாக என்னுடையது எழும். நான் எழுதியதையே திரும்பத் திரும்ப வாசிப்பேன். கொஞ்சம் கிறுக்குப் பிடித்தவன் என்பது ஊரில் எனக்குப் பெயர். எழுதுவதும் வாசிப்பதும் மனதிற்கு மகிழ்ச்சியாக இருந்தன.

நாய்க்குட்டி செத்துப் போனதற்குப் புலம்பி எழுதியவை பல. ஏனென்றால் அடிக்கடி நாய்க்குட்டிகள் செத்துப் போகும். ஒரு நாய்க்குட்டி உயிர் பிழைத்து நிலைத்தால் பெரிய விஷயம். அடிக்கடி இரங்கல் பாடல் என்னிடமிருந்து பிறக்கும். ஒவ்வொரு நாய்க்குட்டிக்கும் பெயர் சூட்டி வைத்திருப்பேன். அந்தப் பெயர் வருகிற மாதிரி பாடல் அமையும். இப்போது யோசித்தால் சிரிப்பு வருகிறது. அந்தக் காலத்தில் ஊர் ஊருக்குக் கால்நடை மருத்துவமனை கிடையாது. ஒழுங்கான மருத்துவ வசதி இருந்திருந்தால் இத்தனை இரங்கல் பாடல்கள் எழுதியிருக்க வேண்டியதில்லை என்று நினைத்துக்கொள்வேன். இப்படி பூனை, ஆடு, மாடுகள் பற்றியெல்லாம் எழுதியுள்ளேன்.

மரங்களைப் பற்றி எழுதியவை ஏராளம். எங்கள் ஊரிலிருந்து பார்த்தால் விதவிதமாகத் தெரியும் மலையின் தோற்றம் பற்றிப் பல. குடிகார அப்பாவைத் திட்டித் திட்டி எழுதியவை எக்கச்சக்கம். அம்மாவின் கஷ்டங்களை நினைத்து எழுதியவை அதிகம். மழைக்காலம், வெயில்காலம், பனிக்காலம் என எல்லாக் காலத்துத் துன்பங்களையும் எழுதியிருக்கிறேன். இன்பங்களை அவ்வளவாக எழுதியதில்லை. துன்பங்கள்தான் படைப்புக்கு ஊற்று என்பதாலோ என்னவோ என் எழுத்தெல் லாம் ஒரே சோகமயம். கண்ணீர் கரை புரண்டு ஓடும்.

என்னென்னவோ எழுதியிருக்கிறேன். அவற்றை எல்லாம் யாருக்கு எழுதினேன்? எனக்காகத்தான் எழுதினேன். எழுதுவது என்னை வெளிப்படுத்திக்கொள்ளும் வழி. மனதை லேசாக்கக் கிடைத்த துணை எழுத்து. எழுத்து அறிமுகமானதும் அதன் வழியாக எனக்குக் கிடைத்த வடிகால்தான் அந்தப் பிள்ளைக் கிறுக்கல்கள் எல்லாம். எழுதி எழுதித்தான் என்னை மேலேற்றிக் கொண்டேன். எழுத்து என்னை ஏதேதோ கட்டுக்களிலிருந்து விடுவித்தது. நான் இறக்கி வைத்தவற்றை எல்லாம் ஏந்தி வாங்கிக் கொண்டது. எந்தப் புலம்பலையும் எதிர்ச்சொல் ஏதுமின்றிப் பெற்றுக்கொள்ள எழுத்தைப் போல வாகான எதுவும் கிடைக்க வில்லை. எழுத்தாளன் ஆக வேண்டும் என்று திட்டமிட்டு உருவானவன் அல்ல நான். என்னை வெளிப்படுத்திக்கொள்ளும் இயல்பான ஒன்றாக எழுத்து எனக்கு இருந்தது. எழுத்தைப் பொருத்தவரைக்கும் 'சுயம்பு' என்றுதான் சொல்ல வேண்டும்.

சக மனிதர்களிடம் பேச ஒருபோதும் எனக்குப் பிடித்த மில்லை. அவர்கள் என்ன மனநிலையில் இருப்பார்கள் என்று சொல்ல முடியாது. நாம் சொல்வதைக் கேட்கும் பொறுமை உள்ளவர்கள் கிடைப்பது அரிது. இருந்தாலும் நினைப்பதை எல்லாம் சொல்லிவிட முடியாது. மனிதர்கள் அத்தனை நம்பிக்கைக்கு உரியவர்கள் அல்லர். அவர்களுக்குக் காதுகளை விடவும் வாய்தான் கூர்மையானது. எதையும் உள்ளார்ந்த வன்மத்தோடு பிறரிடம் சொல்வதற்கு அவர்கள் எப்போதும் தயாராக இருப்பார்கள். ஏளனம் செய்வார்கள். கேலி பேசுவார்கள். மனிதர்களை விடவும் எழுத்து எத்தனையோ மேலானது. சொல்வதை எல்லாம் அது கமுக்கமாகப் பொதிந்து வைத்துக்கொள்ளும். எங்கிருந்தோ நீளும் கையால் மனதை வருடும். இதைச் சிறுவயதிலேயே நான் கண்டு கொண்டேன்.

சரி, எனக்காகத்தான் எழுதத் தொடங்கினேன். இப்போதும் அப்படியேதானா? அப்புறம் எதற்கு அச்சு, புத்தகம், வெளியீடு, வாசகர்கள்? என் எழுத்து ரகசியம் வெளிப்பட இரண்டு காரணங்கள். முதலாவது எங்கள் வீட்டுக்கு வந்து சேர்ந்த டிரான்சிஸ்டர் என்னும் வானொலிப் பெட்டி. என்னைப் போலவே எழுதுவோர் எத்தனையோ பேர் இருக்கிறார்கள் என்பதையும் அவர்கள் எழுதுவதைப் பிறரும் கேட்க முடியும் என்பதையும் வானொலி வாயிலாக அறிந்தேன். என் வகுப்பு நண்பர்கள் ஒவ்வொருவருக்கும் அவர்களின் குறிப்பேடுகளில் நன்னான்கு வரிகளை எழுதிக் கொடுத்தேன். அவர்களின் பெயர்கள் இடம்பெறுவது போன்ற வரிகள். இவையிரண்டும் எனக்குக் 'கவிஞன்' என்னும் அடையாளத்தைக் கொடுத்தன.

உயர்நிலைப் பள்ளி மாணவனாக இருந்த காலத்தில் இந்தக் கவிஞன் என்னும் அடையாளம் பரவிப் பள்ளி சார்பாகக் கவிதைப் போட்டிகளில் கலந்துகொள்ளும் வாய்ப்பைப் பெற்றேன். அப்போதுதான் எழுத்து என்பது 'எனக்காக' என்னும் இடத்திலிருந்து 'நமக்காக' என்னும் இடத்திற்கு நகர்ந்தேன் என்று நினைக்கிறேன். 'நமக்கு' என்றால் யார் யார்? எதிரில் இருந்து கவிதையைக் கேட்போரையும் உள்ளடக்கியது இந்த 'நமக்கு.' அதில் யாரை வேண்டுமானாலும் உள்ளடக்கிக் கொள்ளலாம். கேட்போர், வாசிப்போர் எங்கிருந்தாலும் நமக்குள் அடங்குவர். அவர்கள் எங்கிருந்தாலும் சரி, எப்படியிருந்தாலும் சரி, நமக்குள் அடங்கிவிடுவர்.

எனக்கான எழுத்துக்கும் நமக்கான எழுத்துக்கும் என்ன தான் வேறுபாடு? நான் அனுபவம் கொள்வதைப் பிறரும் அனுபவிக்கும் வகையில் ஒன்றைப் பொதுமைப்படுத்த வேண்டும். எனக்காக எழுதுகிறேன் என்பதற்குள் இருக்கும்

‘நான்’ எவர் வாசித்தாலும் அவருடைய ‘நான்’ என்றுணர வேண்டும். அப்போது அது ‘நாம்’ ஆகிவிடும். மக்களுக்காக எழுதுகிறேன் என்றெல்லாம் சொல்ல விரும்பவில்லை. எனக்காக எழுதினேன். இப்போது நமக்காக எழுதுகிறேன். நமக்குள் நானும் உண்டு; நீங்களும் உண்டு; கண்ணுக்குப் படாமல் எங்கோ இருக்கும் அவர்களும் உண்டு.

●

20–03–23

(2023, மார்ச் மாதத்தில் பெங்களூரு இலக்கிய நிகழ்வு ஒன்றில் பேசியதன் எழுத்து வடிவம்.)

24

புத்தகம் திணித்த மொடா

புத்தகத்திற்கும் என் பரம்பரைக்கும் எந்தச் சம்பந்தமும் இல்லை. வேளாண் குடும்பம். எங்கு பார்த்தாலும் ஏர், கலப்பை, மண்வெட்டி, களைக்கொத்துகள், கூடைகள் என்று பல கருவிகள் கிடக்கும். மாட்டுச் சாணியும் ஆட்டுப் புழுக்கைகளும் விரவிய மணம். எழுத்து வாசனை என்றால் இரண்டு மூன்று துணிகளில் சுற்றிப் பானைக்குள் போட்டு என் பாட்டி வைத்திருக்கும் காட்டுப் பத்திரத்தை என்றைக்காவது அபூர்வமாக எடுக்கும்போது அதிலிருந்து வீசுவதுதான். பூச்சி அரித்துவிடாமலிருக்கத் துடைத்து மறுபடியும் பானைக்குள் வைத்துவிடுவார் பாட்டி. அதையும் யாரும் படிப்பவரில்லை. என்ன எழுதியிருக்கிறது என்பதை வாய்வழித் தகவலாகத் தெரிந்து வைத்திருப்பதோடு சரி.

என் அண்ணனே முதன்முதலாகப் பள்ளிக் கூடத்தை எட்டிப் பார்த்தவன். அடுத்து நான். என்ன தோசம் பீடித்ததோ தெரியவில்லை. தொடக்கப்பள்ளியில் படிக்கும்போதே எனக்கு வாசிப்பு ஆர்வம் வந்துவிட்டது. கிடைப்பதை எல்லாம் படித்துவிடுவேன். அப்படி என்ன கிடைத்துவிடும்? என் பாட்டியோ அம்மாவோ செவ்வாய்க்கிழமை சந்தையில் பொரி வாங்கி வரும் பொட்டலக் காகிதம்தான் நான் முதலில் வாசித்த பாடப்புத்தகம் அல்லாதது. குப்பையில் கிடக்கும் இத்தகைய காகிதங்களை எல்லாம் பொறுக்கி ஒன்றுவிடாமல் வாசித்துவிடுவேன். என் வாசிப்புத்

தாகம் குடும்பத்தினரைப் பயமுறுத்தியது. ‘பையனுக்குப் பித்துப் புடிச்சரப் போவுதுடா’ என்பார் பாட்டி. உண்மையில் அப்போது எனக்குப் புத்தகப் பித்து பிடித்துத்தான் இருந்தது.

தேர்வு விடுமுறைகளில் என் பெரியம்மா வீட்டுக்குப் போவதைப் பெரிதும் விரும்புவேன். அங்கே ராணி, குமுதம் ஆகிய இதழ்களும் இரும்புக்கை மாயாவி காமிக்ஸ் நூல்களும் அடுக்கி வைத்திருப்பார்கள். எடைக்குப் போடாமல் எனக்காகவே பெரியம்மா எடுத்து வைத்திருப்பார். பெருந்தாகத்தோடு இருப்பவன் தண்ணீரைக் கண்டால் பாய்ந்து பருகுவதைப் போல எல்லாவற்றையும் வாசித்து முடிப்பேன். அடுத்த விடுமுறை எப்போது வரும் என்னும் ஏக்கத்தோடு வீட்டுக்குத் திரும்புவேன். வேறு எதுவும் கிடைக்காத நிலையில் தமிழ்ப் பாட நூல்கள் என் விருப்பத்திற்கு உரியவையாக இருந்தன. அவற்றில் வரும் கவிதைகளையும் பாடல்களையும் எளிதாக மனனம் செய்துகொள்வேன். அவற்றைப் பின்பற்றிப் பல கவிதைகளையும் எழுதுவேன். கவிதையே என் பள்ளிப் பருவத்தில் பெருவிருப்பமாக இருந்தது. பள்ளி சார்பாகக் கவிதைப் போட்டிகளுக்கும் செல்லத் தொடங்கினேன்.

திரைப்படப் பாடல் ஏடுகளை வாங்குவது மட்டுமே எளிதாக இருந்த எனக்குக் கவிதை நூல்களை வாங்குவதற்கான இருவழிகள் புலப்பட்டன. மாதந்தோறும் கிருத்திகை தவறாமல் என் அப்பன் பழனிமலைக்குச் செல்வார். எங்கள் ஊரிலிருந்து பழனி கிட்டத்தட்ட ஐந்து மணி நேரப் பயணத் தூரம். எனினும் அதுதான் புத்தகம் வாங்குவதற்கான முதல் வழியாக அமைந்தது. அப்பனோடு ஒருமுறை போயிருந்தபோது பழனிமலை மண்டபங்களில் சில புத்தகக் கடைகள் இருப்பதைக் கண்டேன். அவற்றில் கண்ணதாசன், மு. மேத்தா, அப்துல்ரகுமான் என வெகுஜனப் பிரபலம் பெற்றிருந்த பலரது நூல்கள் இருந்தன. என் சேமிப்புக் காசிலிருந்து அப்புத்தகங்களை வாங்குவேன். மலை ஏறும்போது என் அப்பனை முன்னே போகவிட்டு நான் அக்கடைகளில் நின்றுவிடுவேன். அதேபோல இறங்கும்போது அப்பனுக்கு முன்னால் வேகமாக இறங்கி அக்கடைகளில் நிற்பேன். நான் புத்தகம் வாங்குவது அப்பனுக்குத் தெரியும். என்னோடு முகம் கொடுத்துப் பேச மாட்டார். போகும்போது இருக்கும் நெகிழ்வு மாறித் திரும்பும்போது இறுக்கமாகிவிடும். எனினும் மாதம் தவறாமல் அவரோடு பழனிக்குச் சென்றே தீருவது என்பதில் உறுதியாக இருந்தேன்.

அங்கேதான் வானதி பதிப்பகம் வெளியிட்ட கண்ணதாசன் புத்தகங்கள் அனைத்தையும் வாங்கினேன். அப்போது கண்ணதாசன் எழுத்துக்களில் தீவிர ஈடுபாட்டோடு

இருந்தேன். அவர் பெயரைப் பார்த்தால் வாங்கிவிடுவேன். பணம் புத்தகமாகி வீணாகிறது என்பது அப்பனின் அபிப்ராயம். அதனால் என்னைத் தவிர்க்கப் பல வழிகளைக் கையாண்டார். ஆனால் எனக்குப் பழனி செல்வது பெரிய விஷயமாக இல்லை. பல மாதங்கள் சென்றதால் வழி பழக்கமாகி இருந்தது. சனிக்கிழமையோ ஞாயிற்றுக்கிழமையோ எனக்குச் சிறப்பு வகுப்பு இருப்பதாகப் பொய் சொல்லிவிட்டுக் காலையில் நேரமாகவே புறப்பட்டுப் பழனிக்குப் போய்த் திரும்புவேன். தனியாகச் சென்று வருவது உற்சாகமாகவே இருந்தது. அவசரம் இல்லாமல் நின்று நிதானித்து எனக்குத் தேவையான நூல்களை வாங்கிக்கொள்ள முடிந்தது. மலை மேல் ஏறி முருகனைப் பார்த்துக் கும்பிடு போடவும் மறப்பதில்லை. எனக்கு விருப்பமான புத்தகஸ்தலம் பழனி. ஆனால் அந்தக் கடைகள் என் வாசிப்புக்குப் போதுமானவையாக இல்லை. ஒரு கட்டத்தில் வாங்கிய புத்தகங்களே அங்கே நிறைந்திருந்தன. சலித்துப் போனேன்.

அப்போது நண்பர் ஒருவர் மூலமாக விபிபி முறையில் புத்தகம் வாங்கும் இரண்டாம் வழிமுறையைத் தெரிந்து கொண்டேன். ஒரு கார்டில் 'இன்ன புத்தகத்தை விபிபியில் அனுப்பி வைக்கவும்' எனப் புத்தகத்தின் பெயரைக் குறிப்பிட்டு எழுதி அனுப்பினால் எப்படியும் ஒரு வாரத்திற்குள் புத்தகம் வந்து சேர்ந்துவிடும். வானதி பதிப்பகம், மணிமேகலை பிரசுரம், திருமகள் நிலையம், கலைஞன் பதிப்பகம் ஆகியவை கடிதம் கிடைத்த அன்றைக்கே புத்தகத்தை அனுப்பிவிடுவார்கள். எங்கள் ஊரின் காட்டுக்குள் தன்னந்தனியாக என் வீடு இருந்தது. அஞ்சலகர் என் பெயரைச் சொல்லிக் கேட்டுக்கொண்டு ஒரு புத்தகக் கட்டோடு எங்கள் வீட்டுக்கு வந்தபோது எனக்குப் பெருமையாகவும் வியப்பாகவும் இருந்தது. அஞ்சலகரைக் கலைமகள் போலவே கருதினேன். நமக்குத் தேவையான புத்தகத்தை ஏழுகடல் ஏழு மலை தாண்டி ஒரு கை கொண்டு வந்து கொடுக்கிறதென்றால் அது சாதாரணமா? என் பன்னிரண்டாவது வயதில் தொடங்கிய அந்த அஞ்சலகரின் தொடர்பு என் வளர்ச்சியில் படிப்படியாக நட்பாக வளர்ந்து இப்போது குடும்ப உறவாக நீடிக்கிறது.

விபிபியில் புத்தகம் பெறுவது அதிகச் செலவுதான். புத்தக விலையோடு விபிபி கட்டணமும் செலுத்த வேண்டும். பிரபல பதிப்பகங்கள் வாசகரை மதிப்பதில்லை. ஆகவே கழிவு கொடுக்க மாட்டார்கள். ஒவ்வொரு நூலையும் அஞ்சலகரிடம் பணம் கொடுத்துப் பெறுவதைக் கண்டு அம்மாவுக்கும் அப்பனுக்கும் பொறுக்கவில்லை. என்னென்னவோ சொல்லித் தடுத்துப்

பார்த்தார்கள். என்னால் அந்த வழக்கத்தை விட முடியவில்லை. சனிக்கிழமை என்றால் வீட்டில் நானிருந்து வாங்கிக் கொள்வேன். எனக்குப் பள்ளி நாளாக இருந்தால் அம்மாவிடம் அஞ்சலகர் எனக்குப் புத்தகம் வந்திருக்கும் விஷயத்தைச் சொல்லிச் செல்வார். அடுத்த நாள் போய் வாங்கிக்கொள்ள வேண்டும். தினமும் 'ஆள் இல்லை' என்று எழுதி வைக்க முடியாது என்றும் போஸ்ட் மாஸ்டர் திருப்பி அனுப்பிவிடுவார் என்றும் அஞ்சலகர் சொல்லியிருந்தார்.

எங்கள் ஊருக்குரிய அஞ்சலகம் அருகில் இல்லை. மூன்று கல் தொலைவில் ஆண்டிபாளையம் என்னும் ஊரில் இருந்தது. திருச்செங்கோட்டிலிருந்து ஆறு கல் தொலைவு இருக்கும். திருச்செங்கோட்டிலிருந்த பள்ளியிலிருந்து அடுத்த நாள் மதிய உணவு இடைவேளையின் போதே புறப்பட்டு மிதிவண்டியில் நேராக ஆண்டிபாளையம் சென்று புத்தகத்தை வாங்கிக் கொண்டு அவசர அவசரமாகப் பள்ளிக்குத் திரும்புவேன். கடிதம் கொடுக்கப் போன அஞ்சலகர் வந்து சேர்ந்திருக்க மாட்டார். அவருக்காகக் காத்திருந்தால் பள்ளிக்கு நேரமாகி விடும். அதனால் புத்தகத்தை வாங்காமலே பள்ளிக்குத் திரும்புவேன். அஞ்சலகரே வேறு ஓர் ஏற்பாட்டையும் செய்தார். புத்தகம் வந்திருக்கும் விஷயத்தை வீட்டில் சொல்லிவிட்டால் அடுத்த நாள் நான் வந்து வாங்கிக்கொள்ள வசதியாக அஞ்சலகர் புத்தகக்கட்டைப் போஸ்ட் மாஸ்டரிடம் கொடுத்துச் சென்றிருப்பார். அவரிடம் பெற்றுக்கொள்வேன். இப்படி ஒரு புத்தகத்தைப் பெறுவதற்குப் பல ஏற்பாடுகளைச் செய்து சிரமப்பட வேண்டும்.

அப்போது எனக்கு மரபுக் கவிதைகளில் மாளாத ஆர்வம் இருந்தது. இளந்தேவனின் 'கனவு மலர்கள்' என்னும் தொகுதியைப் பற்றிக் கேள்விப்பட்டு அதை விபிபியில் அனுப்பச் சொல்லிக் கடிதம் எழுதியிருந்தேன். அந்நூலை வெளியிட்டது 'பொன்முத்து பதிப்பகம்.' ஆனால் கவிதாபானு பதிப்பகம் விற்பனை உரிமை பெற்றிருந்ததால் அதன் விலைப்பட்டியலில் கனவு மலர்கள் இருந்தது. ஆகவே கவிதாபானு பதிப்பகத்திற்குக் கடிதம் அனுப்பினேன். அதுவரைக்கும் நூல் எதுவும் வாங்கி யிராத புதுப் பதிப்பகம். புத்தகம் வந்து சேருமா என்பது சந்தேகமாக இருந்தது. தினமும் பள்ளி விட்டு வந்ததும் 'போஸ்ட்மேன் ஏதும் சொன்னாரா?' என்று அம்மாவிடம் கேட்பேன். 'இல்லை' என்னும் பதிலையே அம்மா சொன்னார். சது.சு. யோகியார் தம் குழந்தை இறந்தபோது எழுதிய 'கண்மணி ராஜம்' என்னும் கவிதையோடு ஒப்பிடத்தக்க ஒரு கவிதை இளந்தேவனின் 'பூவும் புதைகுழியும்.' அவ்வாறு ஒப்பிட்டு

யாரோ எழுதியிருந்த குறிப்பைப் (தினத்தந்தியில் என்று நினைவு) படித்துவிட்டுத்தான் அந்த நூலை வாங்க முயன்றேன். நூலிலிருந்து மேற்கோள் காட்டப்பட்ட அடிகள் என் மனதில் அத்தனை ஆழமாகப் பதிந்திருந்தன. அவை:

'சீறடியில் மண்ணொட்டச் சினக்கின்ற நான்தானா

ஈரடியில் குழிவெட்டி இறக்குதற்குச் சம்மதித்தேன்.'

ஆவலோடு எதிர்பார்த்துக்கொண்டிருந்த நூல் வந்து சேரவில்லை. சனிக்கிழமை வரை காத்திருந்து அஞ்சலகரிடம் கேட்டேன். நூல் வந்ததாகவும் அதைத் திருப்பி அனுப்பும்படி அம்மா சொல்லிவிட்டதால் 'பெற மறுத்துவிட்டார்' என்று எழுதித் திருப்பிவிட்டதாகவும் அஞ்சலகர் சொன்னார். வருத்தத்தைவிடப் பெருங்கோபம் ஏற்பட்டது. அம்மாவோடு சண்டை மூண்டது. அப்பனும் இருந்தார். இருவரும் சேர்ந்து கொண்டார்கள். 'காசப் போட்டுப் போட்டு வாங்கி மொடாவுக்குள்ள திணிச்சு வெச்சிருக்கறயே எதுக்காவுது? நல்லது பொல்லாதது வாங்கித் தின்னாலாச்சும் வவுறு நெறையும். இரு, மொடாவுக்குள்ள கெடக்கறத எல்லாம் எடுத்துத் தண்ணி காய வெக்கப் போட்டர்ரன்' என்றார் அம்மா. 'கையில காசிருந்தாத்தான வாங்குவான்? இன்னமே கொட்டாயிக்கு வந்தா வேலயச் செஞ்சுட்டு வரோணும். ஒரு பைசா எடுக்கக் கூடாது' என்றார் அப்பன்.

நாங்கள் திரையரங்கில் சோடாக்கடை வைத்திருந்தோம். அங்கே சென்று செய்யும் வேலைக்காக எனக்குத் தினமும் ஒரு தொகை தருவார் அப்பன். அதுதான் புத்தகம் வாங்க எனக்கு உதவியது. அதை நிறுத்துவதாக அப்பன் சொன்னார். என் வீடு ஒரே அறை கொண்ட ஓலைக்கொட்டகை. மண் தரை. அதற்குள் பண்ட பாத்திரங்களும் தானிய மூட்டைகளும் கிடக்கும். அடுக்குப்பானை ஒன்றிற்குள்தான் என் புத்தகச் சேகரத்தை வைத்திருந்தேன். பானையைப் பிடுங்கிக்கொள்ளத் திட்டம் போட்டார் அம்மா. அந்த வயதில் எனக்கு அடக்க இயலாத கோபம் வரும். கடுமையான சொற்களைப் பிரயோகித்து யாரையும் பேசிவிடுவேன். நான் புத்தகம் வாங்குவதைத் தடுக்க இருவரும் திட்டமிட்டிருக்கின்றனர் என்பதைப் புரிந்துகொண்டு அதை எதிர்கொள்ள நான் ஓர் ஆயுதத்தைக் கையிலெடுத்தேன்.

மதுவும் பீடியும் இல்லாமல் என் அப்பனால் இருக்க முடியாது. 'செரி. இன்னமே நான் ஒரு புத்தகங்கூட வாங்குல. நீ குடிக்கறதுக்கோ பீடி வாங்கறதுக்கோ ஒரு பைசாக்கூடச் செலவு பண்ணக்கூடாது' என்றேன். இந்தத் தாக்குதலை அவர் எதிர்பார்க்கவில்லை. அம்மாவாலும் இதற்குப் பதில் பேச இயலவில்லை. இந்தப் பிரச்சினைக்குப் பிறகு நான் புத்தகம்

வாங்குவதை யாரும் தடைசெய்யவில்லை. மீண்டும் கவிதாபானு பதிப்பகத்திற்கு விளக்கக் கடிதம் எழுதிக் கனவு மலர்கள் நூலை வாங்கிய பிறகே திருப்தி அடைந்தேன். உழைப்பைத் தவிர வேறெதையும் அறியாத, மதிக்காத உழவுக் குடும்பத்தின் மனோநிலை புத்தகத்திற்கு எதிரானதாகவே இருந்திருக்க முடியும் என்று இப்போது நினைக்கிறேன். அறிவைச் சொத்தாகக் கருதியிருந்தால் புத்தகம் வாங்குவதை வீண் செலவு என்று நினைத்திருக்க மாட்டார்கள்.

இவ்வளவு சிரமப்பட்டு வாங்கிய நூல்களைப் பாதுகாத்து வைத்துப் படிப்பதற்கு இடம் ஏதும் எனக்கு வாய்க்கவில்லை. என் அம்மாவுக்குச் சீராக வந்திருந்த அடுக்கு மொடாக்கள் நான்கைந்து வரிசை இருந்தது. அவற்றில் அடிமொடா மிகப் பெரிதாக இருக்கும். அதைக் 'குன்னு மொடா' என்போம். குன்னு மொடா ஒன்றை அம்மாவிடம் சண்டையிட்டு எனக்கென எடுத்துக்கொண்டேன். மொடாக்களில் தவசங்களைக் கொட்டி வைப்பார்கள். புளி, மிளகாய் என வருசத்திற்குமான செலவுப்பொருள்களைப் போட்டு வைத்திருப்பார்கள். என் மொடாவுக்குள் புத்தகங்களைப் புளியைத் திணித்து வைத்திருப்பது போலத்தான் வைத்திருந்தேன். புத்தகத்தை வைப்பதற்கு ஏற்ற வடிவம் கொண்டதா மொடா? புத்தகத்தின் வடிவத்தையே மொடா மாற்றிவிடும். வளைந்தும் நெளிந்தும் சுருண்டும் விதவிதமாக இருந்தன என் புத்தகங்கள்.

நான் ஒன்பதாம் வகுப்பு படிக்கும்வரை இதுதான் நிலை. அந்தச் சமயத்தில் என் அப்பன் சோடாக்கடை ஒன்றை வாங்கினார். கடைப் பொருள்களாக மரக்கிரேடுகள், கம்பிப் பெட்டிகள், சிமிட்டித் தொட்டிகள் எனப் பல இருந்தன. அவற்றுக்கிடையே செவ்வக வடிவிலான மரப்பெட்டி ஒன்றும் இருந்தது. அதை எனக்கு வேண்டும் என்று எடுத்துக் கொண்டேன். சோடாக்கடைக்கு அதனால் பயன் ஏதும் இல்லை என்பதால் அப்பன் விட்டுவிட்டார். அந்தப் பெட்டிக்குள் என் புத்தகங்களைச் சந்தோசமாக அடுக்கி வைத்துக்கொண்டேன். என் வாழ்வில் இதுவரை புத்தகங்களைப் பாதுகாக்க எத்தனையோ அலமாரி வகைகளையும் இடங்களையும் பார்த்துவிட்டேன். எனினும் மொடாவுக்குள் கிடந்து உருத் திரிந்திருந்த என் புத்தகங்களை அவற்றிற்குரிய வடிவிலேயே அடுக்கி வைத்துக்கொண்ட அந்த மரப்பெட்டியால் ஏற்பட்ட பெருமகிழ்ச்சிக்கு நிகரேதும் இல்லை.

●

புத்தகம் பேசுது, பிப்ரவரி, 2013,

25

புத்தகம் உடைய வீடு

நெய்வேலி பழுப்பு நிலக்கரி நிறுவனம் தொடர்ந்து பத்தாவது ஆண்டாக நடத்தும் புத்தகக் கண்காட்சியை ஒட்டி எழுத்தாளர்களைப் பாராட்டும் நிகழ்வை நடத்துவது மகிழ்ச்சிக் குரியது. இதில் நான் கலந்துகொள்ள வேண்டும் என்று நண்பர் வேர்கள் ராமலிங்கம் அழைத்த போது மிகவும் சந்தோசப்பட்டேன். ஒரு எழுத்தாளரைக் கவுரவிப்பதற்கு ஏற்றதும் பொருத்தமானதுமான இடம் புத்தகக் கண்காட்சி தான். ஏனென்றால் புத்தகம் சார்ந்து உருவாவது தான் எழுத்தாளனின் அடையாளம். தனது அடையாளத்திற்கு உகந்த சூழலிலேயே ஒரு எழுத்தாளருக்குக் கவுரவம் கிடைப்பதற்கு நிகரான சந்தோசம் வேறு எதுவும் இல்லை.

சிறுவயதிலேயே எனது அடையாளம் புத்தகம் சார்ந்தது என்பதைக் கண்டுகொண்டேன். நான் பத்தாம் வகுப்பு முடித்த விடுமுறையில் வீட்டை விட்டு ஓடிப்போனேன். வீடு எனக்குகந்த இடமல்ல என்பதை அப்போதே உணர்ந்தேன். சில நாட்கள் வெளி இடங்களில் சுற்றித் திரிந்தேன். வெளியும் இருப்புக்கு ஏற்ற இடமல்ல என்பதைப் புரிந்து கொண்டேன். வேறு வழியற்று வீட்டுக்கே திரும்ப வேண்டிய நிலை உண்டாயிற்று. அதே வீட்டுக்குத் திரும்பப் பிடிக்கவில்லை. சேலத்துத் தெருக்களில் அலைந்துகொண்டிருந்தபோது புத்தகக் கடை ஒன்றில் நுழைந்தேன். அங்கிருந்த புத்தகம் ஒன்றை என்னிடமிருந்த சொற்பப் பணத்தில் வாங்கினேன். சாலையோரத் தரைவிரிப்புக் கடைகளில் நான்கு முதல் எட்டு பக்கங்கள் வரை கொண்ட திரைப்படப்

பாடல் புத்தகங்களை வாங்கி உளறித் திரிந்த நான் முற்ற முழுதாக வாங்கிய முதல் புத்தகம்.

லிட்டில் பிளவர் கம்பெனி வெளியிட்டிருந்த 'நாமக்கல் கவிஞர் பாடல்கள்' என்னும் நூல் அது. 1960ஆம் ஆண்டு வெளியான அந்நூலின் ஒரு பிரதி கிட்டத்தட்ட இருபது ஆண்டுகளுக்கு மேல் விற்பனையாகாமல் இருந்து என் கைக்கு வந்து சேர்ந்தது. தணிகை உலகநாதன் தொகுத்த அந்த நூல் நாமக்கல் கவிஞர் தொடர்பான புகைப்படங்கள் பலவற்றைக் கொண்டிருந்தது. நூலின் முன்பகுதியில் கிட்டத்தட்ட அறுபது பக்கங்களுக்கு மேல் 'கவிஞர் சரிதை' என்னும் தலைப்பில் அவர் வாழ்க்கை வரலாற்றுச் சம்பவங்கள் சுவையாகத் தொகுத்துக் கொடுக்கப்பட்டிருந்தன. 'என் கதை' நூலின் சுருக்கப்பட்ட வடிவம் அது என்பதைப் பின்னாளில் அறிந்தேன்.

வாழ்க்கை வரலாறு இவ்வளவு சுவாரஸ்யமாக இருக்கும் என்பதை அப்பகுதி எனக்கு உணர்த்தியது. வாழ்க்கை வரலாறுகள் வாசிப்பதில் ஒரு ருசி எனக்கு உண்டாகியதற்குக் காரணம் அந்தப் பகுதிதான். பாடல்கள் பல தலைப்புகளில் வகைப்படுத்தப்பட்டுக் கொடுக்கப்பட்டிருந்த அந்த நூலின் விலை ரூ.9.25/-. என் நிலையில் அது பெருந்தொகை. கடைக்காரரிடம் குறைத்துக் கொடுக்கும்படி கேட்டேன். என் வயதையும் புத்தகம் வாங்கும் விருப்பத்தையும் கவனித்த அவர் எங்கும் கிடைக்காத புத்தகம் அது என்பதையும் இப்போது புதிதாக வெளியிட்டால் ஐம்பது ரூபாய்க்கு மேல் விலையாகும் என்பதையும் சொல்லிக் கால் ரூபாய் குறைத்துக் கொடுத்தார். வெறுமனே வீட்டை விட்டு வெளியேறிய நான் ஒரு புத்தகத்தோடு திரும்பினேன். இப்போது நான் வந்து சேர்ந்த வீடு பழையதல்ல. புத்தகத்தைக் கொண்ட புதிய வீடு.

'பரிவில்லாத வீட்டிலிருந்தும் பாதுகாப்பற்ற வெளியிலிருந்தும்' தப்பிக்கப் புத்தகம் உடைய வீடு எனக்கு உதவியது. வீட்டைப் புத்தகங்களால் நிரப்புவதாக என் அம்மா வுக்கு எப்போதும் குறை. ஆனால் புத்தகங்களால் வீட்டை உருவாக்கிக்கொண்டிருந்தேன் நான். என் உழைப்பில் பங்கு கேட்கத் தொடங்கினேன். கோழி வளர்த்தேன். ஆடு வளர்த்தேன். வேப்பங்கொட்டை பொறுக்கி விற்றேன். நிலத்தில் தங்கிவிட்ட கடலையின் நிலக்காய்களைப் பறித்துச் சேர்த்து விற்றேன். விடுமுறை நாட்களில் திருச்செங்கோட்டு மலைப்படிகளில் சோடா கலர் பாட்டில்களைத் தலையில் சுமந்து கொண்டுபோய் விற்பனை செய்தேன்.

இப்படிக் கிடைத்த பணம் என் ஓலை வீட்டுக் குன்னுமொடாவில் புத்தகங்களாக வந்து சேர்ந்தன. திரைப்படப்

பாடல் புத்தகங்களிலிருந்து என் குண்டுச்சட்டிக்குள் கிடைக்கும் கவிதைப் புத்தகங்களை எல்லாம் வாங்கி நிறைத்தேன். புத்தகங்கள் வாங்கும் பழக்கம் எனக்கு ஏற்படாமல் போயிருந்தால் நான் வீட்டில் இருந்திருக்க மாட்டேன் என்று தான் தோன்றுகின்றது. இன்றும் புத்தகம் அற்ற வீட்டில் இருக்கக் கொஞ்சநேரம்கூட என்னால் முடியாது. என் அடையாளத்தை எனக்கு உணர்த்திய 'நாமக்கல் கவிஞர் பாடல்கள்' புத்தகத்தை இன்னும் பத்திரப்படுத்தி வைத்திருக்கிறேன்.

நண்பன் போலிருந்த புத்தகம் நான் கல்லூரி மாணவன் ஆனபோது என் இணை பிரியாக் காதலி ஆயிற்று. புத்தகம் வாசிக்கும் நண்பர்களின் கூட்டுறவும் அதிகமாயிற்று. வாங்கும் நூல்களின் முன்பக்கத்தில் 'தயவுசெய்து கேட்காதீர்கள். புத்தகமும் என் காதலியும் ஒன்று' என்று எழுதி வைக்கத் தொடங்கினேன். நான் கதை, கவிதைகள் எழுதியதால் மொழிச் செறிவு பற்றிய லேசான உணர்வில் அந்த வாசகம் 'தயவுசெய்து கேட்காதீர்கள் புத்தகம் என் காதலி' எனச் சுருங்கிற்று. அப்படி எழுதி வைத்த நூல்களை இப்போது பார்க்கும்போது ஒருமாதிரி வெட்கமும் கூச்சமும் உண்டாகின்றன. காதலியின் இடத்தில் ஒரு மாற்றாகப் புத்தகத்தை என்மனம் கருதியிருக்கக் கூடுமோ. பிரியமான எல்லாமே காதலியாகத் தோன்றும் வயது. ஆனால் அதனால் எனக்கு நன்மைகளும் நேர்ந்திருக்கின்றன.

கல்லூரியில் பாடம் எடுக்கும் ஆசிரியரிடம் புத்தகம் இருக்காது. என்னிடம் இருக்கும். கேட்டு வாங்கிப் பாடம் நடத்துவார்கள். ஆசிரியரிடம் போன புத்தகம் திரும்புமா என்னும் சந்தேகத்தோடே கொடுப்பேன். முன்பக்க வாசகத்தைப் பார்த்துத் திட்டுவார்களோ என்று பயமாகவும் இருக்கும். அந்தப் பக்கத்தை அட்டையோடு சேர்த்து மேலட்டை ஒன்றையும் போட்டுத் தருவேன். ஏதாவது சந்தர்ப்பத்தில் அட்டைக்குள்ளிருக்கும் பக்க வாசகம் அவர்கள் கண்களுக்குப் படாமலா போகும்? புத்தகம் திரும்பிவிடும். கல்லூரி முடித்துச் சில ஆண்டுகள் கழிந்தபின் கல்லூரிக்குப் போனபோது ஓர் ஆசிரியர் சிரித்துக்கொண்டே 'இந்தாப்பா உன் காதலி' என்று புத்தகம் ஒன்றைத் திருப்பிக் கொடுத்தார். பிள்ளைக் கிறுக்கலும் பயன்படத்தான் செய்யும்.

புத்தகம் வாசிப்பதை ஊக்கப்படுத்தும் ஆசிரியர்கள் ஒருசிலரே. பெரும்பாலான ஆசிரியர்கள் எதையும் வாசிக்க மாட்டார்கள். புத்தகம் படிக்கக்கூடிய மாணவர்களை ஆகாவழியாகவும் எதிரியாகவும் பார்ப்பார்கள். எந்நேரமும் என்கையில் ஏதாவது புத்தகம் இருப்பதைப் பார்த்து அப்படி எரிச்சலடைந்த ஆசிரியர் ஒருவர் சந்தர்ப்பத்தை

எதிர்பார்த்திருந்தார். தி.ஜானகிராமனின் 'மோகமுள்' நாவலைக் கையில் கொண்டு திரிந்த ஒரு சமயத்தில் 'என்ன மாதிரி புத்தகம் படிக்கிறான் பாரு' என்று கேலி செய்து என்னை அவமானப்படுத்த முயன்றார். நவீன இலக்கிய வாசனையே இல்லாத அவருக்கு மோகமுள் ஏதோ 'சரோஜாதேவி' புத்தகம் போலத் தோற்றம் தந்திருக்கிறது. அந்த அளவுக்காவது படித்திருக்கிறாரே என்று நண்பர்கள் பேசிச் சிரித்திருக்கிறோம். ஆனால் புத்தகம் எனது அடையாளம் என உறுதிப்பட்ட சம்பவம் அது.

நான் முதுகலை மாணவனாகக் கோவையில் இருந்த காலத்தில் விஜயா பதிப்பகம் எனது கோயிலாக விளங்கியது என்று சொன்னால் மிகையல்ல. வாரம் ஒருமுறையேனும் புத்தகங்களைத் தரிசிக்கப் போய்விடுவேன். அப்போதெல்லாம் எனக்குச் சிக்கனக்காரன் என்று பெயருண்டு. என்னைப் பிடிக்காதவர்கள், என்மேல் பொறாமை கொண்டவர்கள் ஆகியோரின் அகராதியில் அதற்கான சொல் கஞ்சன் என்று வைத்துக்கொள்ளுங்கள். ஆனால் புத்தகங்களைப் பொருத்த வரை உள்ளதையெல்லாம் வழங்கும் மாபெரும் வள்ளல் நான். உணவு உள்ளிட்ட என் தேவைகளை எல்லாம் ஒதுக்கிவிட்டுப் புத்தகத்திற்காகச் செலவிடுவேன். மாணவப் பருவத்தில் என் சேமிப்பின் குறைந்தபட்சத் தொகையும் புத்தகங்களுக்காகச் செலவாகியது.

மாணவப் பருவத்திலிருந்து என்னை அறிந்தவர் விஜயா பதிப்பக உரிமையாளர் மு.வேலாயுதம் அவர்கள். கோவையில் பல கல்லூரிகள் இருந்தன. ஆயிரக்கணக்கான மாணவர்கள் பயின்றனர். பதிப்பக உரிமையாளரிடமும் இலக்கிய ஆர்வம் உடையவர்கள் மத்தியிலும் நான் அறிமுகமாகக் காரணமாக இருந்தவை புத்தகங்கள்தாம். என்னைக் கண்டதும் எனக்கு விருப்பமான நூல்களை எடுத்துப் பரப்பி வைக்கும் அளவுக்கு வாசகர் சுவையை அறிந்து செயல்படுபவராக வேலாயுதம் விளங்கினார். புத்தகங்களை உருவாக்கும் எழுத்தாளனாக, பாராட்டுப் பெறும் இலக்கியவாதியாக என் பரிணாமத்தின் சுவடுகளை அறிந்தவர் அவர்.

இன்று இந்த நிகழ்ச்சிக்காக நானும் நண்பர் பொ.வேல்சாமியும் வந்தோம். நெய்வேலி பழுப்பு நிலக்கரி நிறுவனம் எனக்குச் செய்து கொடுத்திருந்த போக்குவரத்து வசதியின் காரணமாக விருத்தாசலத்தில் அமைந்திருக்கும் பல்லடம் மாணிக்கம் அவர்களின் 'தமிழ் நூல் காப்பக'த்திற்குச் சென்று வரும் வாய்ப்பு கிடைத்தது. ஏறத்தாழ எழுபதாயிரம் புத்தகங்களைக் கொண்ட மிகச் சிறந்த நூலகம் அது. அங்கே கணையாழி இதழ்த் தொகுப்பு நூல்களைப் பார்த்தேன். எனது

முதல் சிறுகதை கணையாழியில்தான் வெளியாயிற்று. 'நிகழ்வு' என்னும் தலைப்பிலான அச்சிறுகதை 1988ஆம் ஆண்டு மார்ச்– ஏப்ரல் இதழில் பிரசுரிக்கப்பட்டது. அது மிகவும் பலவீன மான கதை என்று கருதி என் சிறுகதைத் தொகுப்பு எதிலும் சேர்க்கவில்லை.

அக்கதை எழுதிய காலத்தில் பெருமாள்முருகன் என்னும் பெயரை நான் கொண்டிருக்கவில்லை. பெ. முருகன் என்ற பெயரில்தான் அது பிரசுரம் பெற்றிருந்தது. கணையாழியின் சிறப்பாசிரியராக அசோகமித்திரன் இருந்தார். அவர் அந்தக் கதையைப் பாராட்டி எழுதியிருந்தார். பிரசுரமும் அவர் பாராட்டும்தான் நான் மேற்கொண்டு எழுதத் தூண்டுதலாக இருந்தன. எனினும் தொகுப்பில் சேர்க்கும் அளவுக்கு அக்கதைக்கு நான் முக்கியத்துவம் தரவில்லை. சவலைக் குழந்தைகளின் மீது என்னதான் அக்கறை இருந்தாலும் ஒருகட்டத்தில் கைவிட்டு விடுகிறோம்.

தமிழ் நூல் காப்பகத்தில் கணையாழி தொகுப்பு நூலைப் பார்த்ததும் என் கதை அதில் சேர்ந்திருக்கிறதா என்பதை அறியும் ஆவல். அச்சிட்ட எதைப் பார்த்தாலும் அதில் பெயரிருக்கிறதா என்று தேடும் குணப்படுத்த முடியாத ஒரு நோய் எழுத்தாள னுக்கு உண்டு. கணையாழித் தொகுப்பின் இரண்டாவது தொகுதியில் என் கதையைக் கண்டேன். பெ. முருகன் தான் பெருமாள்முருகன் என்று அந்நூல் தொகுப்பாசிரியருக்குத் தெரிந்திருக்குமா? சந்தேகமே. நெய்வேலி புத்தகக் கண்காட்சியில் எனக்குப் பாராட்டு கிடைக்கும் இத்தருணத்தில் நான் எழுதிய முதல் கதைக்கு ஒரு அங்கீகாரம் கிடைத்திருப்பதைக் கண்டறிந்தது இரட்டிப்பான மகிழ்வைக் கொடுத்தது.

வாசிக்கும் புத்தகங்களால் அடையாளம் காணப்பட்ட எனக்கு இன்று நான் எழுதும் புத்தகங்களால் அடையாளம் கிடைக்கிறது. எப்போதுமே ஏதாவது ஒரு வகையில் புத்தகங்களே என் அடையாளங்களாக இருந்து வருகின்றன. புத்தகமே அடையாளம் என்று ஆகிவிட்ட ஒருவனைப் பாராட்டும் இடம் புத்தகக் கண்காட்சியாக இருப்பதுதானே பொருத்தம். இந்தப் பாராட்டினை மனப்பூர்வமாக ஏற்றுக்கொள்கிறேன். நெய்வேலி பழுப்பு நிலக்கரி நிறுவனத்திற்கும் புத்தகக் கண்காட்சிப் பொறுப்பாளர்களுக்கும் தேர்வுக் குழுவினர்க்கும் எனது மனமார்ந்த நன்றிகள்.

●

(07-07-2007 அன்று நெய்வேலி புத்தகக் கண்காட்சியில் நடைபெற்ற பாராட்டு விழாவில் நிகழ்த்திய ஏற்புரையின் எழுத்து வடிவம்.)

26

பள்ளியும் பாழியும்

நாமக்கல் மாவட்டம் திருச்செங்கோடு நகராட்சி எல்லைக்கு உட்பட்ட கூட்டப்பள்ளி என்னும் சிற்றூர்தான் என் சொந்த ஊர். திருச்செங்கோட்டிலிருந்து ஈரோடு செல்லும் நேர்வழிச் சாலையில் நான்கு கல் தொலைவில் என்னூர் உள்ளது. 'கூட்டப்பள்ளி' என்பதற்கான பெயர்க் காரணத்தை உறுதிப்படுத்த முடியவில்லை. சில ஊர்ப்பெயர்களைப் போல இது பரவலாக உள்ளதும் அல்ல. பொதுவாகப் 'பள்ளி' என்பது பல ஊர்களுக்குப் பொதுக்கூறாக வரும் சொல். திருச்சிராப்பள்ளி அனைவருக்கும் தெரிந்த ஊர். ஏமப்பள்ளி, சீராப்பள்ளி உள்ளிட்ட சில சிற்றூர்கள் நாமக்கல் மாவட்டத்தில் உண்டு. பள்ளி என்பதற்கான பொருளை முடிவுசெய்வது எளிதல்ல.

சமணர்கள் வாழ்ந்த இடங்களைப் பள்ளி என்று அழைப்பதுண்டு என வரலாறு சொல்கிறது. சமணப் படுக்கைகள் இருப்பின் அதனைப் பள்ளி என்பதுண்டு. திருச்செங்கோட்டு மலையில் சமணப் படுக்கைகள் உள்ளன. ஒருகாலத்தில் அது சமண முனிவர்களின் இருப்பிடமாக இருந்திருக்கலாம். திருச்செங்கோட்டு மலைக்கும் சமணப் பெண்ணாகிய கண்ணகிக்கும் தொடர்பிருப்பதாகக் கருதுவோரும் உண்டு. அங்கிருந்து நான்கு கல் தொலைவில் உள்ள கூட்டப்பள்ளிக்கும் சமணத்திற்கும் ஏதோ ஒரு வகையில் தொடர்பிருக்கலாம். அக்காலத்தில் முழுக்க வனமாக இருந்த பகுதிதான் இது.

கூட்டப்பள்ளி ஊருக்கு மேற்கே சிறு கரடு உள்ளது. அங்கே முதலைப்பாழி என்னும் மிகப் பெரிய பாழி ஒன்று இப்போதும் நீர் ததும்பிக் கிடக்கிறது. ஒருகாலத்தில் அதில் முதலை இருந்ததாகக் கதை உண்டு. எப்போதும் நீரலை மோதி ஓசையிடும் பாழி அது. எங்கள் ஊர்ப் பெண்கள் துணி மூட்டைகளோடு பாழிக்குத் துவைக்கச் செல்வார்கள். சிறுவர்கள் நீந்தி விளையாடும் இடமும் அது. பலருக்கும் நீச்சல் ரகசியத்தைக் கற்றுக் கொடுத்தது முதலைப்பாழிதான். ராட்சச முட்டை வடிவில் மண்ணின் திறந்த வாய் போலிருக்கும் அப்பாழிப் பக்கம் தனியாக யாரும் போவதில்லை. தனியாகச் செல்வோரை ஏமாற்றி உள்ளிழுத்துப் பாழி விழுங்கிவிடும் என்பது நம்பிக்கை. ஊரையும் சமணத்தையும் சம்பந்தப்படுத்த அந்தப் பாழி ஒன்றுதான் ஆதாரமாக இன்று இருக்கிறது. இத்தகைய பாழிகள் இருக்கும் பாறைப் பகுதிகளில் சமண முனிவர்கள் வசிக்க நீராதாரம் காரணம். 'பள்ளி' என்னும் பெயர் சமணர்கள் தந்ததாக இருக்கலாம்.

ஆடு மாடுகள் பெருமந்தையாக மேயும் மேய்ச்சல் நிலப் பகுதிகளையும் பள்ளி என்று வழங்குவதுண்டு. எங்கள் ஊரில் இருபது ஆண்டுகளுக்கு முன்வரையும் ஒவ்வொரு வீட்டிலும் பட்டி பட்டியாக ஆடுகள் உண்டு. மாலை நேரத்தில் ஊர் முழுவதும் எங்கெங்கு காணினும் ஆடுகளாகத் தெரியும். மாலை மயங்கும் நேரத்தில் உருவாகும் அந்தக் காட்சி அப்படியே ஓவியம் போல என்னுள் பதிந்திருக்கிறது. ஐயாயிரத்துக்கும் மேற்பட்ட ஆடுகள் இருக்கும். வெள்ளாடுகள் மிகக் குறைவு. எல்லாம் செம்மறிக் கூட்டம். மாட்டுப் பொங்கலுக்குப் 'பட்டிப் பொங்கல்' என்றே பெயர். குறைந்தபட்சம் இரண்டு மாடுகளேனும் ஒவ்வொரு வீட்டிலும் இருக்கும். மாட்டு வண்டி வைத்திருப்போரிடம் மட்டுமே எருதுகள் இருக்கும். சுற்றிலும் வனமாக இருந்த பகுதி என்பதால் அக்காலத்தில் ஆடு மாடுகள் மேய்த்துத்தான் மக்கள் பிழைத்திருக்கக் கூடும். பெருமந்தை யாக ஆடுகள் இருந்த இடம் என்பதால் 'கூட்டப்பள்ளி' என்று பெயர் வந்திருக்கலாம். 'பள்ளி' என்று பெயர் பெற்றிருந்தாலும் எங்கள் ஊரில் பள்ளிக்கூடம் ஏதுமில்லை. மூன்று கல் தொலைவு நடந்து சென்று நகராட்சிப் பள்ளியில் படித்தோம்.

ஒரு பெயர் பல ஊர்களுக்கு வழங்கி வருகிறது. 'ஆத்தூர்' என்னும் ஊர்ப் பெயர் தமிழகம் முழுவதிலும் குறைந்தபட்சம் இருபத்தைந்து ஊர்களுக்காவது இருக்கும். அப்படி எங்கள் ஊர்ப்பெயர் வேறு ஏதாவது ஊருக்கு வழங்குகிறதா எனத் தேடிப் பார்த்தபடியே இருக்கிறேன். கோபிசெட்டிபாளையத்தி லிருந்து கோயம்புத்தூர் செல்லும் வழியில் 'கூட்டப்பள்ளி'

பாதி மலையேறுன பாதகரு ❈ 125 ❈

என்றோர் ஊர் இருக்கக் கண்டேன். கூடங்குளம் அணுமின் நிலைய எதிர்ப்புப் போராட்டம் பற்றிய செய்திகளில் 'கூட்டப்புளி' என்னும் கடற்கரை கிராமம் ஒன்றின் பெயர் வந்துகொண்டேயிருக்கிறது. புளியமரங்கள் கூட்டமாக ஒருகாலத்தில் நிறைந்திருந்த காரணத்தால் கூட்டப்புளி என்று பெயர் வந்திருக்கலாம். எங்கள் ஊரையும் மக்கள் 'கூட்டப்புளி' என்றுதான் பேச்சு வழக்கில் சொல்வர். 'கூட்டப்புளி'தான் திரிந்து 'கூட்டப்பள்ளி' ஆயிற்றோ? 'கூட்டப்புளி' என்பது பாமரர் வழக்கு எனக் கருதி கற்றோர் ஆவணங்களில் 'கூட்டப்பள்ளி' எனப் பதிவு செய்துவிட்டனரா?

இப்படிப் பலவிதமாக யோசிக்கவைக்கும் பெயரைக் கொண்ட எங்கள் ஊர் பரப்பளவிலும் மக்கள் தொகையிலும் மிகவும் சிறியதாகவே இருந்தது. மக்கள் குடியிருப்புப் பகுதியை 'வளவு' என்று சொல்வது இந்தப் பகுதி வழக்கம். எங்கள் ஊரில் இரண்டே வளவுகள்தான். குடிவளவு, சக்கிலி வளவு. குடிவளவில் ஐம்பது வீடுகள் இருக்கும். அனைத்தும் கொங்கு வேளாளர் எனப்படும் கவுண்டர் சாதியினர் குடியிருப்புகள். குடிவளவைத் தாண்டி எட்டிப் பிடிக்கும் அளவில் அதாவது ஒருகாடு தொலைவு இடைவெளியில் சக்கிலி வளவு இருக்கிறது. அங்கே ஐம்பது வீடுகள் இருக்கும். இருபது ஆண்டுகளுக்கு முன் வீடுகள் என்று குறிப்பிடுவது ஓர் அடையாளம் கருதித்தான். இன்றைய வீடுகளோடு ஒப்பிட்டுப் பார்த்துக் குழப்பிக் கொள்ளக்கூடாது.

கவுண்டர் வீடுகளில் பெரும்பாலானவை ஓலைக் கொட்டகைகள். ஓலையும் கம்மந்தட்டும் வேய்ந்த கூரைகளோடு உயர்ந்த மோட்டுவளையையும் தரை வரை தாழ்ந்த அமைப்பையும் உடையவை. ஜன்னல் கிடையாது. பகலிலேயே வீட்டுக்குள் விளக்கு வேண்டும். வீட்டுக்குள் நுழைந்ததும் இருபுறமும் திண்ணைகள் இருக்கும். சில வீடுகளில் ஒருபுறம் ஓலையால் அடைத்து அடுப்பு வைத்துச் சமைப்பார்கள். சிலர் வீட்டுக்குள் அடுப்பு வைத்திருப்பார்கள். பெரும்பாலும் வீட்டுக்கு வெளியே அடுப்பை வைத்துச் சமைப்பதுண்டு. தூக்கி வைத்துக்கொள்ளும்படியான சூட்டடுப்பு காலச்சூழலுக்குத் தக வீட்டுக்கு வெளியிலோ உள்ளேயோ இருக்கும்.

கொஞ்சம் வீடுகள் கொசவன் ஓடு அல்லது கை ஓடு என்று சொல்லப்படும் ஓடுகள் வேயப்பட்டவையாக இருக்கும். பெருமரங்களால் ஆன விட்டங்கள் பொருத்திப் பனங்கைகளைச் சாய்த்துக் கூரை முழுக்க மூங்கில் அடுக்கி அதன் மேல் கை ஓடுகளை வேய்ந்திருப்பார்கள். இன்றைக்கும் சில கிராமங்களில் இந்த ஓட்டு வீடுகளைக் காணலாம். நான் சிறுவனாக இருந்தபோது எங்கள் ஊருக்குள் புதுநாகரிகம்

வரத் தொடங்கியது. கை ஓடுகளை மாற்றிவிட்டுச் சீமை ஓடு வேய்தல் அது. சீமை ஓடு வேய்தல் வெகுசுலபமான வேலையாக இருந்தது. மூங்கில்கள் தேவையில்லை. தாங்கிப் பிடிக்கும் நடுவிட்டம் வேண்டாம். இரண்டு கோம்பைகளுக்கு இடையே ஒரு விட்டத்தை நிறுத்திப் பனங்கைகளை அதன் மேல் சாய்த்துவிடலாம். ரீப்பர் என்னும் கட்டைகளைப் பொருத்திச் சீமை ஓடுகளைப் மாட்டலாம். எளிதான வேலை. சீமை ஓட்டின் விலை அதிகம். பணம் படைத்தவர்கள்தான் சீமை ஓடு போட முடியும். ஆனால் செலவு அதிகம் என்றாலும் ரச்சையில்லை. அப்போது சீமை ஓடு ஒருவரை அடையாளம் காண்பதற்குப் பயன்பட்டது. 'சீமையோட்டுக்காரன்' என்று அடையாளம் சொல்வதுண்டு.

குடியான வளவில் ஐம்பது வீடுகள் என்று சொன்னாலும் இருபது வீடுகளுக்குள்ளாகத் தான் குடியிருப்பார்கள். மற்றவர்கள் எல்லாம் அங்கங்கே அவரவர் காடுகளுக்குள் சிறு கொட்டகை போட்டுக்கொண்டு அங்கேயே வாழ்வார்கள். வளவுக்குள் ஒரு வீடு இருக்கிறது என்பது கௌரவம். அவ்வளவு தான். அடுக்குமொடாக்கள், தவச மூட்டைகள், பித்தளைப் பாத்திரங்கள் ஆகியவற்றைப் போட்டு வைப்பதற்கான கிடங்காகவே வீடுகள் பயன்படும். சில வீடுகளில் முதியோர் தங்கியிருப்பதுண்டு. வெள்ளைச் சீலை உடுத்திய பாட்டிகளை அவ்வீடுகளில் பார்க்கலாம். தனியாகச் சமைத்துக்கொண்டு கூலி வேலைக்குப் போய்ச் சம்பாதித்துச் சாப்பிடுவார்கள்.

சக்கிலி வளவு வீடுகளைக் குடிசைகள் என்று சொல்லலாம். நரிக்குறவர்கள் போட்டுக்கொள்ளும் கூடாரம் போல அக்குடிசைகள் இருக்கும். ஒரே வித்தியாசம் இவை ஓலை வேய்ந்த குடிசைகள் என்பதுதான். அங்கே எல்லாக் குடிசைகளிலும் குடியிருப்பார்கள். அவர்களுக்குச் சொந்த நிலம் கிடையாது என்பதால் அக்குடிசைகளை விட்டால் போக்கிடம் ஏது? குடியானவர்களின் காடுகளில் பனை மரங்கள் இருக்கும். அதனால் அவர்கள் வீடுகள் அவ்வப்போது புது ஓலை வேயப்பட்டு நன்றாகப் பராமரிக்கப்படும். சக்கிலியர் ஓலை வாங்கி வேய்வது கஷ்டம். அதற்கும் குடியானவர்களை அண்டித்தான் இருந்தாக வேண்டும். அதனால் கூரை பொத்தல்களோடு இருக்கும். கோரைத்தாள் அல்லது சில புற்களை அங்கங்கே தூவிப் பொத்தல்களை மறைத்திருப்பார்கள்.

குடியானவர்களுக்கான பிற வேலைகளைச் செய்பவர்களைக் 'குடித் தொழிலாளி' என்பார்கள். பேச்சு வழக்கில் 'தொழிலாளி' என்பது மட்டும் பயன்படும். சக்கிலியர், பறையர், நாவிதர், வண்ணார், குயவர், ஆண்டி, குறவர் ஆகிய

குடிகள்தான் தொழிலாளிகள். இவர்களில் சக்கிலியரைத் தவிர ஒரே ஒரு குறவர் குடும்பம் மட்டும் எங்கள் ஊரில் இருந்தது. குடியான வளவுக்குள்ளேயே பொதுச்சாவடிக்கு அருகில் குறவர் குடும்பத்தினர் வசித்தனர். கூடை, முறம், சீமாறு கட்டிக் கொடுக்கக் குறவர் அவசியம். வேளாண்மையில் கூடைகளின் பயன்பாடு மிகுதி. ஆகவே குறவர் குடும்பத்தை எங்கிருந்தோ அழைத்து வந்து சாவடிக்குப் பக்கத்தில் இருந்த புறம்போக்கு நிலத்தை அவர்களுக்கு ஒதுக்கிக் குடி வைத்திருந்தனர். அது நடந்து நூறாண்டுகளுக்கு மேலிருக்கும். ஒரு குடும்பம் இரண்டாகி, இரண்டு ஆறாகும் சூழலில் என் காலத்தில் இருந்தது.

மற்றபடி எங்கள் ஊருக்கான பறையர் குடி திருச்செங்கோட்டிலிருந்து பன்னிரண்டு கல் தொலைவில் உள்ள சங்ககிரியில் இருந்தது. ஏதாவது இழவு காரியம் என்றாலும் கோயில் திருவிழா என்றாலும் அங்கிருந்துதான் பறையடிக்க வருவார்கள். இழவு காரியம் என்றால் முதலில் ஆள் அனுப்புவது பறையர்களுக்காகவே இருக்கும். நாவிதர் குடும்பம் எங்கள் ஊரிலிருந்து மூன்று கல் தொலைவில் உள்ள சானார்பாளையத்தில் இருந்தது. வண்ணார், குயவர் குடும்பங்கள் இராஜாக்கவுண்டம்பாளையம் என்னும் ஊரில் இருந்தன. ஆண்டி திருச்செங்கோட்டில் வசித்தார். அத்தொழிலாளிகள் எல்லாம் அன்றாடமோ வேலை இருப்பதைப் பொறுத்தோ எங்கள் ஊருக்கு வந்து செல்வர். ஓர் ஊரில் குடியானவர்களின் எண்ணிக்கை மிகவும் குறைவாக இருந்தால் தொழிலாளிகளுக்கு வருச மாராயம் போதாது. அதனால் ஏதாவது ஓர் ஊரில் குடியிருந்துகொண்டு இரண்டு மூன்று ஊர்களுக்குச் சேவகம் செய்வர்.

எங்கள் ஊர் முழுக்கவும் வேளாண்மைதான் தொழில். இருநூறிலிருந்து இருநூற்றைம்பது ஏக்கர் வரைக்கும் ஊர் நிலம் இருக்கும். ஒரு குடும்பத்திற்குப் பத்தேக்கர் என்பதுதான் அதிகபட்ச நிலம் என்று நினைக்கிறேன். ஓரேக்கர், ஈரேக்கர் நிலம் கொண்ட குடியானவர்கள் அதிகம். தோட்டம் என்பது பெயரளவுக்கு எங்காவது இருக்கும். ஒன்றிரண்டு தென்னை கண்ணில் தட்டுப்பட்டால் அங்கே கிணறு இருக்கிறது என்று அர்த்தம். ஒரு நாளைக்கு ஒன்றிரண்டு செரவுகள் நீர் பாயும். புஞ்சைப் பயிர்களாகிய ஆரியம் (கேழ்வரகு), பருத்தி, மிளகாய், வெள்ளரி ஆகியவற்றைப் பயிர் செய்வர். ஆடு மாடுகளுக்காகத் தோட்டத்துச் சோளம் எனப்படும் செஞ்சோளத்தை விதைப்ப துண்டு. மற்றபடி புஞ்சைக்காடுகளாகிய மேட்டாங்காடு களில் நிலக்கடலை, சோளம், கம்பு ஆகியவையே பயிர்கள்.

நிலக்கடலைக்கு ஊடாகக் கொட்டமுத்து (ஆமணக்கு), துவரை ஆகியவையும் கம்புக்கு ஊடாக அவரை, தட்டை ஆகிய பயறு வகைகளும் போடுவோம்.

ஆடுமாடுகளோடும் நிலத்தோடும் நாள் முழுக்கப் போராடினால்தான் வயிற்றுப் பிழைப்பு நடக்கும். களியும் கம்மஞ்சோறுமே உணவு. நெல்லஞ்சோறு பண்டிகைப் பலகாரம். தீபாவளி எங்களுக்குப் பெரிய பண்டிகை அல்ல. அந்த ஒருநாள் இட்லி சுடுவார்கள் என்பதுதான் அதைப் பண்டிகையாகக் காட்டும். பொங்கலில் மாட்டுப்பொங்கல் நாள் மிக விமரிசையாகக் கொண்டாடப்படும். மற்றபடி ஊர் மாரியம்மன் திருவிழா ஒருவாரத்திற்கு நடக்கும். அதுதான் பெரிய பண்டிகை. உறவினர்களை அழைத்துக் கூட்டமாகக் கொண்டாடும் அந்தப் பண்டிகை ஒன்பது நாட்கள் நடக்கும்.

வெளியுலக மாற்றங்கள் சட்டெனப் பிரதிபலிப்பது பண்டிகையில்தான். பண்டிகைக்கு வைக்கும் வேடிக்கை நிகழ்ச்சிகள் அப்படியானவை. குடியானத் தெரு மாரியம்மன் பண்டிகை மாசி மாதத்தில் நடக்கும். அது முடிந்த பிறகுதான் சக்கலி வளவு மாரியம்மனுக்குப் பண்டிகை நடத்த வேண்டும் என்பது எழுதப்படாத விதி. ஆகவே சக்கிலி வளவு மாரியம்மன் பண்டிகை பங்குனியில் நடக்கும். சக்கிலி வளவுப் பண்டிகைக்குக் கூத்துப் போடுவார்கள். அனேகமாக இன்றைக்கு வரைக்கும் அங்கே கூத்து நடந்துகொண்டுதான் இருக்கிறது. ஆனால் குடியான வளவில் கூத்துவிடுவது வழக்கமில்லை. கரகாட்டம், குறவன் குறத்தி ஆட்டம் போடுவதுண்டு.

1980களில் 30எம் எம் திரையில் திரைப்படம் ஓட்டும் வழக்கம் வந்தது. அதை உள்ளூர் அரசியல்வாதிகள் செய்தனர். யாராவது ஒருவர் படம் போடும் செலவு முழுவதையும் ஏற்றுக் கொள்வர். பணம் செலவு செய்பவர் தான் விரும்பும் படத்தைக் கொண்டு வந்து போடலாம். அப்படி எம்ஜிஆர் படங்கள் பல எங்கள் திருவிழாவில் போடப்பட்டிருக்கின்றன. எதிர்க்கட்சியினர் சிவாஜி படம் அல்லது பிற நடிகர்கள் படம் போடுவார்கள். பணம் கொடுத்துப் படம் போடுபவர் மிகப் பெரிய காரியத்தை ஊருக்குச் செய்துவிட்டவராய்த் தலை நிமிர்ந்து சில நாட்கள் ஊருக்குள் உலா வருவார். அந்தப் பெயரைப் பறித்துக்கொள்ளவும் பங்கிட்டுக்கொள்ளவும் பல பேர் உருவாயினர். கடனை உடனை வாங்கியாவது தன் செலவில் படம் போட ஆரம்பித்தனர்.

ஒருவருசப் பண்டிகையின்போது காப்புக் கட்டிய நாளிலிருந்து கிடாவெட்டு முடியும் ஒன்பதாம் நாள்வரை தினம் ஒரு படம் போட்டார்கள். அதிலும் பிரச்சினை வந்தது.

யாருக்கு எந்த நாளை ஒதுக்குவது? பொங்கல் அன்றும் கிடாவெட்டு அன்றும் வெளியூர்ச் சொந்தங்கள் நிறைய வந்திருப்பார்கள். கூட்டம் அதிகமாக இருக்கும் நாளில்தான் என் படத்தை ஓட்ட வேண்டும் என்று பிடிவாதம் செய்வார்கள். பொங்கல் அன்றும் கிடாவெட்டு அன்றும் இரண்டிரண்டு படங்கள் ஓட்டுவது என்றானது. இருட்டியதும் படம் போட்டால் விடிய விடிய ஓடிக்கொண்டிருக்கும். பொங்கல் அன்று இரண்டு படம் போட்டால் வீட்டு வேலைகள் எப்படி நடக்கும்? பெரும்பாலான பெண்கள் வேலையைச் செய்தும் செய்யாமலும் படம் பார்க்க ஓடிப் போவார்கள். இதனால் ஏற்படும் சண்டை சச்சரவுகளைத் தவிர்க்க ஊர்க்கூட்டத்தில் ஒரு முடிவு எடுக்கப்பட்டது.

பொங்கல் தினத்தன்று ஊர் சார்பாகப் பொதுப்பணத்தில் ‘சாமிபடம்’ போடுவது என்பதும் அன்றைக்கு ஒருபடம் மட்டும்தான் என்பதும் முடிவு. கிடாவெட்டு அன்றைக்குப் படம் கிடையாது. அதற்கு முந்தைய நாட்களில் தினம் ஒருபடம் மட்டும் போடலாம். யார் யார் பணம் செலவு செய்கிறார்களோ அவர்களின் பெயர்களை எழுதிப் போட்டுச் சீட்டெடுத்து யார் பெயர் வருகிறதோ அவர்களுக்கு வரிசைப்படி நாள் ஒதுக்குவது. அதிகமான பேர் பணம் கொடுத்தால் இந்த வருசம் நாள் ஒதுக்க முடியாதவர்களுக்கு அடுத்த வருசம் முன்னுரிமை தருவது. இப்படிச் சில முறைகளைக் கொண்டு வந்த பின் படம் போட்டுப் பெயர் வாங்கும் மோகம் கொஞ்சம் அடங்கியது. ஆனால் ஒரு பத்தாண்டுகள் திருவிழாவில் பிற வேடிக்கை நிகழ்ச்சிகளுக்கு இடமில்லாமலே போயிற்று அல்லது இரண்டாம் இடம்தான் கிடைத்தது. ஊர் சார்பில் கரகாட்டம் வைப்பார்கள். அங்கே கூட்டமே இருக்காது. என்றாலும் பெயரளவுக்கு அது ஒருபுறம் நடக்கும்.

எங்கள் ஊருக்கு முதன்முதல் செய்தித்தாள் வரவழைத்தவர் இந்தி எதிர்ப்புப் போராட்ட வீரர் ஒருவர்தான். ‘முரசொலி’க்குச் சந்தா செலுத்தி அவர் வீட்டுக்கு வரவைத்துக் கொண்டிருந்தார். ஊரில் அவர் ஒருவரைத் தவிர யாரும் படித்தவர்களல்ல. எங்கள் தலைமுறையில் கொஞ்சம் பேர் படித்துக்கொண்டிருந்தோம். அவர் வீட்டுக்கு முன்னால் நெடுநெடுவென வளர்ந்து ஆகாயத்தில் போய் கைவிரிக்கும் தோற்றம் கொண்ட வேப்ப மரம் இருந்தது. அதனடியில் எங்களுக்காக முரசொலியைப் போட்டு வைப்பார் அவர். பள்ளி மாணவர்களாகிய எங்கள் விடுமுறை நாள் சுற்றுலாத் தலங்களில் அந்த வேப்ப மரத்தடியும் ஒன்று. உட்கார்வதற்குப் பலகைக் கற்களும் படுப்பதற்குப் பாயும் விரித்திருக்கும் மரத்தடியில்

சனி, ஞாயிறுகளில் எந்நேரமும் நான்கைந்து பையன்களின் தலை தெரியும். செய்தித்தாள் படிப்பதுதான் நோக்கம் என்று சொல்லிக்கொண்டாலும் வேப்பமரத்தடி நிழலில் அம்சமாக ஒரு தூக்கம் போடுவதுதான் உண்மையான நோக்கம்.

முரசொலி அன்றன்றைக்கு வராது. முதல் நாள் செய்தித்தாள் அடுத்த நாளோ அதற்கடுத்த நாளோ அஞ்சலில் வரும். அதைப் பற்றி எங்களுக்குக் கவலை ஒன்றும் கிடையாது. ஒருவாரச் செய்தித்தாள்களைச் சேர்த்து வைத்துத்தான் நாங்கள் படிப்போம். படிப்போம் என்பதைவிடப் பார்ப்போம் என்று சொல்வதுதான் சரி. அரசியலில் எம்ஜிஆர் ஆதிக்கம் செலுத்திக்கொண்டிருந்த சமயத்தில் முரசொலியைப் புரட்டிப் பார்ப்பதன் மூலமாகவே திமுக அறிவாளிகளின் கட்சி என்பதாகவும் கலைஞரைப் போல அறிவாளி எவரும் இல்லை என்பதாகவும் ஒரு சித்திரம் எங்களுக்குள் உருவாயிற்று. அதன் காரணமாக எனக்கும் என் அப்பனுக்கும் அடிக்கடி விவாதம் வந்து சண்டையாகும். அவர் எம்ஜிஆரின் தீவிரத் தொண்டர். விடுமுறை நாளில் முரசொலி படிக்கப் போவதை எப்படியாவது தடுத்து விட்டால் இவனை எம்ஜிஆர் பக்கம் திருப்பிவிடலாம் என அவர் முயன்றார். விடுமுறை நாட்களில் எனக்கு ஏதாவது வேலைகளை உருவாக்கிக்கொண்டே இருப்பார். முரசொலியைத் தவிர நாங்கள் மற்ற செய்தித்தாள்களைக் கண்ணால் பார்க்கப் பல ஆண்டுகள் ஆயின.

எங்கள் ஊரில் கடை என்று பெயருக்கு ஒன்றே ஒன்று இருந்தது. அது 'செட்டியார் கடை.' தினமும் காலையில் அங்கே இட்லி கிடைக்கும். அவர் வைக்கும் குழம்பு நல்ல ருசியாக இருக்கும். யாருக்காவது ஒரு ரூபாய், இரண்டு ரூபாய் கிடைத்துவிட்டால் செட்டியார் கடையில் இட்லி சாப்பிடும் எண்ணம்தான் முதலில் வரும். அவர் கடை வடையும் போண்டாவும் நன்றாக இருக்கும். ஓராண்டு படிப்பு முடிந்ததும் முந்தைய வகுப்புப் பாடப் புத்தகங்கள், குறிப்பேடுகள் எல்லாவற்றையும் செட்டியார் கடையில் தான் கொண்டு போய்க் கொடுப்போம். எடை போடுவது எல்லாம் இல்லை. அளவுக்குத் தகுந்த மாதிரி இத்தனை இட்லி அல்லது இத்தனை வடை என்று சொல்வார். விருப்பத்துக்கு ஏற்ற மாதிரி சாப்பிட்டுக்கொள்ளலாம். அவர் கடையில் சில மிட்டாய்களும் ரொட்டிகளும் கிடைக்கும். அதுபோக அங்கே கிடைக்கும் மிக முக்கியமான பொருள் பீடியும் சுருட்டும். வயதானவர்கள் சுருட்டுப் பிடிப்பார்கள். என் அப்பனின் வயதில் இருந்தவர்கள் பீடி. மற்ற பொருள்கள் எதுவும் எங்கள் ஊரில் கிடைக்காது. வீட்டுக்குத் தேவையான சமையல் பொருள்கள் உட்பட

அனைத்தையும் செவ்வாய்க்கிழமை திருச்செங்கோட்டுச் சந்தைக்குச் சென்று வாங்கி வருவார்கள்.

திருச்செங்கோட்டிலிருந்து ஈரோடு செல்லும் நேர்வழிச் சாலையில் எங்கள் ஊர் இருந்ததால் பேருந்து வசதி இருந்தது. நாளுக்கு இரண்டோ மூன்றோ ரூட் பஸ்கள் செல்லும். அவை எங்கள் ஊரில் நிற்க மாட்டா. இரண்டு டவுன்பஸ்கள் இருந்தன. அவற்றில் எங்களூர்க்காரர்கள் பெரும்பாலும் ஏற மாட்டார்கள். திருச்செங்கோட்டுக்கு டிக்கெட் நாலணாதான். என்றாலும் யாரும் நாலணா செலவு செய்ய யோசிப்பார்கள். நடராஜா பஸ் சர்வீஸ்தான். ஆத்திரம் அவசரம் என்றால் பஸ்ஸில் போவார்கள். அப்போது திருச்செங்கோட்டில் தறிப் பட்டறைகளும் சைசிங்களும் உருவாக ஆரம்பித்தன. அவற்றில் வேலை செய்யச் சிலர் சென்றனர். அவர்கள் வழக்கமாகப் பேருந்தில் செல்வர். அவ்வளவுதான்.

ஒற்றைச் சாலை எனினும் தார்ச்சாலையாக இருந்தது. இருபுறங்களிலும் நூற்றாண்டுகளைக் கடந்த புளிய மரங்கள் அடர்ந்து சாலையை மூடியிருந்தன. எங்கள் ஊருக்கு என்று குறிப்பிட்ட தூரம் வரை மரங்களைப் பிரித்து ஒதுக்கி யிருந்தார்கள். அம்மரங்களில் புளி உலுக்கிக்கொள்ள ஆண்டுக்கு ஒருமுறை ஊர்க்கூட்டம் போட்டு ஏலம் விடுவோம். இரண்டு மூன்று பேர் சேர்ந்து ஏலம் எடுப்பார்கள். அவர்களுக்கு அந்த வருசம் முழுக்கப் புளிய மரங்களோடே கழியும். சில வருசம் நன்றாகக் காய்க்கும். சில வருசம் காய்ப்பு சுகப்படாது. அப்படிப்பட்ட சமயங்களில் ஊர்க்கூட்டம் ஏலத்தொகையைக் குறைத்துக் கொள்வதும் உண்டு.

அப்போதெல்லாம் மாதம் ஒருமுறை கட்டாயமாக ஊர்க்கூட்டம் நடக்கும். பௌர்ணமி நாள் என்றால் ஊர்க்கூட்டம் என்று அர்த்தம். எங்கள் ஊரில் குடியிருந்த குறவருக்கு ஊர் முழுக்க இந்த அறிவிப்பைக் கொடுப்பதும் ஒரு வேலை. ஒவ்வொரு வீட்டிலும் கண்டிப்பாகச் சொல்லியாக வேண்டும். 'சாமீ... இன்னைக்கு ஊர்க்கூட்டம் நடக்குதுங்கோ. பணம் எடுத்தவிய வட்டிப்பணத்தோட கட்டாயம் வந்திருங்க' என்று ஒவ்வொரு வீட்டிலும் குறவர் சொல்வார். பொதுப்பணம் என்று ஒரு தொகை ஊரில் வைத்திருப்பார்கள். மாரியம்மன் திருவிழாவுக்கு வீட்டுக்கு வீடு வாங்கும் வரிப்பணத்தில் செலவு போக மீதமிருக்கும் தொகை பொதுப்பணத்தில் சேரும். ஊரில் நடக்கும் குற்றங்களை விசாரித்துத் தண்டத்தொகை விதிப்பார்கள். அதில் வரும் பணமும் பொதுப்பணத்தில் சேரும். இந்தத் தொகையை மாதம் ஒருமுறை ஊர்க்கூட்டத்தில் வட்டிக்கு விடுவார்கள். நூறு நூறாகப் பிரித்து ஏலம் விடுவது

போல வட்டித் தொகையைச் சொல்வார்கள். நூறு ரூபாய்க்கு பத்து முதல் இருபது இருபத்தைந்து வரை வட்டிக்கு எடுக்க ஆள் இருக்கும். பணப்புழக்கம் அதிகம் இல்லாத காலம். கண்ணில் காசைக் காண்பது அவ்வளவு கஷ்டம். அப்படி எடுப்போர் அடுத்த மாதம் வட்டித் தொகையோடு கொண்டு வந்து கட்டிவிட வேண்டும். பொதுப்பணம் என்பதால் மானம் போய்விடும் என்று எங்காவது கைமாற்று வாங்கிக்கொண்டு வந்து கட்டுவார்கள். ஏலத்தில் உடனே தொகையை எடுத்துக் கைமாற்றைக் கொடுப்பார்கள். இப்படி ஊர்ப்பணத்திற்குக் கிராக்கி இருக்கும். அப்பணம் பெருகிக்கொண்டே போகும்.

இன்னும் எங்களூர் காட்சிகள் பற்றி எத்தனையோ சொல்லலாம். சிறுவர் சிறுமியரின் விளையாட்டுக் கூச்சல் எல்லாப்புறமும் கேட்டபடியே இருக்கும். முன்னிரவு நேரத்தில் புருசன் பெண்டாட்டி சண்டை நடக்கும். வரப்புத் தகராறுகள் எப்போதும் இருப்பன. ஊரில் விதவைப் பெண்களின் எண்ணிக்கை கணிசமாக இருக்கும். ஆண் பெண்ணைச் சம்பந்தப்படுத்திய கதைகள் பல உலா வரும். ஊர்க்கிணற்றில் தண்ணீர் சேந்துவதில் ஏதாவது பிரச்சினை வந்தபடியே இருக்கும். நான்கைந்து ஆண்டுகளுக்கு ஒருமுறை சுடுகாட்டு மரங்களை ஏலம் விடுவார்கள். மக்கள் அவசரம் ஏதுமின்றி பொழுதைக் கழிப்பார்கள். கள் இறக்கிய காலம், மதுவிலக்கு அமலான காலம் ஆகிய இரண்டிலும் என் ஊரின் இயல்புகள் சுவாரஸ்யமானவை. எத்தனையோ விஷயங்களை என் நாவல்களில் கொண்டு வந்திருக்கிறேன். மிக விரிவாக இந்தக் கட்டுரையை எழுதுவதற்குத் தயக்கமாகவும் இருக்கிறது. என் படைப்புகளின் பின்புல ரகசியங்களைக் கசிய வைத்து விடுவேனோ என்னும் பயம் தான் தயக்கத்திற்குக் காரணம்.

1990களுக்குப் பின்னர் எங்கள் ஊரின் முகம் முற்றிலுமாக மாறிவிட்டது. இன்றைக்கு 'என் ஊர் கூட்டப்பள்ளி' என்று சொன்னால் வெளியூரில் இருந்து வந்து அங்கே குடியேறி யிருக்கிறேன் என்றே நினைக்கிறார்கள். வீட்டு வசதி வாரியக் குடியிருப்பு வந்து அதன் முன்னும் பின்னுமாக வீடுகள் பெருகி திருச்செங்கோட்டோடு இணைந்துவிட்டது. 'நான் பழைய கூட்டப்பள்ளி. என் சொந்த ஊரே அதுதான்' என்று சொல்லிப் புரிய வைக்க வேண்டியிருக்கிறது. ஊரின் பழைய முகம் எதுவுமே இல்லை. ஊர்ப்பணம் பெருகி மாரியம்மன் கோயில் கோபுரத்தோடு பெரிய கட்டிடமாகிவிட்டது. கோயிலைச் சுற்றியிருந்த இடத்தில் கடைகள் கட்டப்பட்டு மாரியம்மன் வாடகை வசூலிப்பவளாகவும் ஆகிவிட்டாள். ஏராளமான கடைகள் வந்துவிட்டன. எந்தப் பொருளுக்கும்

சந்தைக்குச் செல்ல வேண்டியதே இல்லை. வேளாண்மை இன்று நடைபெறுவதில்லை. எல்லாரும் வெவ்வேறு தொழில்களுக்கு மாறிவிட்டோம். நிலமதிப்பு கருதிக் கொஞ்சமாகவேனும் நிலம் வைத்திருக்கிறோம். ஊரோடான என் உறவு ஆண்டுதோறும் மாரியம்மன் கோயில் திருவிழாவுக்குத் தவறாமல் வரி கொடுத்துவிடுவதில் தொடுத்து நிற்கிறது. நிமிடந்தோறும் பேருந்துகள் சென்று கொண்டேயிருக்கும் அளவு போக்குவரத்து பெருகிவிட்டது. புளியமரங்கள் வெட்டப்பட்டு சாலைகள் அகலமாகி உள்ளன. குடிவளவில் பெரிய பெரிய மாடி வீடுகள் வந்துவிட்டன. சக்கிலி வளவில் தொகுப்பு வீடுகள் தென்படுகின்றன. எல்லாம் மாறிவிட்டன. இன்றும் மாறாமல் இருப்பது ஒன்றே ஒன்றுதான். அது குடிவளவுக்கும் சக்கிலி வளவுக்கும் இடையேயான ஒரு காட்டுத் தூரம்.

●

05—05—12

(கவிஞர் கடற்கரய் ஒரு தொகுப்பு நூலுக்காகக்
கேட்டதற்காக எழுதிய கட்டுரை.)

27

என் ஊர்

'கொடிமாடச் செங்குன்று' எனப் பக்தி இலக்கியங்கள் குறிப்பிடும் ஊர் திருச்செங்கோடு. அந்நகராட்சிக்கு உட்பட்ட கூட்டப்பள்ளி என்னும் கிராமமே எனது சொந்த ஊர். இன்று கிராமம் என்று சொல்ல முடியாது. வானம் பார்த்த பூமியான மேட்டுநிலங்கள் எல்லாம் மனைகளாகி வளர்ந்து விட்ட பெருநகரத்தின் ஒருபகுதியாக இருக்கிறது.

அர்த்தநாரீஸ்வரர், செங்கோட்டுவேலவர் ஆகிய கடவுள்கள் கோயில் கொண்டிருக்கும் செந்நிற மலை திருச்செங்கோடு. மலையேற முடியாதவர்களுக்காகக் கீழே 'நிலத்தமர்ந்தான் கோயில்' என வழங்கும் கைலாசநாதர் கோயில் ஒன்றும் உண்டு. தேவாரப் பாடல் பெற்ற கொங்கு நாட்டு ஏழு தலங்களுள் ஒன்று திருச்செங்கோடு. திருஞானசம்பந்தர் 'கொடிமாடச் செங்குன்றூர் பதிகம்' பாடியுள்ளார். அருணகிரிநாதர் தம் திருப்புகழில் திருச்செங்கோட்டு வேலவரைப் பற்றிப் பல பாடல்கள் பாடியுள்ளார். திருச்செங்கோட்டுக் கலம்பகம், திருச்செங்கோட்டுத் திருப்பணிமாலை என எழுபதுக்கும் மேற்பட்ட சிற்றிலக்கியங்கள் இந்த ஊர்ப் புகழ் பாடுகின்றன.

கோயில் சார்ந்த ஊர்களுக்கே உரிய பிசுக்கேறிய துயரச் சாயலைத் திருச்செங்கோட்டில் காண முடியாது. காரணம் இவ்வூரின் வளர்ச்சி கோயில் சார்ந்ததல்ல. விசைத்தறி, லாரி, ஆழ்துளைக் கிணறு

தோண்டும் ரிக் வண்டிகள் என அபரிமிதமான தொழில் வளர்ச்சி ஏற்பட்டு இந்தியா முழுவதும் மட்டுமல்லாமல், தென்னாப்பிரிக்க நாடுகளிலும் இன்று அறியப்பட்ட ஊராக இருக்கிறது. திருச்செங்கோட்டு ரிக் வண்டிகள் இந்தியாவின் எல்லா மாநிலங்களிலும் நிலத்தைத் துளைத்துக் கொண்டிருக்கின்றன. அவ்வேலைக்காகச் செல்லும் ஆண்கள் பல மாதங்கள் ஊர்ப்பக்கமே எட்டிப் பார்க்க மாட்டார்கள். குடும்பத்தைத் தனியாக நடத்தும் அளவு உரம் பெற்றவர்கள் இந்த ஊர்ப் பெண்கள். இரு சக்கர வாகனங்கள் ஓட்டத் தெரியாத பெண்களே கிடையாது.

இந்தத் தொழில்களுக்கு நிகராகக் கல்வி நிறுவனத் தொழிலும் பெருவளர்ச்சி பெற்றிருக்கிறது. திருச்செங்கோட்டி லிருந்து செல்லும் எல்லாச் சாலைகளிலும் தனியார் பள்ளிகள், கல்லூரிகளின் உயர்ந்த கட்டிடங்களைக் காணலாம். லட்சக் கணக்கான மாணவர்கள் இங்கு பயில்கின்றனர். விடுதியில் தங்கிப் பயில்வோர் பலர். தனியாகவும் வீட்டில் உள்ள வயதான ஆயாக்களின் துணையோடும் வாடகை வீடு பிடித்துத் தங்கி யிருப்போரும் பலர். ஆகவே இங்கு வீட்டு வாடகை அதிகம். வீடு கிடைப்பதும் கஷ்டம். கல்வி நிறுவனங்கள் ஆயிரக்கணக்கான பேர்களுக்கு வேலைவாய்ப்பை வழங்குகின்றன. ஆசிரியர், அலுவலகப் பணியாளர்கள், விடுதி சார்ந்த பணிகள், சமையலர்கள், பேருந்து ஓட்டுநர்கள், பராமரிப்பாளர்கள், தூய்மைப் பணியாளர்கள் எனப் பல வேலைகள். உழைக்கத் தயாராக இருக்கும் எல்லா வயதினருக்கும் கணிசமான ஊதியத்துடன் வேலை கிடைக்கும்.

பல நூற்றாண்டு வரலாறு கொண்ட செவ்வாய்ச் சந்தையில் இன்று பொருள்கள் வாங்க மக்கள் கூடுவது குறைந்துவிட்டாலும் ஆட்டுச் சந்தை மவுசு குறையாமல் இருக்கிறது. திங்கட்கிழமை மாலையிலிருந்தே ஆடுகளும் ஆட்டு வியாபாரிகளும் கூட ஆரம்பித்துவிடுவர். இன்றும் ஆயிரக்கணக்கான ஆடுகள் விற்பனை ஆகின்றன. ஆட்டுத் தோல் சந்தையும் இங்கு பிரபலமாக இருந்தது. தோல் கெடாமல் இருக்கப் பயன்படுத்தும் உப்புக் கழிவுகளால் நிலத்தடி நீரும் நிலமும் கெடுகின்றன என மக்கள் பல ஆண்டுகளாகப் போராடினர். ஆகவே இப்போது தோல் சந்தை மூடப்பட்டுவிட்டது. கெட்டுப் போன நிலத்தடி நீர் இன்னும் சில ஆண்டுகளில் சரியாகிவிடும் என எதிர்பார்த்துக் கொண்டுள்ளனர்.

அம்மன் குளம், சின்னத் தெப்பக்குளம், பெரிய தெப்பக்குளம் ஆகியவை இவ்வூரின் நீர் ஆதாரங்களாக

விளங்கின. இன்று அம்மன்குளம் பேருந்து நிலையமாகவும் சின்னத் தெப்பக்குளம் வணிக வளாகமாகவும் இருக்கின்றன. பெரிய தெப்பக்குளம் பயன்படுத்த முடியாத நிலையில் தூர்ந்து போய்விட்டது. அதைப் புனரமைக்கச் சில கோடிகள் ஒதுக்கி வேலை நடந்திருக்கிறது. எனினும் மலையின் கிழக்குப் பகுதியில் உள்ள மலார்குட்டை இன்றும் நல்ல நிலையில் உள்ளது. இக்குட்டையின் நீர் மிகவும் சுவையானது. கோவையின் சிறுவாணி நீரைவிடவும் சுவை என்பார்கள். வெயில் காலத்தில் இக்குட்டை நீர் குடம் ஐந்திலிருந்து பத்து ரூபாய் வரை விற்பனை ஆகிறது.

வைகாசி விசாகத் திருவிழா பதினான்கு நாட்கள் மிக விமரிசையாக நடக்கும். சுற்று வட்டார கிராமங்களில் இருந்து லட்சக்கணக்கான மக்கள் வந்து கூடுவர். திருவிழாக் காலத்தில் எல்லா வீடுகளிலும் தினமும் புட்டும்(இட்லி) கூட்டுச்சாறும் செய்வார்கள். இரண்டும் சேர்ந்த சுவைக்கு ஈடாக வேறு எந்த உணவையும் சொல்ல முடியாது. கூடையில் புட்டுக்களைக் கொண்டு வந்து ஊர் ஊருக்கு விற்கும் 'புட்டுக்காரிகள்' பலர் இருந்தனர். இன்றும் பல சிறிய உணவகங்களில் காலை நேரத்தில் புட்டும் சாறும்தான் பரபரப்பான விற்பனை.

எல்லாப் பொருளும் கிடைக்கும் தேர்க்கடைகள் வைகாசி தொடங்கி ஆடி வரைக்கும் ஊர் நடுவில் இருக்கும். தேர் செல்லும் நான்கு ரத வீதிகளும் நிலத்தமர்ந்தான் கோயிலைச் சுற்றியிருந்த நான்கு மாடவீதிகளுமே ஒருகாலத்துத் திருச்செங்கோடு. இன்று மேற்கு மாட வீதி காணாமலே போய்விட்டது. பிற வீதிகளில் கடைகள் பெருகிவிட்டன. பழைய சேலம் மாவட்டத்தின் முதல் அச்சகமான 'சுப்பராயக் கவுண்டர் பிரஸ்' திருச்செங்கோட்டில்தான் தொடங்கப் பட்டது. தி.அ. முத்துசாமிக் கோனார் என்னும் பெரும் தமிழறிஞர் அந்த அச்சகத்தின் மூலமாகவே பழைய நூல்கள் பலவற்றை வெளியிட்டார். பத்தொன்பதாம் நூற்றாண்டி லேயே 'திருச்செங்கோட்டு விவேகதிவாகரன்' என்னும் பத்திரிகையையும் அவர் நடத்தியுள்ளார்.

திரைப்படத் தொழிலில் புகழ்பெற்று விளங்கிய மாடர்ன் தியேட்டர்ஸ் டி.ஆர். சுந்தரம் திருச்செங்கோட்டுக்காரர். அவர் பெயரில் உள்ள முன்னெழுத்து டி என்பது திருச்செங்கோட்டைக் குறிக்கும். விடுதலைக்கு முன்னான சென்னை மாகாணத்தின் முதலமைச்சராகச் சில ஆண்டுகள் பதவி வகித்த டாக்டர் ப. சுப்பராயன் திருச்செங்கோட்டுக்கு அருகில் உள்ள குமாரமங்கலம் ஜமீன்தார். அவருக்குப் பின் மோகன்

குமாரமங்கலம், ரங்கராஜன் குமாரமங்கலம் ஆகியோரும் இந்திய அளவில் பிரபலமாக விளங்கிய அரசியல்வாதிகள்.

வரலாற்றுச் சிறப்பையும் நவீன வளர்ச்சியையும் ஒருசேரப் பெற்றுத் திகழும் திருச்செங்கோடு நான் புரண்டு விளையாடிய மண். என் குருதியில் கலந்திருக்கும் ஊர். அதனால்தான் என் படைப்புகளின் களம் திருச்செங்கோட்டைத் தாண்டி வருவதில்லை.

●

28

உவலைக் கூவல்

எனக்கு மிகவும் பிடித்த நீர்நிலை கிணறு. என் சிறுவயது ஞாபகங்கள் எல்லாம் கிணற்றோ டானவை. என் பதின்பருவத்தில்தான் ஆற்றைக் கண்டேன். எங்கள் பகுதியில் ஏரிகளும் குளங்களும் அவ்வளவு பிரசித்தமல்ல. நீர் என்றால் கிணறுதான். பலவிதமான கிணறுகளை எனக்குத் தெரியும். வாய் அகண்ட கிணறுகளை அதில் இறைக்கப்படும் ஏற்றங்களின் எண்ணிக்கை அடிப்படையில் வகை பிரிப்பதுண்டு. ஓரேத்தக் கிணறு, ஈரேத்தக் கிணறு, மூவேத்தக் கிணறு, நாலேத்தக் கிணறு என்னும்படி. எங்கள் பாட்டிகள் சொல்லும் கதைகளில் பதினெட்டு ஏத்தக் கிணறுகள்கூட வரும்.

எங்களுடைய கிணறுகள் மிகவும் ஆழ மானவை. ஆனால் நீர் எங்கோ ஆழத்தில் கொஞ்ச மாகக் கிடக்கும். கிணற்றில் உள்ள நீரைப் பார்க்கக் குனிந்தால் தலைப்பாகை கழன்று உள்ளே விழுந்து விடும்; நீர் இருப்பதை மட்டும் பார்க்க முடியாது என்று சொல்வதுண்டு. அவ்வளவு ஆழத்திலும் உப்புத் தண்ணீர்தான் எங்கள் பாக்கியம். எனினும் கிணற்றோடு எங்களுக்குத் தொப்புள்கொடி உறவு.

ஒருநாளும் வீட்டில் குளித்ததில்லை. குளியல் என்றால் கிணற்றில் குதித்து நீந்தி ஏறி வருவதுதான். கோடைகாலப் பகல்களில் பெரு நேரம் கிணற்றிலேயே கழியும். கண்கள் சிவக்கச் சிவக்கச் சாப்பாட்டைக்கூட மறந்துவிட்டு நீந்திக் கிடப்போம். நீருக்குள் விளையாட என்றே பல விளையாட்டுகள் உண்டு. விளையாட்டு இல்லாத இடத்தில் மனிதனுக்கு இருப்பு இல்லை.

கிணற்றுக்கும் எனக்கும் இப்படி ஒரு பிரிக்க முடியாத பந்தம் இருப்பதால் எங்கு போனாலும் கிணறுகளைக் கவனிப்பேன். விவசாயத்திற்கு மட்டுமா நம்மிடம் கிணறுகள் உண்டு? குடிநீருக்குப் பயன்படும் ஊர்க்கிணறுகள் ஏராளம் இருக்கின்றன. வட்டம், சதுரம், செவ்வகம் எனப் பல வடிவங்களைக் கொண்ட அக்கிணறுகளைச் சுற்றிலும் இடுப்புயரச் சுவர்கள் கட்டப்பட்டு உருளைகளும் ராட்டினங்களும் போடப்பட்டிருக்கும். தண்ணீர் சேந்தும் சத்தம் இராப்பகலாய்க் கேட்டுக்கொண்டே இருக்கும்.

கிணற்றுக்கு வரலாறு உண்டு. சங்க காலத்தில் கிணற்றைக் கூவல் என்னும் சொல்லால் குறிப்பிட்டுள்ளனர். தன் வீட்டில் உண்ட தேன் கலந்த பாலின் சுவையை விடவும் கணவன் நாட்டிலுள்ள சேறு கலந்த கிணற்று நீர் சுவையானது என்கிறாள் புதுமணப்பெண் ஒருத்தி. "தேன் மயங்கு பாலினும் இனிய அவர் நாட்டு உவலைக் கூவல்" என்பது பாடல். ஆழமானது கூவல். ஓரளவு தோண்டியதும் நீர் கிடைத்துவிட்டால் அது கேணி. தொட்டனைத்து ஊறும் மணற்கேணியைத் திருக்குறள் காட்டும்.

கோயில் கட்டுமானத்தில் கிணற்றுக்கு முக்கிய இடம் உண்டு. கிணறு வெட்டித் தருவது அறக்காரியங்களில் ஒன்றாகக் கருதப்பட்டுள்ளது. சில கிணறுகளில் முக்கியமான கல்வெட்டுகள் பொறிக்கப்பட்டுள்ளன. சென்னை மாவட்ட ஆட்சியராக இருந்த எல்லீசன் சென்னையில் கிணறுகளை வெட்டுவித்ததும் அவற்றில் பாடல் வடிவில் பொறித்த கல்வெட்டுகளில் திருக்குறள் மேற்கோள் காட்டப்பட்டிருப்பதும் சமீப கால வரலாறு.

ஆனால் இன்று கிணறுகளின் நிலை என்ன? ஆழ்துளைக் குழாய்கள் வந்ததும் அவை பழங்கிணறுகள் ஆகிவிட்டன. கிணற்றுப் பாசனம் நடந்தபோது நீரின் அளவுக்கு ஏற்பப் பாசனப் பரப்பும் அளவாக இருந்தது. நிலத்தடி நீரை முழுவதுமாக உறிஞ்சிவிடாமல் கிணறுகள் பாதுகாத்தன என்றே சொல்லலாம். ஆழ்துளைக் குழாய்கள் அப்படி அல்ல. பாசனப் பரப்பை விரிவாக்கும் ஆசையைத் தூண்டி நிலத்தடி நீரை முற்றிலும் துய்க்கச் செய்தன. பக்கத்து நிலத்தில் இருப்பதை விடவும் ஆழமாகத் தோண்டி அங்கிருக்கும் நீரையும் உறிஞ்சச் செய்தன. அதனால் யார் அதிக ஆழம்வரை துளை போடுவது என்னும் போட்டியில் உழவர்கள் இறங்கிவிட்டனர். கிணறுகள் தூர்ந்து போய்க் கிடக்கின்றன.

எங்கிருந்தோ கொண்டு வரப்பட்டுக் குழாய்கள் மூலம் குடிநீர் வழங்கப்படுகின்றது. ஆகவே ஊர்க்கிணறுகள் கவனிப்பாரற்றுப் போயின. அக்கிணறுகளைக் குப்பை கொட்டும் கிடங்குகளாக மக்கள் பயன்படுத்துகின்றனர். மாற்று ஒன்று கிடைத்ததும் பழையதை எவ்வளவு உதாசீனப் படுத்துகிறோம் என்பதற்குக் கிணறுகளின் நிலையே சான்று. குழாய் நீரையே எதிர்பார்த்துக்கொண்டு தண்ணீர்ப் பஞ்சத்தில் காலம் கழிக்கிறோம். காலகாலமாக உதவி வந்த கிணறுகளை எப்படி இத்தனை சீக்கிரம் மறக்க முடிந்தது?

நவீன வசதிகள் ஏற்பட்ட பின்னால் பழமைக்குத் திரும்பிப் போக வேண்டாம். பழமையை நவீனத் தேவைகளுக்கேற்பப் பயன்படுத்திக்கொள்வதில் கவனம் செலுத்தலாம். விவசாய நிலங்களில் உள்ள கிணறுகளைத் தூர்ந்து மூடிப்போக விடாமல் மழைநீர் சேகரிப்புத் தொட்டிகளாகப் பயன்படுத்தலாம். குடிநீர்க் கிணறுகளைப் பராமரித்தால் அவசரத் தேவைகளுக்கு அதிலிருந்து நீர் பெறலாம். வீட்டுக் கூரையில் விழும் மழைநீர் கிணற்றுக்குச் செல்லும்படி குழாய் அமைத்தால் வீதிகள் வெள்ளக்காடாவதைத் தடுக்கலாம். நிலத்தடி நீர்மட்டம் உயரும். கிணற்றுப் பராமரிப்பு தண்ணீர்த் தட்டுப்பாட்டைப் போக்கும்.

ஏரி, குளங்களை மீட்கக் குரல் கொடுப்பவர்கள் இருக்கிறார்கள். குரல்கள் அற்ற கிணறுகள் வரலாற்றை மௌனமாகப் புதைத்துக்கொண்டு தூர்ந்தழிந்து போக வேண்டியவைதானா?

●

05–08–07.

29

புளியம்பூப் பருவம்

நாலரை வயதிலேயே என்னைப் பள்ளிக்கூடத்தில் சேர்த்துவிட்டார்கள். திருச்செங்கோடு நகராட்சிக்கு உட்பட்ட இராஜாக்கவுண்டம்பாளையம் நகராட்சித் தொடக்கப் பள்ளி அது. புரட்டாசி மாதத்தில் பிறந்தவன் நான். ஐந்து வயது முடிந்த பின்னரே பள்ளிக்கூடத்தில் சேர்த்த காலம் அது. பிறப்புச் சான்றிதழ் எதுவும் தேவையில்லை. கையைத் தலைமேல் வைத்து எதிர்ப்புறக் காதைத் தொட்டு விட்டால் போதும். என் வம்சாவழியினருக்கே இருக்கும் பெருந்தலை எனக்கும். பனங்காய்த்தலைக் குடும்பம் என்று ஊரில் பட்டப்பெயர் உண்டு. முடியை ஒட்ட வெட்டி நாய் கரண்ட தேங்காய் மூடிபோலத் தலையைக் கொஞ்சம் சின்னதாக்கி இருந்ததால் காதின் நுனியை எப்படியோ நடுவிரல் தொட்டுவிட்டது.

இன்னொரு அனுகூலமும் எனக்கு இருந்தது. என் அண்ணன் அதே பள்ளிக்கூடத்தில் ஐந்தாம் வகுப்பிலிருந்தான். அவன்தான் வகுப்பிலேயே ரொம்பக் குள்ளம். குள்ள ராமசாமி என்றால் பள்ளியில் எல்லோருக்கும் தெரியும். குள்ள ராமசாமியின் தம்பியும் குள்ளமாகத்தானே இருக்க முடியும் என்னும் தருக்கமும் என் சேர்க்கைக்கு உதவியது. என் அம்மா என்னைப் பற்றிப் பீற்றிக் கொள்ளும்போது நாலரை வயதிலேயே பள்ளிக் கூடத்தில் சேர்த்ததையும் ஒரு வருசம்கூடப் பெயிலாகவில்லை என்பதையும் பெருமையாகச் சொல்லும். இரண்டு வயதில் பிள்ளைகளைப்

பள்ளியில் சேர்க்கும் இந்தக் காலத்தில், தேர்ச்சி பெறுவது ஒரு விசயமே இல்லை என்றாகி மதிப்பெண் குவிக்கும் சாதனைகள் நிகழ்ந்துகொண்டிருக்கும் இன்றைய சூழலில் என் அம்மாவின் பெருமை பீற்றல் கேலிக்கு உரியதாகிவிடுகிறது.

அப்போது நாங்கள் காட்டுக்குள் குடியிருந்தோம். கிட்டத்தட்ட மூன்று கிலோ மீட்டர் நடந்து பள்ளிக்குச் செல்வோம். அது அற்புதமான சந்தோசத்தைக் கொடுக்கும் தூரம். திருச்செங்கோட்டிலிருந்து ஈரோடு செல்லும் அந்தச் சாலையில் வெகுநேரத்திற்கு ஒருமுறை எப்போதாவது வாகனம் போகும். புளியமரங்கள் அடர்ந்த சாலையில் இளைப்பாறவும் பயப்படவும் உற்சாகமாகக் குதித்தோடவும் விளையாடவும் எனப் பல்வேறு இடங்கள் உண்டு. பெரிய சுமைதாங்கிக் கல்லின்மேல் எங்கள் பை பாரங்களை இறக்கி வைப்போம். ஊஞ்சலாடவும் ஏறிக் குதிக்கவும் எட்டிப் புளியங்காய் பறிக்கவும் என எல்லாவற்றிற்கும் எங்களை அனுமதித்தது சுமைதாங்கி. அதைக் கடந்து கொஞ்சதூரம் வந்ததும் அணைட்டேரிப் பள்ளம். மழைக்காலத்தில் தண்ணீர் தேங்கும். அதனால் அங்கிருக்கும் புளியமரங்கள் அடர்ந்து சாலை முழுவதையும் மூடியிருக்கும். ஒருதுளி வெளிச்சம்கூட உள்ளே விழாது. இருநூறு மீட்டர் தூரம்தான் என்றாலும் அந்த இருளுக்குள் ஏராளமான பேய்கள் கைநீட்டிக் கொண்டு எங்களை அழைக்கும். கண்களை மூடியபடி ஒரே ஓட்டமாக ஓடிக் கடப்போம். தனியாக அந்தப்பக்கம் போனால் அவ்வளவுதான்.

என் தொடக்கப்பள்ளிக் காலம் முழுக்கப் புளியமரங்க ளோடே கழிந்தது. புளிய மரங்களை விட்டுவிட்டு எந்த நிகழ்ச்சியையும் யோசிக்க முடியவில்லை. வீட்டிலிருந்து கிளம்பி நூற்றுக்கும் மேற்பட்ட புளியமரங்களைக் கடந்து பள்ளிக்குப் போவோம். மாலையில் மறுபடியும் புளியமரங்களே துணை. காசு கொடுத்துத் தின்பண்டம் வாங்க வக்கற்ற எங்களுக்கு வருசம் முழுக்கப் புளியமரங்களே தின்பண்டம் வழங்கும். இலையுதிர்காலம் முடிந்து மரங்கள் துளிர் விடும் பருவத்தில் புளியமரம் தீத்தணல் போலக் கொழுந்தை நீட்டி எங்களை அழைக்கும். புளியங்கொழுந்தைக் கிள்ளி வாயில் போட்டுக்கொண்டால் வாயெல்லாம் தித்திக்கும். அந்தப் பருவம் முழுக்கக் கொழுந்து எங்கள் வாயில் அரைபடும்.

அப்புறம் புளியம்பூப் பருவம். சில்லெனப் பூத்த புளியம்பூக்களைக் கிள்ளி எடுத்து அவற்றோடு கருப்பட்டி அல்லது அச்சு வெல்லத்தைச் சேர்த்துக் கல்லில் வைத்துக் கொட்டித் தின்போம். புளியம்பிஞ்சுக் காலத்தில் நாக்கில் நீரூற அலைவோம். பூம்பிஞ்சுகளை அப்படியே கடித்துத்

தின்னலாம். கொஞ்சம் முற்றிவிட்டால் கல்லில் உறைத்து உப்பில் தொட்டுக்கொள்ளலாம். பிஞ்சும் இல்லாத புளியும் இல்லாத இடைப்பட்டதைத் தெவுரு என்போம். அதன் தோலை ஓரளவு உறிக்கலாம். அதுதான் புளியம்பழம். கொட்டையைச் சுற்றியிருக்கும் ஊன் மாவுபோல் வாயில் கரையும். பழம் காய்ந்தால் புளி. எந்த மரத்துப் புளி 'இனிச்சுக் கெடக்கும்' என்பது எங்களுக்குத் தெரியும். இனிப்புப் புளி தின்பதற்கு. மற்றவை எல்லாம் வீட்டுச் செலவுக்கு.

பள்ளிக்கூடம் போகும் பிள்ளைகள் இருக்கும் வீடுகளிலெல்லாம் புளிக்குப் பஞ்சமில்லை. வருசத்திற்கான புளியை எங்கள் புத்தகப்பையே சுமந்து சென்றுவிடும். புளி விழும் பருவம் காற்றுக்காலம் என்பதால் ஒவ்வொரு மரத்தடியிலும் விழுந்து கிடக்கும் புளியை ஓடிஓடிப் பொறுக்கினாலே போதும். புளியமரம் ஏலம் எடுத்தவர்கள் புளி உலுக்கும் நாட்களில் மட்டுமே இருப்பார்கள். மற்றபடி எங்கள் ராச்சியம்தான். புளியமரத்தடி ஒவ்வொன்றும் அணுஅணுவாக எங்களுக்குப் பரிச்சயப்பட்டிருக்கும். சில மரத்தடிகளில் தண்ணீர்த்தழை அடர்ந்து வளர்ந்திருக்கும். சில மரக்கிளைகள் எட்டிப் பிடித்துத் தொங்க வாகாகத் தாழ்ந்திருக்கும். சில மர வேர்கள் ஒளிந்துகொள்ளத் தோதான இடங்களைக் கொண்டிருக்கும். பள்ளிக்கூடத்தைவிடவும் பள்ளி செல்லும் சாலை மிகவும் பிடித்திருந்தது. பள்ளியும் பிடிக்கக் காரணம் அதைச் சுற்றி மூன்று புளியமரங்கள் இருந்ததுதான்.

புளியமரத்தடியில் விளையாடித் திரிந்துவிட்டு மிகத் தாமதமாகப் பள்ளிக்குச் சென்ற நாளொன்றில் டீச்சரிடம் பொய் சொல்லி வாங்கிய அடி இன்னும் என்னுள் தழும்பாய் இருக்கிறது. ஒன்றாம் வகுப்பில் பார்வதி டீச்சர்தான் எனக்கு வகுப்பாசிரியர். ரொம்பக் கண்டிப்பு. கோபம் வந்தால் எதிரிலிருக்கும் பையன் அவ்வளவுதான். மணி அடித்து வெகு நேரம் கழித்து வகுப்புக்கு வந்ததற்குக் காரணம் கேட்டார். ஊருக்குப் போயிருந்தேன் என்று சொன்னேன். எந்த ஊருக்கு என்றார். எனக்குத் தெரிந்த ஒரே ஊர் என் அத்தை ஊராகிய அணிமூர்தான். அதைச் சொன்னேன். எதற்கு என்றார். கோயில் திருவிழா என்றேன். எந்தச் சாமிக்கு என்று டீச்சர் கேட்டதும் யார் பேரைச் சொல்லுவது என்று குழப்பமாகிவிட்டது. அந்த வயதிலேயே ஏராளமான சாமிகள் அறிமுகமாகியிருந்தனர். ஆனால் அவசரத்திற்கு எந்தச் சாமியும் கை கொடுக்கவில்லை. வகுப்பறை ஜன்னல் வழியாக விநாயகர் கண்ணில் பட்டார். 'பிள்ளையார் பொங்கல்' என்று சொன்னேன். 'ஓகோ உங்க ஊர்ல பிள்ளையாருக்குப் பொங்கல் வப்பீங்களோ' என்று கேட்டபடியே விளாசல் தொடர்ந்தது. கால்கள் இரண்டிலும்

உண்டான தடிப்புகள் வற்றச் சில நாட்களாயின. அதற்குப்பின் என்னுள் இரண்டு மாற்றங்கள் நடந்தன. அந்தப் பள்ளியில் ஐந்தாம் வகுப்பு முடிக்கும்வரை தாமதமாகப் போனதே இல்லை. இக்கட்டான சந்தர்ப்பத்தில் என்னைக் கைவிட்ட பிள்ளையார் மீது தீராத கோபம் ஏற்பட்டு அவரை வழிபடுவதை நிறுத்தி விட்டேன்.

இந்தப் புளியமர விளையாட்டு எத்தனையோ சிக்கல்களில் என்னை மாட்டி விட்டிருக்கிறது. பள்ளியில் மத்தியான உணவு நேரம் பன்னிரண்டரை மணியிலிருந்து இரண்டு மணிவரை. வீட்டில் கறி சமைக்கும் நாள் என்றால் பள்ளிக்கு மட்டம் போடவே விரும்புவோம். தொந்தரவு தாங்க முடியாது என்பதால் கட்டாயப்படுத்திப் பள்ளிக்கு அனுப்பிவிடுவார்கள். மத்தியானம் வீட்டுக்கு வந்து சாப்பிட்டுவிட்டுப் போகலாம் என்று அனுமதி கிடைக்கும். சாப்பாட்டு இடைவேளை ஒன்றரை மணிநேரம் இருப்பதால் வீட்டுக்குப் போய்வருவதில் கஷ்ட மில்லை. அது குசியான செயலும்கூட. மணி அடித்ததும் ஒரே ஓட்டம்தான். வீட்டுக்குப் போய்ச் சாப்பிட்டு விட்டுத் திரும்பும் போது அத்தனை அவசரம் இருக்காது. வழியில் இருக்கும் கிணற்றில் கொஞ்ச நேரம் குதி போட்டுவிட்டுத்தான் பள்ளிக்கு ஓடுவோம். அப்படி ஒருமுறை வீட்டுக்கு வந்து சாப்பிட்டுத் திரும்புகையில் பெரிய பையன்கள் சிலருக்கு உற்சாகம் பீறிட்டுக் கொண்டது. உற்சாகத்தை நாம் கொண்டாடும் விதம் மற்றவர்களுக்குத் தொந்தரவு தரும் வகையில்தானே.

சுமைதாங்கிக் கல் மேட்டிற்கு அருகே வந்ததும் சாலை யோரத்தில் கிடந்த பெரியபெரிய கற்களைத் தூக்கிச் சாலை நெடுக வைத்துவிட்டு எல்லோரும் பள்ளிக்கு ஓடிப் போனார்கள். சின்னப்பையன்களாகிய நாங்களும் ஈடு கொடுத்துப் பின்னா லேயே ஓடிப்போனோம். அந்த நேரத்தில் புளியங்கொட்டை எம்.ஆர்.என் பேருந்து வரும். புளியங்கொட்டை நிற வண்ணம் அடித்திருந்ததாலும் இன்னொரு எம்.ஆர்.என் பேருந்து இருந்ததாலும் இந்தப் பெயர். அது போகும் ஊரும் மிகவும் வித்தியாசமான பெயருடையது. ஆப்பக்கூடல் என்பது அந்த ஊர். கற்களைக் கண்டு வண்டியை நிறுத்திவிடுவார்கள். அதற்கப்புறம் என்ன நடக்கும்? பக்கத்தில் எங்கோ வேட்டு வைப்பதால் சாலை மறிக்கப்பட்டிருப்பதாகக் கருதி வெகுநேரம் நின்றிருக்கக் கூடும். பக்கத்தில் யாரிடமாவது விசாரிக்கலாம் என்றால்கூட முடியாது. ஈக்குஞ்சும் அண்டாத அநாதி மேடு அது. காவல்துறை வந்துதான் கற்களை அப்புறப்படுத்துவார்கள் என்றும் கல் வைத்தவர்களை எப்படியாவது விசாரித்துக் கண்டுபிடித்துவிடுவார்கள் என்றும் பையன்களுக்கிடையில் பேச்சு பரவியது.

பாதி மலையேறுன பாதகரு

மணியடித்து வகுப்புக்குள் உட்கார்ந்திருந்தாலும் காதுகள் வெளியிலிருந்தன. சாலையை ஒட்டியே பள்ளி என்பதால் வாகனச் சத்தம் நன்றாகக் கேட்கும். நேரம் ஆகஆக நெஞ்சுப் படபடப்புக் கூடிக்கொண்டே இருந்தது. வழக்கத்தைவிட நேரம் அதிகமாவதாகத் தோன்றியது. ஒருவழியாகப் புளியங்கொட்டை எம்.ஆர்.என். சத்தம் சாலையில் கேட்டது. புளியமரம் ஒன்றின் எல்லாக் கிளைகளையும் ஒருசேர உலுக்கினால் புளிகள் சாலையின்மேல் கொட்டும் ஒலியைப் போலவே அந்தப் பேருந்தின் ஓசையும் கேட்கும். அது பழக்கமானது. எங்கள் எல்லோருக்கும் அதற்கப்புறம்தான் பயம் விட்டது. ஆனால் பிரச்சினை அத்தோடு முடிந்துவிடவில்லை.

பள்ளி முடிந்து சாயங்காலம் வீட்டுக்குப் போகும்போதும் அதே பேச்சுத்தான். என் அண்ணன் வகுப்புப் பையன் ஒருவன் சாலையில் கற்களைத் தூக்கி வைத்தது என் அண்ணன் தான் என்றும் அவன் எப்படியும் மாட்டுவான் என்றும் சொல்லிக் கொண்டே வந்தான். கற்களைத் தூக்கி வைத்தது பலபேர். வேண்டுமென்றே அவன் என் அண்ணனை மட்டும் சொன்னான். என் அண்ணன் அலட்டிக்கொள்ளவில்லை என்றாலும் எனக்குப் பெருங்கோபம் வந்தது. என் சின்ன வயதுக் கோபம் ரொம்பப் பிரசித்தம். சொன்னவன் தலையில் என் புத்தகப் பையால் போட்டேன் ஒருபோடு. பையில் சிலேட்டு மாத்திரம் இருந்தது. நான்கு பக்கங்களிலும் மரக்கட்டை போட்டு மூலைகளைத் தகரத் தகட்டால் இணைத்த நல்ல கனமான கல் சிலேட்டு அது. அவன் மண்டையில் ஆழ இறங்கி இரத்தம் வழிந்தது. அந்த இடத்தை விட்டு வேகமாக ஓடிப் போனேன். அவன் அம்மா அவனைக் கூட்டிக்கொண்டு நியாயம் கேட்க எங்கள் வீட்டுக்கு வந்ததும் சோளத்தட்டுக் குச்சுக்குள் நான் போய் ஒளிந்துகொண்டதும் எல்லோரும் முன்னிரவு முழுக்க என்னைத் தேடிக் கண்டுபிடித்ததும் என அது தனிக்கதை.

நான் ஒன்றாம் வகுப்புப் படிக்கும்போது ராஜாஜி இறந்தார். இப்போதுபோலத் தகவல் தொடர்பு இல்லாத காலம். செய்தி கிடைப்பதற்கும் செய்தி கிடைத்துப் பள்ளி விடுமுறை அறிவிப்பதற்கும் மிகவும் தாமதமானது. என்ன செய்வது என்று ஆசிரியர்கள் முடிவெடுக்க இயலாமல் தவித்திருக்கலாம். மதியம் பன்னிரண்டு மணிக்கு மேலிருக்கும். மவுன அஞ்சலிக்காக எல்லா மாணவர்களையும் நிற்க வைத்துவிட்டார்கள். அரை நிமிடம் ஒருநிமிடம் என இந்தக் காலத்து அஞ்சலி போலல்ல அது. வெகுநேரம் நிற்கிறோம். எங்கள் டீச்சர் உட்காரச் சொல்லவே இல்லை. பேசவும் கூடாது. எனக்கு மல் முட்டிக்கொண்டு வருகிறது. கேட்டால் பேசியதற்காக அடி விழுமோ என்று பயம். அடக்க முடியாமல் டிராயரோடு மண்டுவிட்டேன். கூடவே

அழுகையும். கோபத்தோடு டீச்சர் 'வெளிய போடா' என்று சொல்லிவிட்டு மவுனமாகிவிட்டார். தோளில் போட்டிருந்த பையை ஒருகையில் பிடித்துக்கொண்டு மற்றொரு கையில் ஈரமான டிராயரைப் பற்றிக்கொண்டு வெளியே வந்தேன்.

ஒன்றாம் வகுப்பும் இரண்டாம் வகுப்பும் ஒரு கட்டிடத்தில் இருந்தன. மூன்று நான்கு ஐந்து வகுப்புகள் வேறொரு கட்டிடத்தில். நான் வெளியே வந்தபோது நிலவிய மவுனம் அச்சமூட்டியது. ஒருநாளும் பள்ளிக்கூடத்தில் அப்படி ஒரு மவுனம் இருந்ததில்லை. ஐந்தாம் வகுப்புக்குமுன் போய் நின்றுகொண்டு என் அண்ணனை அழைத்தேன். அப்போதெல்லாம் யாரும் அவரவர் சொந்தப் பெயரில் அழைக்கப்பட்டதில்லை. 'டேய் மொட்டையா... வாடா ஊட்டுக்குப் போலாம்' என்று கூப்பிட்டேன். ஐந்தாம் வகுப்பில் மவுனம் கலைந்து சிரித்தார்கள். நான் மீண்டும் கூப்பிட்டேன். ஆசிரியர் குரலை அடுத்து என் அண்ணன் இறங்கி வந்தான். அவனுடைய பட்டப் பெயரைப் பள்ளி முழுக்கக் கேட்கும்படி கூவிவிட்டேன் என்னும் எரிச்சலோடு என்னை இழுத்துக்கொண்டு போனான். பள்ளிக்குப் பின்புறமிருந்த புளியமரத்தடியில் என்னை உட்கார வைத்து 'நா வர்ற வரைக்கும் இங்கயே இரு' என்று சொல்லிவிட்டு ஓடிப் போனான்.

தன்னந்தனியாகப் புளியமரத்தடியில் அழுதுகொண்டே உட்கார்ந்திருந்தேன். யாருமற்ற விளையாட்டு மைதானம் என்முன் இருந்தது. கொஞ்ச நேரத்தில் தெளிந்து புளியமரத்தடியில் விளையாடத் தொடங்கினேன். தனியாக விளையாடிக் கொள்ளும் பழக்கம் எனக்கிருந்தது. அப்புறம் எப்போதோ அண்ணனும் மற்ற பையன்களும் வந்தார்கள். என்னோடு சண்டை போடும்போதெல்லாம் 'டேய் மொட்டையா... வாடா ஊட்டுக்குப் போலாம்' என்பதைக் கேலியாகச் சொல்வான் என் அண்ணன். ராஜாஜியைப் பற்றித் தெரிந்துகொண்ட பின்னர் அவர் இறப்புக்கு நான் செய்த அஞ்சலி பொருத்தமானது என்றே தோன்றியிருக்கிறது. விழுமியக் காவலரான அவருக்கு மூத்திரம் பெய்தும் மவுனத்தை உடைத்தும் என்னைப்போல் யார் அஞ்சலி செய்திருக்கக்கூடும்?

எங்கள் பள்ளிக்கூடத்தின் முன்னால் மாரியம்மன் கோயில் இருந்தது. அதனோடு தொடர்புடைய இரண்டு சிறு மாடக்கோயில்கள் பள்ளிக்குப் பின்புறம் இருந்தன. திருவிழா நாட்களில் மட்டும் அக்கோயில்களில் பூஜை நடக்கும். மற்ற நாட்களில் அவை எங்கள் கலையரங்குகள். சின்னப் பையன்களே குனிந்துதான் போக முடியும் என்னும் அளவுக்கு மிகச் சிறிய வாயில்களைக் கொண்ட அக்கோயில்களுக்குள் பள்ளி இடைவேளை நேரங்களில் எங்கள் கலை நிகழ்ச்சிகள் நடக்கும்.

கூத்தாட்டம், குறவன் குறத்தி ஆட்டம், மேடை நாடகக் காட்சிகள், திரைப்பட ஆடல் பாடல்கள் எனத் தினம் ஒருவிதமாக நிகழ்ச்சி களைகட்டும். அத்தகைய கலைகளில் தேர்ந்தவர்கள் நிறையப் பேர் இருந்தனர். பெரும்பான்மை ரசிகர்கள் குறவன் குறத்தி ஆட்டத்தையே விரும்புவார்கள். கோயில் வாசலில் நின்றுகொண்டு கட்டணம் வசூல் செய்வான் ஒருவன். விரற்கடை அளவுப் பென்சில், நெல்லிக்காய், கிளாக்காய், நாவற்பழம் என்று கட்டணம் எல்லாம் பண்டப் பரிமாற்றம்தான். புளி மட்டும் அதற்கு உதவாது. சும்மா கிடைப்பதற்கு மவுசேது?

நான் மிகவும் கூச்ச சுபாவி. என்னுடைய ஆடல் பாடல் எல்லாம் யாருமற்ற காட்டுப் பாறையில் தன்னந்தனியாக இருக்கும்போதுதான். பள்ளிக்கூடக் கலை நிகழ்ச்சிகளில் நான் எப்போதும் பார்வையாளர் மட்டுமே. எனக்கு மட்டும் கட்டணம் கிடையாது. காரணம் திரைப்படப் பாடல்கள் பலவும் எனக்கு மனப்பாடம். ‘காவேரிக் கரையிருக்கு கரைமேலே பூவிருக்கு’, ‘சம்மதமா நான் உங்கள் கூடவரச் சம்மதமா’ போன்ற பாடல்கள் அப்போது பிரபலம். அவற்றை எழுத்து விடாமல் சொல்வேன். அதனால் கலைஞர்கள் என்னைக் கூடவே வைத்துக்கொள்வார்கள். பள்ளியில் இருக்கும் பல குழுக்களில் யார் முதலில் போய்க் கலையரங்கைக் கைப்பற்றிக் கொண்டாலும் எனக்கு உரிய மரியாதைக்குக் குறைவிருக்காது. வசூலில் ஒரு பங்கும் கிடைத்துவிடும்.

இப்படிச் சந்தோசப் பொழுதுகளாய்ப் போகும் பள்ளியில் எனக்கு ஒரேஒரு குறை இருந்தது. ஒரு நாளுக்குப் பத்துத் தடவைக்கு மேல் அடிக்கப்படும் மணியை ஒருமுறைகூடத் தொட்டுப் பார்க்க முடியவில்லையே என்பதுதான் அது. பொதுவாக ஐந்தாம் வகுப்பு மாணவர்கள்தான் மணியடிப் பார்கள். நான் ஐந்தாம் வகுப்புக்குப் போனபின்னும் அந்த வாய்ப்பு கிடைக்கவில்லை. ஐந்தாம் வகுப்புக்கு ஆசிரியராக இருப்பவர் தலைமையாசிரியர். எங்கள் தலைமையாசிரியருக்குப் ‘பொட்ட மொவரை’ என்று பெயர் வைத்திருந்தோம். மழுங்கச் சிரைத்த முகம். சிரிப்பையே பார்க்க முடியாது. கீச்சுக் குரல். நீளப் பிரம்பைப் பெஞ்சில் படார் படார் என்று தட்டிக்கொண்டே போவார். ஒரு சில பையன்களை மட்டுமே மணியடிக்கச் சொல்வார். அந்தப் பையன்கள் ராஜ கம்பீரத்தோடு எழுந்து போவார்கள். மற்றவர்களை எல்லாம் அற்பம் போலப் பார்ப்பார்கள்.

மணியடிப்பதாலேயே அவர்களுக்குத் தனிக்கவனம் கிடைத்தது. ‘மணி அடிக்கிற அண்ணன்’ என்று மரியாதையாக

மற்ற வகுப்புப் பிள்ளைகள் சொல்வார்கள். அந்த மரியாதை எனக்கில்லாவிட்டாலும் பரவாயில்லை. கட்டித் தொங்க விட்டிருக்கும்ணு அந்தத் தண்டவாளத் துண்டையும் அதை அடிக்க வைத்திருந்த இரும்புத் துண்டையும் தொட்டுப் பார்த்துவிட மனதில் தீராத ஆசை. ஒரு மாலை நேர இடைவேளையின்போது ஏனோ நான் மட்டும் வகுப்பில் உட்கார்ந்திருந்தேன். மணியடிக்க வேண்டிய நேரம். பையன்கள் யாருமில்லை. ஒரு டீச்சர் என்னைப் பார்த்து மணியடிக்கச் சொன்னார். எனக்குப் பெரிய சந்தோசம். அருகில் போய் இரும்புத் துண்டைக் கையில் எடுத்தேன். நான் எதிர்பார்த்ததை விட ரொம்பக் கனம். கை நடுங்கியது. என்னால் அடிக்க முடியுமா நான் அடித்தால் ஓசை வருமா என்றெல்லாம் அந்தக் கணத்தில் சந்தேகம் வந்தது. கண்களை மூடிக்கொண்டு ஓங்கி அடித்தேன். டண் என்ற ஓசை எழுந்து அடங்கிய பின்னும் அதன் ரீங்காரம் காதில் வெகுநேரம் ஒலித்தபடி இருந்தது. பெரிய சாதனை செய்துவிட்ட பெருமிதமும் மணி அடிப்பவர்கள் பட்டியலில் சேர்ந்துவிட்ட கர்வமும் சூழ மகிழ்ச்சியாய்த் திரிந்தேன். அது ஒரு புளியம்பூப் பருவம்.

நான் படித்தபோது அங்கு பணியாற்றிய எல்லா டீச்சர்களும் என் நினைவில் இருக்கிறார்கள். பாப்பாத்தி டீச்சர், வேதாம்பாள் டீச்சர், பத்மா டீச்சர், பார்வதி டீச்சர், காளியம்மாள் டீச்சர், ராஜம்மாள் டீச்சர், ராஜேஸ்வரி டீச்சர் ஆகியோர். தலைமையாசிரியர் மட்டும் ஆண். அவரது பட்டப்பெயர்தான் நினைவில் நிற்கிறது. நான்காம் வகுப்புப் படிக்கும்போது குழுப் புகைப்படம் எடுத்தார்கள். அதுதான் எனது முதல் புகைப்படம். அதிலே இருக்கும் என் வகுப்புத் தோழர்களையும் தோழிகளையும் பற்றிச் சொல்லித் தீராது. என் ஊரையும் பக்கத்து ஊர்களையும் சேர்ந்த அவர்களை இப்போதும் சந்தித்துக்கொண்டுதான் இருக்கிறேன். யாரை யாவது சந்தித்துத் திரும்பும்போது என்னை அறியாமல் பெருமூச்சு வருகிறது. அப்பெருமூச்சில் அடங்கியவற்றை இழை பிரிக்க என்னால் ஆகவில்லை.

படிப்பைத் தவிர இப்படி நினைவில் வைத்துக்கொள்கிற மாதிரி ஏராளமான சம்பவங்களால் நிறைந்து கிடக்கிறது என் பள்ளிப்பிராயம்.

●

புதிய பார்வை.

30

அறுபட்ட புளியஞ்சாலை

புரட்டாசி மாதத்தில் பிறக்கும் குழந்தை களுக்குப் பெருமாள், பெருமாயி எனப் பெயர் சூட்டுவது எங்கள் பகுதி வழக்கம். என் தாய் தந்தை இருவருமே அம்மாதத்தில் பிறந்தவர்கள். நானும் ஒரு புரட்டாசி மாதத்தில்தான் பிறந்தேன். அதுவும் மிகவும் விசேசமான கடைசிச் சனிக்கிழமை. 'பெருமாள்' என்றே எனக்குப் பெயர் சூட்ட நினைத்தார்கள். என் தந்தை ஒத்துக்கொள்ள வில்லை. அக்காலத்தில் அவர் மாதந்தோறும் அமாவாசை நாளில் பழனிக்குச் சென்று முருகனை வழிபட்டு வந்தார்.

அதிகாலையில் குளித்து நெற்றியில் நீறு பூசிக்கொண்டு பொழுதை நோக்கி 'அப்பா பழனியாண்டவா' என்று வாய்விட்டு அழைப்பா ராம். அழைப்புக்குப் பிறகு ஏதோ வாய்க்குள் முணுமுணுப்பாராம். அது என்னவென்று யாருக்கும் சொன்னதில்லை. எங்கள் ஊரிலேயே 'செங்கோட்டு வேலவனாக' முருகன் நின்று அருள் பாலிக்கும் போது அவர் ஏன் பழனி முருகன் மேல் பக்தி கொண்டார் என்று பலருக்கும் ஆச்சரியமாக இருந்ததாம். அவருடன் சோடாக்கடையில் வேலை செய்த ஒருவர் பழனியாண்டியின் மகிமையை எடுத்துச் சொன்னதால் பக்தி வந்துவிட்டதாம். இருவரும் சேர்ந்து சில ஆண்டுகள் பழனிக்குச் சென்றார்களாம். வழிகாட்டி வராமல் நின்ற பிறகும் என் அப்பனை முருகன் விடவில்லை.

என் அண்ணன் பிறந்து சில ஆண்டுகள் ஆகியும் அடுத்த கரு உருவாகவில்லை. ஒற்றைப் பையனோடு தன் வமிசம் நின்றுவிடுமோ என்று கவலைப்பட்ட தந்தை தம் விருப்பத்தைப் பழனி முருகனுக்குச் சொல்லி வேண்டுதல் வைத்தார். அதுதான் அன்றாட முணுமுணுப்பு. அமாவாசை நாளில் நேரில் சென்று முருகனுக்குக் கும்பிடு போட்டு வலியுறுத்தல். பெரிய வேண்டுதல் ஒன்றுமில்லை. 'பழனியாண்டவா, இன்னொரு கொழந்தையக் குடு. அதுக்கு உம் பேரு வெளங்கட்டும்.' தம் பெயர் விளங்க வேண்டும் என்பதற்காக முருகப்பெருமான் அருளிய குழந்தை நான். எனினும் புரட்டாசிப் பிறப்பை நினைவுகூரும் வகையில் தந்தை பெயராகிய பெருமாளும் பிற்காலத்தில் என்னோடு இணைந்து கொண்டது. நான் பிறந்த பிறகும் பத்தாண்டு களுக்கும் மேலாகப் பழனிக்குப் போய்க்கொண்டிருந்தார். எனக்கு முதல் மொட்டை பழனியில்தான். பெருமாளுக்கு இரண்டாம் மொட்டையே கொடுத்து வைத்தது.

முருகப்பெருமானின் பெயரைச் சூட்டினாலும் அதைச் சொல்லி என்னை அழைப்போர் யாருமில்லை. 'சின்னவன்', 'சின்னப்பையன்', 'கூளையன்', 'கூளக்கன்னு', 'கூளப்பையன்' உள்ளிட்ட ஏராளமான பட்டப்பெயர்களால் விளிக்கப் பட்டேன். அப்போது யாருக்கும் பெயர் பற்றிப் பெரிய அக்கறை யில்லை. வாய்க்கு வந்த பட்டப் பெயர்களை எல்லாம் வைத்துக் கூப்பிடுவார்கள். பட்டப்பெயர் இல்லாதோர் யாருமில்லை. சிலருக்குப் பட்டப்பெயரே வாழ்நாள் பெயரானதுண்டு. ஐந்தாம் வயதில் பள்ளியில் 'முருகன்' என்று பெயர் எழுதி என்னைச் சேர்த்துவிட்டு அம்மா போய்விட்டார்.

பலகையின் ஒரு ஓரத்தில் ஒடுங்கி உட்கார்ந்திருந்தேன். 'டேய் முருகா' என்று டீச்சர் அழைத்தபோது அது என்னைத் தான் என எனக்குத் தெரியவில்லை. அருகில் வந்து பின்னங் கையைப் பற்றிக் கிள்ளி 'நீதான முருகன்? பேரு கூப்பிட்டாப் பேச மாட்டயா?' என்றார். கிள்ளலில் சதை சுழித்து வலி தாழாமல் அழ ஆரம்பித்தேன். கிள்ளல் வலி மூளையில் படிந்து அதன் பிறகு 'முருகா' என்று யார் அழைத்தாலும் உடனே திரும்பிப் பார்க்கத் தொடங்கினேன். இன்றும் என் நண்பர் யாரேனும் 'முருகா' என்று கூப்பிடும்போது பின்கையை உதறிக்கொண்டு திரும்புவேன்.

நாமக்கல் மாவட்டம் திருச்செங்கோடு நகராட்சி மேற்கெல்லையின் விளிம்புப் பகுதியில் என் சொந்த ஊராகிய கூட்டப்பள்ளி இருக்கிறது. திருச்செங்கோட்டிலிருந்து ஈரோடு செல்லும் சாலையின் வலப்புறம் ஊர். மிகச் சிறிய ஊர். அதனால் அரசு நலத்திட்டங்கள் எதுவும் எங்கள் ஊருக்குக்

கிடைக்காது. கவுண்டர் வளவில் ஐம்பது வீடுகள் இருக்கும். அதன் பின்னால் கிட்டத்தட்ட இருபத்தைந்து வீடுகளைக் கொண்ட அருந்ததியர் வளவு. வளவில் அல்லாமல் தத்தமது நிலத்திலேயே குடியிருந்தோரும் உண்டு.

சாலையின் இடப்புறம் இருந்த எங்கள் காட்டில் நாங்கள் குடியிருந்தோம். ஒரு சதுர அமைப்புக்குள் கிணற்றை ஒட்டி நான்கு வீடுகள். ஆழம் இவ்வளவு என்று அளக்கவியலாக் கிணறு. செவ்வக வடிவில் அமைந்த பெரிய கிணறு. அதையொட்டித் தாத்தாவும் பாட்டியும் ஓலைக் கொட்டகையில் வசித்தனர். சிறிய ஓட்டு வீடும் எதிரில் ஓலைக் கொட்டகை ஒன்றும் எங்கள் குடியிருப்பு. சித்தப்பா இருவரது வீடுகளும் சற்றே அளவில் பெரிய ஓட்டு வீடுகள். எப்போதும் குழந்தைகளின் சண்டையும் அழுகையும் இருக்கும். என் அம்மா, சித்திகள், பாட்டி ஆகியோருக்கு இடையே போர்களும் நடக்கும்.

1970களில் எங்களுக்குக் காப்பியும் தேநீரும் அறிமுகம் ஆயின. ஒவ்வொரு வீட்டிலும் பால் மாடுகள் இருந்தன. நாட்டு மாடுகள். வீட்டுக்குத் தேவையான அளவு பால் பீய்ச்சிக் கொள்வோம். மீதமெல்லாம் கன்றுக்குத்தான். சித்தப்பா வீடுகளில் காப்பி. அப்போது திருச்செங்கோட்டில் 'மாஸ்டர்ஸ் காப்பித்தூள்' மிகவும் பிரபலம். எங்கள் வீட்டில் தேநீர். என் அப்பனுக்கு வயிற்றுப்புண் பிரச்சினை இருந்ததால் காப்பி ஆகாது, தேநீர் குடிக்கலாம் என மருத்துவர் சொல்லியிருந்தார். தாத்தாவுக்குப் பால் வாடையே ஆகாது. தயிர், மோர் வாசனை மூக்கில் ஏறினாலே வாந்தி எடுத்துவிடுவார். அதனால் காப்பியோ தேநீரோ குடிப்பதில்லை. பாட்டி குடிப்பார். காலை ஐந்தரை, ஆறு மணிக்கெல்லாம் மூன்று வீட்டிலிருந்தும் பாட்டிக்கு அழைப்பு வரும். பாட்டியை 'ஆயா' என்று அழைப்பது பொதுவழக்கம். பேரன் பேத்திகள் ஒவ்வொருவரும் அவரவர் விருப்பப்படி பெயர் வைத்து அழைப்போம்.

என் குரல் 'ஆயேசு ஆயேசு' என்று கத்தும். சித்தப்பா வீட்டிலிருந்து 'ஆயா', 'ஆயாம்மா' என்றெல்லாம் விதவிதமாக அழைப்பார்கள். பாட்டி பெயர் பாவாயி. சில பேத்திகள் 'பாவம்மா' என்றும் 'பாவாயா' என்றும் கூப்பிடுவார்கள். யார் சத்தம் அதிகம் எனப் போட்டியே நடக்கும். 'குருவீங்க கத்தறது நாலு காடு தாண்டிக் கேக்குது. போ போ' என்று பாட்டியை விரட்டி அனுப்புவார் தாத்தா. முதல் குரல் எந்த வீட்டிலிருந்து வருகிறதோ அங்கேதான் முதலில் போக வேண்டும். மாற்றிப் பாட்டி போய்விட்டால் ஒரே சண்டைதான். 'நான்தானே மொதல்ல கூப்பிட்டன். இங்க வராத அங்க எப்படிப் போலாம்?' என்று பாட்டியிடம் கோபித்துக்கொள்வோம்.

பொய்யாக 'நாந்தான் மொதல்ல கூப்பிட்டன்' என்று சொல்லி அழைப்பதும் உண்டு. 'அட அப்பா... உங்களுக்காவக் காதத் தீட்டி வெச்சுக்கிட்டு நிக்கறன்' என்று சந்தோசமாகச் சலித்துக்கொண்டே பாட்டி வருவார். மூன்று வீட்டிலும் குடிக்க வேண்டியிருப்பதால் சின்ன டம்ளரில் கொஞ்சமாகத்தான் பாட்டி குடிப்பார். எப்படியும் பாட்டிக்குத் தினம் மூன்று டம்ளர். அதுதான் பாட்டிக்குக் காலை உணவு. 'இந்தச் சுடுதண்ணிய வவுத்துல ஊத்திக்கிட்டாப் பொழுது உச்சிக்கு வந்தாக்கூடப் பசி எடுக்காது' என்பார். மருமகள்களோடு சண்டை வந்து சில நாட்களுக்குப் பாட்டி பேசாமல் இருப்பார். அப்போதும் பேர்த்துகளின் கூவலைத் தட்ட மாட்டார்.

எங்கள் ஊரில் பள்ளிக்கூடம் இல்லை. நடந்து செல்லும் தூரத்தில் சுற்றிலும் மூன்று ஊர்களில் தொடக்கப் பள்ளிகள் இருந்தன. இராஜாக்கவுண்டம்பாளையம், கருமகவுண்டம் பாளையம், கீழேரிபட்டி. எங்கள் ஊர்க் குழந்தைகள் எல்லோரும் திருச்செங்கோட்டை நோக்கிச் செல்லும் சாலையில் இரண்டு கல் தொலைவில் இருக்கும் இராஜாகவுண்டம்பாளையம் தொடக்கப் பள்ளிக்குத்தான் செல்வோம். அதுதான் சற்றே குறைந்த தூரம். ஆசிரியர்கள் எண்ணிக்கை அதிகம். குழந்தை களும் மிகுதி. இராஜாக்கவுண்டம்பாளையத்தில் வேளாண் குடிகளான கவுண்டர்களும் கைத்தறி நெசவாளர்களான முதலியார்களும் பெருவாரியாக இருந்தார்கள். அவர்களை ஒட்டிப் பிற குடிகளும் வாழ்ந்தார்கள். மக்கள் தொகை அதிகம் கொண்ட ஊர். அதற்கு நேரெதிரில் இருந்த சானார்பாளையத்துப் பிள்ளைகளும் அங்கேதான் வருவார்கள். கிட்டத்தட்ட ஐந்தாறு ஊர்ப் பிள்ளைகள் வந்து படித்ததால் மாணவர் எண்ணிக்கை அதிகம்.

புத்தகப் பையைத் தோளில் மாட்டிக் கொண்டு கையில் ஈயத் தூக்குப்போசியைப் பிடித்தபடி பள்ளிக்கு நடந்து செல்வோம். சிலர் கையில் சோற்றுப்போசி இருக்காது. அவர்களுக்கு மதிய உணவுத் திட்டத்தில் பள்ளியிலேயே உணவு கிடைக்கும். மதிய உணவிலும் சேர்ந்துகொண்டு சோற்றுப்போசியைக் கொண்டு செல்வோரும் உண்டு. காட்டுக்குள் செல்லும் ஒற்றையடிப் பாதையில் சென்று சாலையை அடைவோம். எங்கள் ஊருக்கு எதிர்ப்புறத்தில் ஒரு கல் தொலைவில் இருக்கும் ஊர் அய்யக்கவுண்டம் பாளையம். அங்கே கவுண்டர், சானார், பறையர் வளவுகள் உண்டு. அங்கிருந்தும் பள்ளிக்கு வருவார்கள். எல்லா ஒற்றையடிப் பாதைகளும் சாலைக்கு வந்து சேரும். ஆறுகள் ஓடிச் சேரும் கடல் போலத் தார்ச்சாலை. குழுக் குழுவாகப் பள்ளிப் பிள்ளைகள்

சேர்ந்து விளையாடிக் கொண்டு செல்வோம். இரண்டு கல் தொலைவும் எங்களுக்கெனப் பூவிரித்த ராஜபாட்டை.

செவ்வாய்க் கிழமை தோறும் திருச்செங்கோட்டு வாரச்சந்தை கூடும். முந்தைய நாள் திங்கட்கிழமை மாலையிலோ செவ்வாய் காலையிலோ விவசாயத் தொழிலாளர்களுக்கும் கைத்தறி நெசவாளர்களுக்கும் கூலி கிடைக்கும். அன்றைக்குப் பள்ளிப் பிள்ளைகளுக்கு எல்லாம் 'சந்தைக் காசு' தருவார்கள். அவரவர் வசதியைப் பொறுத்துக் காசின் மதிப்பு இருக்கும். எனக்குச் சந்தைக்காசாக ஐந்து பைசா கிடைக்கும். அப்போது ஒருபைசா, இரண்டு பைசா, மூன்று பைசா, ஐந்து பைசா, பத்துப் பைசா நாணயங்கள் இருந்தன. பள்ளிக்கு அருகில் அம்மா ஒருவரும் பாட்டி ஒருவரும் கூடையில் வைத்துத் தின்பண்டங்கள் விற்பார்கள். சிறுநெல்லிக்காய், கிளாக்காய், நாவல் பழம், கொய்யாப்பழம், அன்னாசித் துண்டுகள், மாங்காய்க் கீற்றுகள் ஆகியவை அந்தந்தப் பருவத்திற்கு ஏற்ற வகையில் கிடைக்கும். பாட்டியிடம் கெட்டி மிட்டாய் (கல்கோனா), கடலை மிட்டாய், தேன் மிட்டாய் என மிட்டாய் வகைகளும் முறுக்குகளும் இருக்கும்.

எனக்குக் கிடைக்கும் ஐந்து பைசாவை ஒரே நாளில் செலவழிக்க மாட்டேன். முதல் நாள் இரண்டு அல்லது மூன்று பைசா. அடுத்தடுத்த நாட்களில் ஒருபைசா வீதம். குறைந்தது நான்கு நாட்களுக்கு வைத்துச் செலவழிப்பேன். ஒருபைசாவுக்கே பத்து நெல்லிக்காய்கள் கிடைக்கும். ஒருபைசா மிட்டாய்கள் பல வகையில் இருந்தன. என் அண்ணன் ஒரே நாளில் ஐந்து பைசாவையும் காலி செய்துவிடுவான். என் காசை அவனிடமிருந்து காப்பாற்றிக் கொள்வதுதான் பெரும்பாடு. கொஞ்சம் ஏமாந்தால் திருடிக் கொள்வான். ஒற்றைக்காசை ஓரிடத்தில் புதைத்தோ ஒளித்தோ வைத்துவிட்டு அடுத்த நாள் காலையில் பள்ளிக்குப் புறப்படும்போது ஓடி எடுத்துச் செல்வேன். காசை ஒளிக்கப் பல ரகசிய இடங்கள் வைத்திருந்தேன். பனங்கருக்குகளின் பட்டைப் பகுதி முக்கியமான இடம். வரப்புகளில் கிடக்கும் கற்களின் அடிப்பகுதி களும் ஒளிக்க வாகு.

பழங்களைவிட மிட்டாய் வகைகள் எனக்குப் பிடிக்கும். தேன் மிட்டாய் மீது மோகம். ஆனால் வாயில் போட்டதும் கரைந்து போகும். கெட்டி மிட்டாய் வெகுநேரம் வாய்க்குள் சுழலும். நாமாகக் கடித்தால் சீக்கிரம் தீரும். கடிக்காமல் வாய்க்குள் வைத்திருந்தால் மெல்ல மெல்லக் கரைந்து எச்சிலை இனிப்பாக்கி வெகுநேரம் இருக்கும். பள்ளி முடிந்து

திரும்பும்போது வாய்க்குள் போட்டால் வீடு வந்து சேரவும் மிட்டாயின் இறுதித்துளி கரையவும் சரியாகும். தின்பண்டங்கள் அப்போது கிடைப்பது அரிது. கிடைத்தாலும் வாங்கக் காசிருக்காது. கிடைப்பதை மகிழ்ச்சியோடு அனுபவிக்கப் பல திட்டங்கள் வைத்திருப்போம். எப்போதாவது சந்தைக்காசாகப் பத்துப்பைசா கிடைத்தால் அந்த வாரமே பெரும்பணக்காரனாக உலா வரலாம்.

எங்கள் தொடக்கப்பள்ளி ஐந்தாம் வகுப்புவரை கொண்டது. இரண்டு கட்டிடங்கள். ஒன்றாம் வகுப்பு, இரண்டாம் வகுப்பு, மதிய உணவுச் சமையல் கூடம் ஆகியவை கொண்ட கட்டிடம் ஒன்று. மூன்று, நான்கு, ஐந்தாம் வகுப்புகள் இருக்கும் இன்னொரு கட்டிடம். சீமை ஓடு வேய்ந்தவை. பள்ளிக்குள் மூன்று புளிய மரங்கள் இருந்தன. வேம்புகள் சிலவும் வாதநாராயண மரங்களும் அங்கங்கே நிற்கும். பள்ளிக்குப் பின்னால் பெரிய விளையாட்டுத் திடல் உண்டு. மரங்களின் மேல் ஏறக்கூடாது என்பது கட்டுப்பாடு. யாராவது ஏறினால் உடனே ஆசிரியருக்குத் தகவல் போய்விடும். பிரம்படித் தண்டனை உண்டு. விளையாட்டுத் திடலின் பின்பகுதியில் மழை பெய்தால் நீர் தேங்கும் குட்டையும் இருக்கும். அங்கே பன்றிக் கூட்டம் புரண்டு கொண்டிருக்கும். அவற்றின் மீது கற்களை வீசி விரட்டுவது எங்களுக்கு விளையாட்டு. கற்களுக்கெல்லாம் பன்றிகள் அசராது. தொடர்ந்து கல்லெறிந்து அவை ஓடுவதைப் பார்த்துச் சிரிப்போம்.

எங்கள் பள்ளியில் ஒவ்வொரு வகுப்பிலும் இருபிரிவுகள் இருக்கும். ஒன்றாம் வகுப்பு ஏ, ஒன்றாம் வகுப்பு பி என. ஒவ்வொரு வகுப்புக்கும் டீச்சர் உண்டு. ஐந்தாம் வகுப்பு ஒரே பிரிவுதான். அதற்குத் தலைமையாசிரியர்தான் வகுப்பாசிரியர். ஐந்தாம் வகுப்பு வரும்போது ஒருவேளை இடைநிற்றல் அதிகரித்து மாணவர் எண்ணிக்கை குறைந்திருக்கக் கூடும் என இப்போது தோன்றுகிறது. அப்போது கல்வியைப் பற்றி அத்தனை விழிப்புணர்வு இல்லை. ‘பேரெழுதக் கத்துக்கிட்டாப் போதும்’ என்றுதான் சொல்வார்கள். அருந்ததியச் சிறுவர்களை ஆடுமாடு மேய்க்க வருசச் சம்பளம் பேசி அனுப்பிவிடுவார்கள். பிறசாதியினரும் தம் வேலையில் உதவ ஆள் வேண்டும் என்றால் பள்ளிக்குச் செல்லும் பிள்ளைகளை நிறுத்துவதையே முதலில் செய்வார்கள்.

நான் படித்த பள்ளியில் எட்டு டீச்சர்களும் ஒரே ஒரு வாத்தியாரும் இருந்தனர். பெண் ஆசிரியர்களை டீச்சர் என்போம்; ‘டீச்சர்’ என்றே அழைப்போம். ஆண் ஆசிரியர்களை

வாத்தியார் என்போம்; 'சார்' என்று அழைப்போம். முதல் வகுப்பிலும் இரண்டாம் வகுப்பிலும் எனக்கு ஒரே டீச்சர்; பார்வதி டீச்சர். அப்போது அவருக்கு இளம் வயது. திருமணமாக வில்லை. கடுமையான டீச்சர். கையில் பிரம்பெடுத்தால் வெளுத்து வாங்கிவிடுவார். கூச்ச சுபாவம் கொண்ட பையன் நான். பேச்சு அதிகமிராது. அப்படியும் அவ்வப்போது அடி வாங்கியதுண்டு. பாடங்களை வேகவேகமாகச் சொல்லித் தருவார். பின்பற்றுவது கடினம். நிறைய எழுத வைப்பார். எழுத்து வடிவங்கள் தெளிவானமைக்கும் எழுத்தில் சோர்வு ஏற்படாமல் இருக்கவும் அவர் கொடுத்த பயிற்சிகள் எனக்கு உதவின என்று தோன்றுவதுண்டு.

இன்னொரு வகுப்புக்கு பத்மா டீச்சர் இருந்தார். பிள்ளைகளை அவர் அடிக்க மாட்டார். சத்தம் போட்டாலும் மென்மையாக அதட்டுவார். இரண்டு வகுப்புக்கும் இடையே ஒரே ஒரு தட்டிதான் வைக்கப்பட்டிருக்கும். பத்மா டீச்சர் வகுப்பில் பிள்ளைகள் சத்தம் மிகும்போது எங்கள் டீச்சர் ஆவேசத்துடன் தட்டியை ஓங்கி அடிப்பார். அப்போதுதான் நினைவு வந்தது போலப் பத்மா டீச்சர் பிள்ளைகளை அதட்டும் சத்தம் கேட்கும். எங்கள் டீச்சரை விடவும் பத்மா டீச்சர் வயதில் பெரியவர். அனுபவம் மிகுந்தவர். ஆனால் நாங்கள் பயப்படுவது போலவே பார்வதி டீச்சரிடம் பத்மா டீச்சரும் பயப்படுவார். 'படிச்சாப் பத்மா டீச்சருகிட்டப் படிக்கணும்டா' என்று பேசிக்கொள்வோம். நான் மூன்றாம் வகுப்பும் ஐந்தாம் வகுப்பும் படிக்கும் போது அந்த ஆசை நிறைவேறியது. பத்மா டீச்சர் வந்து வரலாறு புவியியல் பாடம் நடத்தினார். யார் என்ன குறும்பு செய்தாலும் கோபித்துக்கொள்ள மாட்டார். அப்படி ஒரு மன அமைப்பு அவருக்கு.

அடிக்கு வேப்பங்குச்சியோ புளியவிளாறோ பிரம்பாகப் பயன்படும். வகுப்புத் தலைவனுக்குக் காலையில் வந்ததும் முதல் வேலை புதிய குச்சி ஒன்றை ஒடித்து வந்து மேசை மேல் வைப்பதுதான். வாதனாராம் குச்சி மென்மையானது. வேப்பங்குச்சி அதற்கடுத்தது. அவற்றில் கணுக்கள் துருத்திக் கொண்டிருக்காது. வழவழப்புத் தன்மை இருக்கும். புளிய விளாறு சொரசொரப்பானது. கணுக்கள் கொந்தி எடுக்கும் கொடுக்குப் போலிருக்கும். அதனால்தான் அதற்கு விளாறு என்று பெயர். வாதனாரங்குச்சியை ஒடித்து வந்து வைக்குமாறு வகுப்புத் தலைவனிடம் வேண்டுதல் வைப்போம். சில நாட்களில் டீச்சரே புளியவிளாறு கொண்டுவரச் சொல்வார். அது மேசையில் பாம்பு போலப் படுத்துத் தூங்கும் காட்சியைக் கண்டாலே எல்லோரும் கையைக் கட்டி வாயைப் பொத்திக் கொள்வோம்.

சிலர் வேண்டுமென்றே ஆவாரங்குச்சியைக் கொண்டு வந்து வைப்பதும் நடக்கும். எல்லாவற்றையும் விட கொடுங்கோல் அது.

ஒவ்வொரு வகுப்புக்கும் குடிநீருக்கென சிறுபானை இருக்கும். பள்ளிக்கு முன்னால் அவ்வூரின் மாரியம்மன் கோவில். அதையொட்டி அடிபம்பு இருந்தது. பானையை அங்கே கொண்டு போய்த் தண்ணீர் அடித்து வருவோம். அந்த வேலைக்குத் தினமும் இருவர் என முறை வைத்துப் பிரித்திருப்பார்கள். இரண்டு கட்டிடங்களுக்கு இடைப்பகுதியில் சிறுதோட்டம். அதைப் பராமரிப்பதும் மாணவர்களின் வேலைதான். பெரும்பாலும் ஐந்தாம் வகுப்பு மாணவர்கள். காய்ச்செடிகள் பயிரிடுவோம். மதிய உணவுக்கு அங்கிருந்து காய்கள் பறிப்பார்கள். மதிய உணவு பெரும்பாலும் கோதுமைச் சோறாக இருக்கும். உடைத்த கோதுமையை வேக வைத்துச் சோறாக்குவார்கள். அதற்கு ஒருவகைக் குழம்பும் உண்டு. ஒருவிதமான மணம் வரும் கொட்டை அரிசிச் சோறும் சில நாட்கள் உண்டு. உணவுக்கென ஒவ்வொருவரும் வட்டிலைப் பள்ளியிலேயே வைத்திருப்போம். நான் மதிய உணவுத் திட்டத்திலும் உண்பேன்; வீட்டிலிருந்து எடுத்தும் செல்வேன். அது வீட்டில் என்ன உணவு இருக்கிறது என்பதைப் பொருத்தது.

மூன்றாம் வகுப்பில் எனது ஆசிரியர் காளியம்மாள் டீச்சர். குள்ளமான உருவம். சுருட்டை முடி. மாறுகண். ஒவ்வொரு மாணவர் மீதும் தனிக்கவனம் கொண்டு சொல்லித் தருவார். ஆங்கிலம், கணக்கு ஆகிய பாடங்களை அவர் நடத்தினார். நான்காம் வகுப்பு, ஐந்தாம் வகுப்பு படித்த காலத்திலும் அவரே அப்பாடங்களுக்கு வருவார். இவ்விரு பாடங்களிலும் பள்ளிக் காலம் முழுதும் பிரச்சினை இல்லாமல் நான் தேர்ச்சி பெற்று வந்தமைக்கு அவர் போட்ட அடித்தளம்தான் காரணம் என்பதை இன்றும் நன்றியோடு நினைப்பேன். தொடக்கப் பள்ளியில் எனக்கு மிகவும் பிடித்த டீச்சர் அவராகத்தான் இருந்தார். இராஜாக்கவுண்டம்பாளையம் பேருந்து நிறுத்தத்தில் இறங்கிக் கொஞ்ச தூரம் நடந்து பள்ளிக்கு வர வேண்டும். அவரது பையை வாங்கிக் கொண்டு அவருடன் பேசிக் கொண்டே நடந்து வருவதில் எனக்கு விருப்பம். அதற்காகவே சீக்கிரத்தில் பள்ளிக்குப் போய் என் இடத்தில் பையை வைத்துவிட்டுப் பேருந்து நிறுத்தத்திற்குப் போய்விடுவேன். அருகே வந்ததும் முதலில் என் தலையில் கை வைத்துத் தடவுவார். அந்த வாஞ்சை நெஞ்சை நிறைக்கும்.

பள்ளியில் எனக்கு நண்பர்கள் அதிகம் இல்லை. பெரும்பாலும் என் உறவினர்கள், ஊரைச் சேர்ந்தவர்களே

உடனிருந்தனர். சானார்பாளையத்திலிருந்து வந்து படித்த தங்கராசுதான் நெருங்கிய நண்பன். அவன் திருத்தமாக உடையணிந்து வருவான். தலையைப் படியச் சீவியிருப்பான். அப்படியானவர்கள் பள்ளியில் அரிது. அதனால் ஏற்பட்ட வியப்பு அவனோடு சேரக் காரணமாக இருக்கலாம். அவன் நன்றாகவும் படிப்பான். பெரும்பாலும் எனக்கும் அவனுக்கும் படிப்பில் போட்டி இருக்கும். அவனுக்கு விளையாட்டிலும் ஆர்வம். கபடி நன்றாக விளையாடுவான். உடலை வருத்தும் விளையாட்டுகளில் எனக்கு ஆர்வமில்லை. பெண்கள் விளையாட்டு என்று பையன்களால் நகையாடப்படும் அச்சாங்கல், கல்லெடுப்பான், சுக்குப்பரி, பாஞ்சாங்கரம் ஆகியவற்றில் ஈடுபடுவேன். தங்கராசுவின் வற்புறுத்தலுக்காகச் சில சமயம் கபடிக்குப் போய்ப் பயந்து நின்றிருந்திருக்கிறேன்.

இன்றும் ஊருக்குச் செல்லும்போது பள்ளியின் பக்கம் பார்வை திரும்பாமலிருக்காது. உடன் வருபவரிடம் 'இதுதான் நான் படித்த பள்ளி' என்று சொல்வேன். என் பிள்ளைகள் 'எத்தன தடவ இதச் சொல்லுவ?' என்று சலிப்பார்கள். எனக்குச் சலிப்பில்லை. இப்போது பழைய கட்டிடம் இல்லை. அவற்றை இடித்துவிட்டுக் கான்கிரீட் தளம் போட்ட கட்டிடங்களைக் கட்டியிருக்கிறார்கள். பள்ளிக்குச் சுற்றுச்சுவர் இருக்கிறது. மாணவர் எண்ணிக்கை மிகவும் குறைந்திருக்கிறது. ஆசிரியர் எண்ணிக்கையும் குறைவு. போட்டிக்குப் பல தனியார் பள்ளிகள் வந்துவிட்டன. பள்ளிக்குள் காலைக்கூடல் நடக்கும் பெருவேம்பை இப்போது காணோம். அப்போதிருந்த புளிய மரங்களும் இல்லை. சாலையில் ஒரே ஒரு புளிய மரம்கூட இல்லை. எல்லாவற்றையும் வெட் டிச் சாய்த்துவிட்டுச் சாலையை அகலப்படுத்திவிட்டார்கள். எப்போதோ ஒரு பேருந்தும் சில கார்களும் போய்க் கொண்டிருந்த சாலை இப்போது இருபத்து நான்கு மணி நேரமும் இடைவிடாத போக்குவரத்துச் சாலையாகிவிட்டது.

ஆள் நடமாட்டமே இல்லாமல் புளியமரங்களால் போர்த்தப்பட்ட அந்தச் சாலை ஏதோ போன பிறவியில் நான் கண்ட மாதிரி தோன்றுகிறது. என் ஊர் இப்போது பெருகிவிட்டது. அது என் ஊரே இல்லை. அரசு வீட்டு வசதி வாரியக் குடியிருப்புகள் வந்து பின் அந்தப் பகுதி நிலங்களெல்லாம் வீடுகளாயின. எங்கும் வீடுகள்தான். ஐம்பது வீடுகளைக் கொண்டிருந்த என் ஊரா அது? யாரிடமாவது ஊர்ப் பெயரைச் சொல்லும் போது 'பழைய ஊரு. ரோட்டுக்கும் வலப்பக்கத்துல இருக்குது' என்று அடையாளம் சொல்வேன்.

அப்படியும் தெரிவதில்லை. வீடுகளால் மூடப்பட்ட நிலங்கள். வீடுகளுக்கு இடைவெளியே கிடையாது.

பள்ளி மாறிவிட்டது; ஊர் வளர்ந்துவிட்டது என்று எத்தனையோ சமாதானத்தை மனம் சொல்கிறது. ஆனால் ஏதோ பேரிழப்பைச் சந்தித்தது போன்ற உணர்வு வருவதைத் தவிர்க்க முடியவில்லை. அறுபட்ட புளியஞ்சாலை மரங்களை வரிசையாக நினைவுகூர்ந்து ஒவ்வொன்றுக்கும் என்ன பெயர் வைத்திருந்தோம் என்று அவ்வப்போது யோசித்துப் பார்க்கிறேன். சுமைதாங்கி மரமும் அணைட்டேரி மரமும் நன்றாக நினைவிருக்கின்றன. அடிப்பொந்து மரம் வாயைப் பிளக்கும் காட்சி விரிகிறது. காக்காக் கூட்டு மரம், தண்ணீர்த் தழை மரம், பேய்மரம், சடை மரம். . .

●

30–06–22

31

தொலையாமல் இருக்கிறேன்

நாம் எதிர்பார்க்காத ஒன்று நடந்து அதன் விளைவுகள் நம் வாழ்க்கையில் பிரதிபலிக்கும் போது 'அது திருப்புமுனைச் சம்பவம்' என்று சொல்கிறோம். தனிமனிதச் சுதந்திரம் மேம்படாத நம் சமூகத்தில் நாம் எதிர்பார்க்கும் ஒன்று, விரும்பும் விசயம் அப்படியே நடந்துவிட்டாலும் அதைத் திருப்புமுனை என்றே கருத வேண்டும். அப்படி என் கல்வி சார்ந்து நான் விரும்பி நடந்த ஒன்று என் வாழ்க்கையில் திருப்புமுனையாக அமைந்தது.

எங்கள் ஊரில் பங்காளி வகையறாக்கள் சேர்ந்த கிட்டத்தட்ட முப்பது குடும்பங்கள் கொண்ட எங்கள் குலத்தில் *(clan)* பன்னிரண்டாம் வகுப்பை முடித்த முதல் ஆளாக நானிருந்தேன். எழுத்தறிவு எங்கள் குலத்துக்கு உரியதல்ல என்னும் எண்ணம் எல்லோருக்கும் அடியோட்டமாக இருந்தது. கையொப்பம் போடுமளவு எழுதத் தெரிந்திருந்தால் அதுவே பெரும்சாதனை. என் அக்காக்களும் தங்கைகளும் பெருந்தலைவர் காமராசர் புண்ணியத்தில் தொடக்கப்பள்ளியைத் தொட்டுக் கையொப்பம் போடக் கற்றுக்கொண்டார்கள். அண்ணன்களும் தம்பிகளும் உயர்நிலைப் பள்ளிவரை சென்றார்கள். பத்தாம் வகுப்புப் பொதுத்தேர்வுக்கு அஞ்சி எட்டு, ஒன்பதாம் வகுப்போடு திரும்பி ஓடி வந்துவிட்டார்கள். குலத்தொழிலான உழவு வேலையில் சிலர் ஈடுபட்டார்கள். அதில் வாய்க்கும் வயிற்றுக்கும் போதாத வருமானம் என்பதால் அப்போது எங்கள் பகுதியில் பிரபலமாகிக்கொண்டிருந்த லாரி

கிளீனர் வேலைக்குப் பலர் சென்றார்கள். சில ஆண்டுகளில் ஓட்டுநர் ஆகிவிடலாம் என்பது அவர்கள் இலக்கு.

இந்தச் சூழலில் நான் பன்னிரண்டாம் வகுப்பை முடித்தது சாதாரணமல்ல. அது மட்டுமல்ல, கருவிலே திரு அமைந்ததோ கலைமகள் வந்து நாக்கில் எழுதிப் போனாரோ தெரியவில்லை, கவிதை எழுதிப் பள்ளி சார்பாகப் போட்டிகளுக்கெல்லாம் சென்று 'கவிஞன்' என்றும் 'புலவன்' என்றும் சக மாணவர்களிடமும் ஆசிரியர்களிடமும் பட்டம் வாங்கியிருந்தேன். மாட்டுக் கோமியமும் ஆட்டுப் புழுக்கைகளும் மணந்து கொண்டிருந்த எங்கள் முற்றத்தில் புத்தக வாசனையும் புகுந்தது. சாலையோரக் கடைகளில் வாங்கியவை, பழனிமலை முருகனைத் தரிசிக்கச் செல்லும் காலத்தில் அங்கிருக்கும் மண்டபக் கடைகளில் வாங்கியவை, நகரத்துக் கிளை நூலகத்தில் எடுத்து வருபவை எனப் புத்தகங்கள் என்னுடன் இருந்தன. பெரும்பாலும் கவிதைகள். நிறையப் படித்தால் கிறுக்குப் பிடித்துவிடும் என்பது அம்மாவின் நம்பிக்கை. பணத்தை விரயம் செய்கிறேன் என்பது அப்பாவின் குற்றச்சாட்டு.

பன்னிரண்டாம் வகுப்பில் நல்ல மதிப்பெண் வாங்கி யிருந்தேன். அறிவியலும் கணிதமும் சேர்ந்த பாடவகுப்பில் பயின்றிருந்தேன். ஆனால் என் ஆர்வம் சார்ந்து 'தமிழ் இலக்கியம்' எடுத்து உயர்கல்வி பயில விரும்பினேன். எனக்குப் பன்னிரண்டாம் வகுப்பில் வழிகாட்டிய ஆசிரியர்கள் எல்லோரும் ஒருசேரப் 'பொறியியல்' படிப்பைப் பரிந்துரைத் தார்கள். நான் மிகவும் மதித்த வேதியியல் ஆசிரியர் அவர் துறைக்கு அனுப்ப விரும்பினார். இயற்பியல் ஆசிரியர் 'உனக்கு இயற்பியல் நன்றாக வருமே' என்றார். விலங்கியல் பயிற்றுவித்த அன்பான ஆசிரியை அவர் பாடத்தின் சிறப்புகளைச் சொன்னார். கணித ஆசிரியர் என்னைக் கணக்குப் புலி என்று வருணித்து (80 விழுக்காடு மதிப்பெண் பெற்றிருந்தேன்) பல்வேறு கல்லூரிகளைப் பட்டியலிட்டார். ஆங்கில இலக்கியத்தை மிகவும் அருமையாகப் பயிற்றுவித்த ஆசிரியர் மெதுவாக 'உனக்கு ஆங்கிலம் படிக்க முடியுமா?' என்று கேட்டார். என் விருப்பமாகிய தமிழ் இலக்கியத்தை யாரும் பேச்சளவில் கூடச் சொல்லவில்லை. என் கவிதைகளை எல்லாம் வாசித்துப் போட்டிகளுக்கு அனுப்பிய தமிழாசிரியர் தம் பாடத்தைப் பற்றி வாய் திறக்கவில்லை. கவிதை எழுதுவதைப் 'பித்து' என்று அவர் கருதினார். அது ஒருவகையில் உண்மைதான். ஆனால் அந்தப் பித்து தெளிய வேண்டும் என்றார். என்னைப் பொறியியல் படிப்பிற்குச் செல்லும்படி தூண்டினார்.

எனக்குப் பெருங்குழப்பமாக இருந்தது. கல்லூரிக்குச் சென்று பயிலலாம் என்று அனுமதி கொடுத்த குடும்பம் ‘வெளியூருக்கெல்லாம் முடியாது; செலவில்லாத படி’ என்று சொல்லிவிட்டது. நான் என்ன படிக்க வேண்டும் என்பதைத் தீர்மானிக்கும் அறிவு குடும்பத்தினருக்கு இல்லை. கல்லூரிக்குச் செல்லலாம் என்று அனுமதி கொடுத்ததே பெரிது. என்ன செய்வது என்றே தெரியவில்லை. என்னைச் சுற்றிலும் ஆயிரமாயிரம் கைகள் சேர்ந்து அமுக்குவதாகத் தோன்றியது. அவற்றை உதறி எழுந்து வர முடியுமா? இன்றைக்குப் போல அப்போது கல்லூரிகள் அதிகம் இல்லை. பெருநகரங்களில் சில கல்லூரிகள் இருந்தன. ஐம்பது கிலோ மீட்டர் சுற்றுக்குள் உள்ள ஊர்களுக்கு மட்டுமே சென்றிருந்த எனக்குக் கல்லூரிகளின் பெயர்கள் தெரியவில்லை; என்னென்ன பாடம் இருக்கிறது என்பதும் தெரியவில்லை. குழம்பித் தவித்துக் கொண்டிருந்த அந்நாளில் என் முன்னே ஒருகை நீண்டு மூன்று கல்லூரிகளுக்கான விண்ணப்பங்களைக் கொடுத்தது. அந்தக் கையை ஒருநாளும் என்னால் மறக்க இயலாது.

ஐம்பத்து ஐந்து வயதைக் கடந்த என்னை இன்றும் ‘கண்ணு’ என்று அன்போடு அழைக்கும் என் அத்தை மகன் அவர். பழைய எஸ்.எஸ்.எல்.சி. பயின்றவர். எங்கள் ஊருக்கு அருகிலிருந்த நகரமாகிய ஈரோட்டுக்கு அவர் செல்ல நேர்ந்த சந்தர்ப்பம் ஒன்றில் அங்கிருந்த மூன்று கல்லூரிகளிலும் எனக்கென விண்ணப்பம் வாங்கி வந்திருந்தார். வாங்கி வரும்படி அவரிடம் நான் சொல்லவில்லை. என்னவோ அவருக்கே தோன்றியது போல. அவர் கையே கைகாட்டியாக அமைந்து என் வழியைத் தீர்மானித்தது. மூன்றில் ஒரே ஒரு கல்லூரியில் பி.ஏ. தமிழிலக்கியப் பாடம் இருந்தது எனக்குத் தெம்பாயிற்று. அதற்கு மட்டும் விண்ணப்பித்தேன். அழைப்புக் கடிதம் வந்தது. சேர்வதற்காகச் சென்றேன். அங்கிருந்த தமிழ்த்துறை ஆசிரியர்கள் எல்லோரும் வழி மாறி வந்துவிட்ட ஆடு மாதிரி என்னைப் பார்த்தனர். இத்தனை மதிப்பெண் பெற்ற மாணவர் ஒருவர் தமிழ்ப் படிக்கச் சேர்வதை அவர்களால் நம்ப முடியவில்லை. ‘யோசித்து முடிவெடு; பின்னால் வருத்தப் படுவாய்’ என்றார்கள்.

கல்லூரி முதல்வர் அனந்தபத்மநாபன் கணித ஆசிரியர். என் மதிப்பெண்ணைப் பார்த்துவிட்டு ‘தமிழுக்கு அப்ளிகேசன் போட்டிருக்கறயா? எதுக்கு? அறிவில்லயா உனக்கு? அப்ளிகேசன் போடாட்டிப் பரவால்ல. பிஎஸ்ஸி மேத்ஸ் தர்றன், சேந்துக்கோ’ என்றார். என் பிடிவாதம் ‘தமிழ் இலக்கியமே படிக்கிறேன்’ என்றது. கணிதம் படித்தால் கிடைக்கும்

வாய்ப்புகளை எல்லாம் பட்டியலிட்டு எனக்குக் குட்டி விரிவுரை ஆற்றினார். அதைக் கேட்டும் என் மனம் மாறவில்லை. அவருக்குக் கோபம் வந்துவிட்டது. என்னருகில் நின்றிருந்த அப்பாவிடம் பேசினார். 'அவந்தான் சின்னப் பையன். அறிவில்ல. நீங்க சொல்ல வேண்டாமா?' என்றார். என் அப்பா எதுவும் சொல்லாமல் நின்றார். யோசிக்க ஒரு மணி நேரம் அவகாசம் கொடுத்து அனுப்பினார்.

எனக்கு வேறு யோசனையே இல்லை. அவர் கொடுத்த ஒரு மணி நேரத்தைக் கல்லூரியைச் சுற்றிப் பார்க்கவும் உணவகத்தில் உண்ணவும் பயன்படுத்திக்கொண்டேன். உடனிருந்த என் தந்தை 'யாரு என்ன சொன்னாலும் சரி, உனக்குப் பிடிச்சதப் படி' என்று சொல்லிவிட்டார். பாடங்களைப் பற்றி அவருக்கு எதுவும் தெரியாது; ஆனால் எனக்கு இருக்கும் நிர்ப்பந்தம் பற்றி உணர்ந்திருந்தார். அப்போது அவர் வார்த்தை மட்டுமே எனக்கிருந்த பற்றுக்கோடு. ஒரு மணிநேரம் கழித்து முதல்வரைப் பார்த்துத் 'தமிழே படிக்கிறேன்' என்றேன். அவர் தம் தலையில் அடித்துக்கொண்டார். 'உங்களயெல்லாம் திருத்த முடியாது' என்றவர் என் விண்ணப்பத்தில் கையொப்பம் இட்டுக் கொடுத்தார். அப்போது 'இன்னும் ஒருமாதம் இருக்கிறது; அதற்குள் உனக்கு மனம் மாறினால் வா. கணக்குப் பாடத்திற்கு மாற்றிக் கொடுக்கிறேன்' என்றார். என் மனம் மாறும் என்னும் நம்பிக்கை அவருக்கு இருந்தது. எனக்கு இல்லை.

தமிழ் இலக்கியத்தில் சேர்ந்ததை யாருக்கும் சொல்ல வில்லை. அதே கல்லூரியில் அறிவியல் படிப்புகளில் சேர்ந்திருந்த என் வகுப்பு நண்பர்கள் வழியாக இந்தச் செய்தி பள்ளியில் பரவிவிட்டது. வேறு எந்தப் படிப்பிலும் சேர வழியற்றவர்கள் படிக்கும் படிப்பாகத் தமிழ் இலக்கியம் இருக்கிறது என்பது எனக்குப் புரிந்தது. எதிர்காலத்தில் இப்படிப்பால் எனக்கு என்ன பயன் விளையும் என்பதும் தெரியவில்லை. எனினும் தமிழ்ப் படிக்கவே என் மனம் விரும்பியது. விரும்பியதைப் பயிலும் பிடிவாதம் என்னுள் நிரம்பியிருந்தது. செய்தி அறிந்து என் வீட்டுக்கே நண்பர்கள் வந்தனர்; ஆசிரியர்கள் பள்ளிக்கு அழைத்தனர். நான் பெரிய தவறைச் செய்துவிட்டேன் என்றே எல்லோரும் கருதினர். 'தமிழ் வேண்டாம்; வேறு எது வேண்டுமானாலும் படி' என்பதே ஒரே அறிவுரை. 'எனக்குப் பிடித்திருக்கிறது' என்பதைத் தவிர வேறு ஏதும் சொல்ல முடியவில்லை.

கல்லூரியிலும் எனக்கு ஆதரவு இல்லை. தமிழ் வகுப்பில் இருபத்தைந்து பேர் சேர்ந்திருந்தனர். அவர்களில் ஓரிருவரைத் தவிர எல்லோரும் வேறு பாடம் கிடைக்கவில்லை என்பதால்

சேர்ந்திருந்தனர். எப்படியாவது முதல்வரைப் பார்த்து வேறு பாடத்திற்கு மாற்றிக்கொள்ள முயன்றனர். அப்படி ஒவ்வொரு வராக மாறிக்கொண்டே இருந்தனர். என்னைப் பரிதாபமாகப் பார்த்துவிட்டு அவர்கள் வேறு வகுப்புக்குச் சென்றனர். சேர்க்கை முடிவின் கடைசி நாளன்று முதல்வர் என்னை அழைத்தார். கணிதத்தில் அப்போதும் இடம் இருந்தது. கணக்கின் மீதிருந்த அச்சத்தின் காரணமாக அதிலும் அதிகம் பேர் சேர மாட்டார்கள். 'கணக்குக்கு மாத்திட்டேன் போ' என்றார். 'தமிழே படிக்கிறேன்' என்றேன்.

'இல்ல இல்ல, உனக்குக் கணக்குத்தான். நாளைக்கு என்னய நீ சொல்வ. எனக்குத்தான் அந்த வயசில அறிவில்ல, இந்த முதல்வராச்சும் எனக்கு மாத்திக் கொடுத்திருக்கலாமேன்னு என்னயத் திட்டுவ' என்றார்.

'தமிழ்னா படிக்கறன்; கணக்குன்னா கல்லூரிக்கே வர்ல' என்றேன்.

'எப்படியோ போய்த் தொலை' என்று அனுப்பினார்.

நான் எப்படியும் போய்த் தொலையவில்லை. எனக்கு விருப்பமான பாடத்தை எடுத்துப் படித்த காரணத்தால் தொலையாமல் இருக்கிறேன். என் வாழ்க்கையில் கூடியிருக்கும் மகிழ்ச்சி அனைத்துக்கும் இந்த இலக்கியப் படிப்பே காரணம்.

●

32

'நாளெலாம் வினைசெய்'

பாரதியார் நூற்றாண்டான 1981ஆம் ஆண்டு பத்தாம் வகுப்பு பயின்றுகொண்டிருந்த மாணவன் நான். அந்நூற்றாண்டு விழாவையொட்டி எங்கள் கல்வி மாவட்டத்திற்குள் (சங்ககிரி) நடைபெற்ற கவிதைப் போட்டியில் இரண்டாம் பரிசு பெற்றேன். அதற்காக வழங்கப்பட்ட 'பாரதியார் கவிதைகள்' நூலைப் பெறற்கரிய பொக்கிஷமாகக் கருதினேன். அதை இரவுபகலாக வாசித்தேன். அதில் இருந்த கவிதைகள் பாணியில் நானும் மரபுக் கவிதைகள் எழுதிப் பார்க்கத் துணிந்தேன். சில நாட்களிலேயே சாரமற்ற வெற்று நகல்கள் என்னுடையவை என்பது புரிந்தது. முதலில் அவற்றை வாசித்து உணர்வது அவசியம் எனக் கருதித் தொடர்ந்து வாசிக்கத் தொடங்கினேன். பல்வகைப் பொருள்கள், அடர்த்தியான சொற்கள், சுகமான சந்தம், தெளிந்த ஓட்டம் எனக் கவிதைகள் என்னைப் பரவசப்படுத்தின. பல கவிதைகளைப் புரிந்துகொள்ள இயலவில்லை. எனினும் புரிந்த கவிதைகளைத் திரும்பத் திரும்ப வாசித்தேன். இப்படித்தான் பாரதியார் கவிதைகளுக்குள் என் பயணம் நிகழ்ந்தது.

வேதப் புத்தகத்தில் நூல் சார்த்தி வரும் பக்கத்தை வாசிக்கும் மதப்பழக்கம் போலப் பாரதியார் கவிதைகளைப் பாவித்தேன். பலவிதக் குழப்பங்கள் கொண்ட பதின்வயது. விடுபடும் வழிகளை நானேதான் தேடிக் கண்டடைய வேண்டிய நிலை. அதற்குப் பாரதியார் கவிதைகள் பெரிதும் பயன்பட்டன. உணர்வுகளையும் உணர்ச்சிகளையும் மேன்மைப்படுத்தும் விந்தை

மிக்கவை அவை. 'மனத்தில் சலனம் இல்லாமல், மதியில் இருளே தோன்றாமல்', 'மோகத்தைக் கொன்றுவிடு – அல்லா லென்றன் மூச்சை நிறுத்திவிடு', 'எண்ணிய முடிதல் வேண்டும், நல்லவே எண்ணல் வேண்டும்' – இப்படி அப்போது மனதைக் கவ்விய அடிகள் எத்தனையோ. எனினும் 'புதிய ஆத்திசூடி'க்குள் நான் புகவேயில்லை. ஆத்திசூடி என்றாலே அறிவுரை சொல்வது என்றும் கட்டளை இடுவது என்றும் மனதில் பதிந்திருந்தது காரணமாக இருக்கலாம். அறிவுரையும் கட்டளையும் இளம்பருவத்தில் எரிச்சலையே தரும்.

முதுகலை பயில்வதற்காகக் கோவை பூசாகோ கலை அறிவியல் கல்லூரியில் சேர்ந்தபோது விடுதியில் தங்கும் வாய்ப்பு அமைந்தது. நூற்றுக்கணக்கான மாணவர்கள் தங்கியிருந்த பெரிய விடுதி. அதன் பெயர் 'பாரதி விடுதி.' முதலாமாண்டில் மூவர் சேர்ந்து தங்கும்படியான பொதுஅறை. என் அறையில் இருந்த நண்பர்கள் அவர்களுக்கு ஒதுக்கப்பட்ட இடத்தில் ஆங்கில மேற்கோள் வாசகத் தாளைப் பசை போட்டு ஒட்டி வைத்திருந்தார்கள். எனக்கு அவ்விதம் ஒட்டிக் கொள்வதில் ஈடுபாடு இல்லை. நாட்கள் செல்லச் செல்ல அருகருகே இருந்த அறைகளிலும் இத்தகைய மேற்கோள் வாசக ஒட்டுதல்களைக் கண்டேன். தன்னம்பிக்கை ஊட்டும் வாசகங்கள் அவை. அவற்றைக் கேலி செய்யும் குழு ஒன்றும் அங்கிருந்தது. அக்குழுவோடு இணைந்துகொண்டேன்.

ஒரு வாசகம் அது எழுதப்பட்டிருக்கும் இடத்தைப் பொறுத்துப் பொருள் மாறுபடும் என்பது எங்கள் குழுவின் அபிப்ராயம். 'உன் எதிர்காலம் உன் கையில்' என்னும் தன்னம்பிக்கை வாசகத்தைக் கழிப்பறைச் சுவரில் யாரோ ஒருவர் எழுதி வைத்துவிட்டார். அது எங்கள் குழுவுக்கு நல்ல சான்றாக அமைந்தது. அதன்பின் எந்த மேற்கோள் என்றாலும் அதற்குப் பிறிதொரு அர்த்தத்தை உருவாக்கிவிடும் படைப்புத்திறனை அக்குழு பெற்றது. 'விழிமின் எழுமின் இலக்கை அடையும்வரை நில்லாது செல்மின்' என்னும் புகழ்பெற்ற மேற்கோளுக்கும் பல பொருள் சொன்னது அக்குழு. ஒரு மேற்கோள் வாசகத்தின் முன்னாலோ பின்னாலோ நடுவிலோ ஓரிரு சொற்களைச் சேர்த்துவிட்டால் அதன் பொருள் வேறொரு தளத்தை அடைந்துவிடும். குழுவின் பொருள் சொல்லும் ஆற்றலுக்குப் பயந்து தம் அறை மேற்கோள் வாசகத்தைக் கிழித்தவர்களும் மறைத்தவர்களும் உண்டு. எதற்கும் அசராமல் வாசகங்களை மாற்றி மாற்றி எழுதி வைத்தவர்களும் இருந்தனர். தமக்குப் பிடித்த வாசகத்தின்மேல் பிடிமானம் கொண்டு யார் என்ன சொன்னாலும் மாற்ற மாட்டேன் எனப் பிடிவாதம் கொண்டிருந்தவர்களும் பலர்.

இச்சூழலில் எனக்கு 'இதழியல்' பாடம் ஒரு பருவத்தில் இருந்தது. அப்பாடத்தை நடத்தியவர் பேராசிரியர் ச. மருதநாயகம் அவர்கள். நவீன இலக்கியத்தில் பரந்த அறிவும் மாற்றுச் சிந்தனைகளைப் பற்றிய உணர்வும் உடைய பேராசிரியர் அவர். இதழியல் பாடத்தை மனம் கொள்ளும்படி கோட்பாடுகளுடனும் செயல்முறைகளுடனும் கற்றுத் தந்தார். குறிப்பிட்ட மனோபாவங்களை அறியும் வினா நிரல் பட்டி தயார் செய்து அதைக் குறிப்பிட்ட பிரிவினரிடம் கொடுத்து விடை எழுதி வாங்கும் செயல்முறை ஒன்றை எங்களுக்குச் செய்முறைப் பாடமாகக் கொடுத்தார். ஒவ்வொருவரும் எங்கிருந்து வருகிறோம், சுற்றிலும் உள்ள மக்கள் யாவர் என்பதை அறிந்து அதற்கேற்ப வினா நிரல் பட்டி அமைந்தது. விடுதி மாணவர்களின் மனோபாவங்களை அறியும் பட்டியை நான் தயார் செய்தேன். அதற்கு அவர் வழிகாட்டினார். ஒவ்வொரு மாணவரும் வாசிக்கும் நாளிதழ், வார இதழ்; பயன்படுத்தும் சோப்பு, பற்பசை; ஆர்வமுள்ள புத்தகங்கள் என நீளும் வினாப் பட்டியலில் 'பிடித்த மேற்கோள்' என்பதையும் சேர்த்தார் அவர். மேற்கோள் மூலமாக எதை அறிய முடியும் என அவரிடம் கேட்டேன். அவர் சொன்ன பதில் எனக்குப் பல திறப்புகளைக் கொடுத்தது.

ஒருவருக்குப் பிடித்த மேற்கோள் என்பது அவரது இலக்கை வெளிப்படுத்துவது; கொள்கைச் சார்பைக் காட்டுவது; வாழ்க்கைப் பின்னணியோடு தொடர்புடையது; வாசிப்பின் விரிவைக் காட்டுவது. இவ்விதம் எல்லாம் எனக்கு விளக்கிய என் ஆசிரியரிடம் நான் கேட்டேன், 'எழுதி ஒட்டி வெச்சிருக்கறதுனால என்னஙக்கய்யா பிரயோஜனம்?' ஆசிரியர் எனக்கு விரிவாக விளக்கினார். அதன் சாரம் இது: 'பேச்சு காற்றோடு போய்விடும்; பத்து நிமிடப் பேச்சைக் கேட்டாலும் மனதில் பதிவது மிகக் குறைவாகவே இருக்கும். அதுவும் ஓரிரு நாளில் மறந்து போகும். எழுத்துக்கு ஆற்றல் மிகுதி. ஒன்றை எழுதி வைத்துவிட்டால் அது அழியாமல் நிலைக்கும்; அதை மீண்டும் மீண்டும் காணும்போதும் வாசிக்கும் போதும் மனதில் பதிந்து நம்மைச் செயல்படுத்தும் திறனைக் கொடுக்கும். அலைபாயும் பதின்வயதில் மனதைத் திரும்பத் திரும்ப ஒருவழியை நோக்கிச் செலுத்த அது உதவும். ஆகவேதான் இளம்பருவத்தில் 'மேற்கோள் பித்து' பலரையும் பிடித்துக்கொள்கிறது. வயது செல்லச் செல்ல இந்தப் பித்து தெளிந்துவிடும்.'

அந்தக் கணத்தில் எனக்கும் மேற்கோள் பித்துப் பிடித்தது. 'எனக்குப் பொருத்தமா ஒரு மேற்கோள் சொல்லுங்கய்யா'

என்றேன். அவர் புன்னகைத்தார். 'உனக்கானதை நீயே தேர்ந்தெடுத்துக்கொள்' என்றார். அது எனக்கான ஆலோசனையாகவும் மேற்கோளாகவும் அமைந்திருந்ததால் இருவருமே சிரித்தோம். மேலும் அவர் சொன்னார், 'பாரதியாரோட புதிய ஆத்திசூடியப் பாருப்பா. உனக்குப் பிடிச்சது இருக்கலாம்.' அப்படித்தான் புதிய ஆத்திசூடிக்குள் வந்தேன். அதில் பாரதியார் தம் வாழ்க்கைப் பார்வையைத் தொகுத்துக் கொடுத்திருக்கிறார் என்றே தோன்றியது. சமகால வாழ்வை எதிர்கொள்வதற்கு நவீனச் சிந்தனை பொதிந்த கட்டளைத் தொடர்களாக அவை இருப்பதை உணர்ந்தேன். 'அச்சம் தவிர்' எனப் பெரும் அதிர்வோடு அது தொடங்குகிறது. புதிய சொற்களும் பழைய சொற்களும் இயைந்து செல்லும் அற்புதமாகத் தோன்றியது. பல தொடர்களுக்குப் பொருள் விளங்கவில்லை. விளங்கியவற்றை மனதில் போட்டுப் பொருள் விரித்துக்கொண்டேன். ஆம், ஒவ்வொரு தொடரும் பலவற்றை உள்ளடக்கிப் பொதித்த குளுவை (மாத்திரை) போன்றது. குளுவையை விழுங்கியதும் அது கரைந்து தன் ஆற்றலைப் பெருக்குவது போலவே புதிய ஆத்திசூடியின் ஒவ்வொரு தொடரும் அமைந்திருக்கின்றது.

அன்றைய என் நிலைக்கு மிகவும் தேவையான ஒரு தொடரைப் புதிய ஆத்திசூடியில் கண்டடைந்தேன். 'நாளெலாம் வினைசெய்.' கல்லூரியும் விடுதியும் கொடுத்திருந்த சுதந்திரத்தின் காரணமாகப் பெரும்பொழுதை அரட்டையில் கழித்துக்கொண்டிருந்தேன். அக்காலத்தில் திரைப்படம் இளைஞர்களைப் பெரிதும் ஈர்ப்பதாக இருந்தது. வாரம் ஒரு படம் பார்ப்பது என் வழக்கம். விடுதி நண்பர்கள் யார் அழைத்தாலும் எங்கே அழைத்தாலும் என்னால் மறுக்க முடியாது. உடனடியாக அவர்களுடன் கிளம்பிப் போய்விடுவேன். வெறும் பேச்சுத்துணையாக இருந்தேன். வாசிப்பு, எழுத்து, கல்வி சார்ந்த பல எண்ணங்களும் திட்டங்களும் எனக்கிருந்தன. ஆனால் அவற்றுக்கேற்ற உழைப்பு இல்லை. இதைத் தெளிவாக நான் உணர்ந்திருந்தேன். எனினும் எப்படி என்னை மாற்றிக்கொள்வது எனத் தெரிவியவில்லை.

பொழுதை வீணாகக் கழிப்பதான கழிவிரக்கம் என் மீதே எனக்கிருந்தது. அந்த மனோநிலைக்கு 'நாளெலாம் வினைசெய்' என்பது மிகவும் பொருத்தமான தேர்வாக அமைந்தது. எனக்கு அப்போதே 'யாப்புப் பைத்தியம்' பிடித்திருந்தது. முதலில் யாப்பு நோக்கில் இத்தொடரைப் புரிந்துகொள்ள முயன்றேன். 'நாள் எல்லாம் வினை செய்' என்னும் நான்கு சொற்களைக் கொண்ட தொடர். ஆத்திசூடியின்

ஒவ்வொரு வாசகமும் இரண்டு சீர்களால் அமைய வேண்டும்; ஒவ்வொரு சீரும் ஈரசையாக இருக்க வேண்டும். தாம் எழுதிய நூற்றுப்பத்துத் தொடரிலும் இவ்விலக்கணத்தைப் பிசகாமல் பாரதியார் பின்பற்றியிருக்கிறார். அதற்கேற்ப 'எல்லாம்' என்பதை இடைக்குறையாக்கி 'எலாம்' எனக் கொண்டு புணர்த்தி 'நாளெலாம்' என ஒருசீராக்கியுள்ளார் பாரதியார். 'வினைசெய்' என இருசொற்களும் இணைந்து இன்னொரு சீர்.

மனதுக்கு மிகவும் திருப்தியான வாசகம் கிடைத்ததும் அதன் அமைப்பு முறை சீராக இருந்ததும் நிறைவைக் கொடுத்தன. ஒரு தாளை இரண்டு விரற்கடை அளவில் நீள வாக்கில் கிழித்து இத்தொடரை அதில் எழுதிக் கீழே கோடிட்டுப் 'பாரதியார்' எனப் பெயரையும் எழுதி என் மேஜைக்கு நேர் மேலே ஒட்டி வைத்தேன். மேற்கோள்களைக் கேலி செய்யும் குழுவினருக்கு வருத்தம். நம் மந்தையிலிருந்து ஓர் ஆடு விலகி ஓடுகிறதே. கூட்டமாக வந்து 'நாளெல்லாமா?' என்று கேட்டு வியப்பு முகம் காட்டினர். 'முடியுமா?' என்று ஐயப்பட்டனர். 'செய் செய்' என்று அனுமதி கொடுத்தனர். அவர்களை எதிர்கொள்வது கொஞ்சம் கடினமாகவே இருந்தது. 'எழுத்துக்கு ஆற்றல் மிகுதி' என்னும் என் ஆசிரியரின் கூற்று என்னைத் தடுமாறாமல் தடுத்தாட்கொண்டது.

'நாளெலாம் வினைசெய்' என்னும் வாசகம் எனக்குள் பல சிந்தனைகளை உருவாக்கியது. 'வினை' என்பது செயல் எனப் பொருள்படும் பழைய சொல். செயல்பாட்டைக் குறிக்கும் சொல்லை 'வினைச்சொல்' என்பது இலக்கண வழக்கு. 'நாளெல்லாம் செயல் செய்' என்று பாரதியார் கூறுகிறார்; 'நாளெல்லாம் செயல்படு' எனக் கட்டளை இடுகிறார். ஒவ்வொரு உயிரும் நாளெல்லாம் செயல்பட்டுக் கொண்டு தானே இருக்கிறது? உறக்கம்கூட ஒருவகைச் செயல்தான். இயக்கம்தான் வாழ்க்கை. ஒவ்வொரு உயிரும் இயங்கிக் கொண்டுதானிருக்கிறது. உயிர்களின் பொது இயக்கத்தைப் பாரதியார் 'வினை' எனக் குறிக்க வாய்ப்பில்லை.

செயலுக்கும் வினைக்கும் நுட்பமான வேறுபாடு உள்ளது. 'வினை' பல பொருள்படும் சொல். செயல், தொழில், விதி என்றெல்லாம் அதற்குப் பொருளுண்டு. பாரதியார் எந்தப் பொருளில் வினையைப் பயன்படுத்தியுள்ளார்? 'தொழில்' என்பது எனக்குப் பொருத்தமாகப் பட்டது. 'எமக்குத் தொழில் கவிதை' என்று எழுதியவராயிற்றே. நாம் திட்டமிடும் செயல் தான் தொழில். அதைத் திட்டப்படி நிறைவேற்றி முடிக்க வேண்டுமானால் நாளெல்லாம் செயல்பட வேண்டும். அதைத்தான் 'வினை' என்னும் சொல் கொண்டு பாரதியார்

உணர்த்துகிறார். எனக்கு இந்தப் பொருள் உவப்பாகவும் என் தேவைக்கு ஏற்றதாகவும் தோன்றியது. அப்படியே மனதில் இருத்திக்கொண்டேன். இவ்வாசகத்தை இன்னும் விரித்துப் பொருள் கொள்ள எனக்கோர் திருக்குறள் உதவிற்று. அக்குறள்:

> 'நாளென ஒன்றுபோல் காட்டி உயிரீரும்
> வாளது உணர்வார்ப் பெறின்'

'நிலையாமை' அதிகாரக் குறள் இது. 'ஒவ்வொரு நாளும் ஒரே மாதிரிதான் வந்து கழிந்துபோகிறது; நம் ஆயுளின் ஒருபகுதியை வெட்டி வீழ்த்தும் வாள்தான் ஒருநாள் என்பதை நுண்ணறிவு உடையவரே உணர்வர்' என்கிறார் வள்ளுவர். ஆகவே நம் ஆயுளின் ஒவ்வொரு நாளையும் அர்த்தமுள்ள தாக்கிக்கொள்ள வேண்டுமானால் நிலைத்து நிற்கும்படியான செயல்களை நாளெல்லாம் செய்ய வேண்டும். ஆம், 'நாளெலாம் வினைசெய்' என்பதை இக்குறளுடன் இணைத்துக்கொண்டதும் பொருள் சிறப்பு அற்புதமாயிற்று.

ஆயுளின் ஒருநாளைக்கூட வீணாக்கக் கூடாது; ஒவ்வொரு நாளையும் நிலைநிறுத்திக்கொள்ள நாளெல்லாம் வினை செய்ய வேண்டும் என்பதை அவ்வாசகம் கண்ணில் படும் போதெல்லாம் சொல்லிக்கொண்டேன். 'நாளெலாம் வினைசெய்' என்பது என் பதின் பருவ மந்திரமாயிற்று. இந்தத் தொடரை மட்டும் எடுத்துக்கொண்டு ஒரு மணி நேரச் சொற்பொழிவுகளை நிகழ்த்தியிருக்கிறேன். 'ஆட்டோகிராப்' பொன்மொழியாக ஏராளமான பேருக்கு இதை எழுதிக் கொடுத்திருக்கிறேன். அன்றாடம் எனக்குள் ஒருமுறையேனும் இன்றைக்கும் சொல்லிக்கொள்வது இதைத்தான். என் ஆயுளின் ஒவ்வொரு நாளுக்கும் உரிய மந்திரம் இதுவேதான்: 'நாளெலாம் வினைசெய்.'

●

புதிய தலைமுறை

33

நான் காணும் 'நாகம்மாள்கள்'

இலக்கியப் படைப்புப் பாத்திரங்களில் பிடித்தது அல்லது மனதில் நிற்பது என்று ஒன்றே ஒன்றைக் குறிப்பிட்டுச் சொல்வது கடினம்; பலவற்றைச் சொல்வது சுலபம். இலக்கியப் பாத்திரங்களின் இயல்பு எந்நேரமும் மனதில் இருப்பதல்ல; சந்தர்ப்பத்திற்கேற்ப நினைவில் வருவது. அன்றாட வாழ்வனுபவங்களில் நாம் எதிர்பார்க்காத தருணத்தில் அவை முன்வந்து நிற்கும். சக மனிதர் முகத்தில் இலக்கியப் படைப்புப் பாத்திரத்தின் சாயல் ஒட்டியிருக்கும். சிலசமயம் அப்பாத்திரமே எதிரில் வந்து நிற்பதாகத் தோன்றும். வாசிக்கும்போது மனதில் ஒட்டாத பாத்திரம்கூட நடைமுறை நிகழ்வு ஒன்றில் சாயல் காட்டி எதிர் வரும். படைப்புகளை வாசித்து ஏராளமான பாத்திரங்களோடு வாழ்பவர்கள் நடைமுறை வாழ்வில் தம் ஆயுளில் அத்தனை மனிதர்களைச் சந்திக்க முடியுமா என்பதுகூடச் சந்தேகம்தான். சந்திக்காத, சந்திக்கக்கூடும் என எதிர்பார்த்திருக்கும் பாத்திரங்களும் பல இருக்கும்.

செவ்விலக்கியப் பாத்திரங்கள் பலவும் குணங்களின் உருவாக்கம். 'நடையில் நின்றுயர் நாயகன்' என்பது போல. ஒற்றைக் குணத்தின் ஒட்டுமொத்த உருவம். அவற்றில் தலைமைப் பாத்திரங்களைவிடச் சட்டென மனதில் உதிப்பவை துணைப் பாத்திரங்கள். சிலப்பதிகாரத்தை நினைக்கும்போதெல்லாம் 'கவுந்தியடிகள்'தான் முதலில் மனதில் தோன்றுவார். அன்பும் ஆற்றலும் கொண்டு உலகியல் தெரிந்த பெண் துறவி அவர்.

அனுபவத்தின் சாரத்தை உள்வாங்கிக்கொண்ட வயதும் மனமும் பார்வையும் உடையவர். கதையின் முக்கியமான கட்டத்தில் தோன்றி வழிநடத்திச் செல்வதால் அப்பாத்திரம் பதிந்திருக்கலாம். வழித்துணையாக இளங்கோவடிகள் பெண்ணை ஏன் படைத்தார்? கண்ணகிக்குத் துணையாக ஒரு பெண் வேண்டும் என்று கருதியிருக்கலாம். ஏன் துறவியாகப் படைத்தார்? கோவலனுக்கும் சங்கடம் இருக்கக் கூடாது. இருவருக்கும் வாழ்வியலைப் புரியவைக்கவும் இத்தகைய பாத்திரமே தேவை. இப்படி ஒரு பாத்திர உருவாக்கத்தில் பல கோணங்கள் செயல்படும்.

கம்பராமாயணத்தை எடுத்தால் எனக்குச் சட்டென மனதில் வரும் பாத்திரம் தாடகை. காகுத்தன் கன்னிப்போரில் அவன் அம்புக்கு முதலில் பலியான அரக்கர் குல உயிர். பேராற்றல் படைத்த அரக்கி. மலைகளைத் தூக்கி வீசும் பலம் கொண்டவள். அவளைக் 'கல்லாப் புல்லர்க்குக் கற்றோர் சொன்ன பொருள் எனத்' துளைத்துப் போகும்படி அம்பெய்து கொன்றான். முன்களப் பலியாக அமைந்தவள் தாடகை. வாலியை மறைந்திருந்து கொன்றவன் என்னும் பழிச்சொல்லுக்கு முன்னரே 'பெண்ணைக் கொன்றவன்' என்னும் பழி ஏற்படத் தாடகை வதை காரணமாயிற்று. பெருங்கதையில் வாசவதத்தையை மறக்க முடியாது. தன் முகத்தையே கடிதத் தாளாகப் பயன்படுத்தித் தன் தோழிக்குத் தூது விடுக்கும் கணவன் செயலை அறியாத வெகுளிப் பெண் வாசவதத்தை. பெரியபுராணத்தை நினைத்தால் தலையால் நடந்த காரைக்காலம்மையும் திருநாளைப் போவாரும் மனதில் வருவார்கள். இப்படி எத்தனையோ.

பதினைந்தாம் நூற்றாண்டுக்குப் பிறகு தோன்றிய தனிப்பாடல்கள் பல்வேறு பாத்திரங்களைக் காட்டுகின்றன. அவையெல்லாம் மிகச் சாதாரண மனிதர்கள். ஔவையார், காளமேகம், கம்பர் தனிப்பாடல்களில் வரும் தாசியரும் எளிய மனிதர்களுமாகிய பலர் மனதில் நிற்கிறார்கள். கத்துகடல் சூழ் நாகப்பட்டினத்தில் சத்திரம் வைத்து நடத்திய காத்தானைப் பற்றிக் காளமேகம் பாடியிருக்கிறார். காத்தான் பற்றிய தோற்ற வருணனை ஏதுமில்லை. ஒற்றைப் பாட்டுத்தான். ஆனால் காத்தானுக்கு என் மனதில் ஓர் உருவம் ஏற்பட்டுவிட்டது. தன் சத்திரத்தின் மீது வசை பாட வேண்டாம் என்று கை கூப்பிக் கெஞ்சி நிற்கும் காத்தானின் தோற்றத்தைக் காண்கிறேன். அவ்விதம் காளமேகம் வரைந்திருக்கும் மனிதச் சித்திரம் ஏராளம். ஔவையார் பாடிய அம்பர்ச் சிலம்பி என்னும் பெண்ணின் கால் சிலம்பு கண்ணகியின் சிலம்புக்கு நிகராக எண்ணத்தில் இருக்கிறது.

பத்தொன்பதாம் நூற்றாண்டில் எழுந்த படைப்புக்களில் மரபும் நவீனமும் கலந்த பலப்பல பாத்திரங்கள். பிரதாப முதலியார் சரித்திரம் காட்டும் ஞானாம்பிகை, கமலாம்பாள் சரித்திரம் நாவலில் வரும் ஆடுசாபட்டி அம்மையப்ப பிள்ளை என்னும் தமிழாசிரியர், நடேச சாஸ்திரியாரின் 'தலையணை மந்திரோபதேசம்' காட்டும் அம்மணி அம்மாள் என்று வரிசைப் படுத்திக்கொண்டே போகலாம். இருபதாம் நூற்றாண்டு நாவல்கள் வழியாக மனதுக்குள் வந்து சேர்ந்த பாத்திரங்களின் எண்ணிக்கை அளவற்றது. முக்கியமான ஒவ்வொரு நாவலி லிருந்தும் ஒன்றோ பலவோ சட்டென நினைவுக்கு வரும். வரிசைப்படுத்தினால் இத்தனை மனிதர்கள் நமக்கு அறிமுகமா என்னும் வியப்பு ஏற்படும்.

தமிழ்ப் படைப்புகள் மட்டுமல்ல. மொழிபெயர்ப்பு வழியாக வந்து சேர்ந்த வெளிநாட்டுப் படைப்புகள், இந்திய மொழிப் படைப்புகள் எனப் பலவற்றிலிருந்தும் மனதில் நிற்பவற்றைச் சொல்லிக்கொண்டே போகலாம். ரஷ்யப் படைப்புகளில் வரும் மனிதர்கள் மிகவும் நெருக்கமானவர் களாக இருக்கிறார்கள். ஆர்மேனியச் சிறுகதை 'துரோகி'யில் வரும் பாம்புக்கு நீடித்த வாழ்வு. பிரேம்சந்தின் 'கிழக்குழந்தை' எப்போதும் மனதில் இருக்கும் பாத்திரம். 'நீலகண்டப் பறவையைத் தேடி'க் கொண்டிருக்கும் மனம் பிறழ்ந்த பாத்திரம்,'பன்கர்வாடி' காட்டும் ஆசிரியர் எனப் பல. இப்படிப் பட்டியல் போட்டால் ஓராயிரம் வரும். என் அன்றாட வாழ்க்கை புனைவுமனிதர்களோடுதான் கழிந்துகொண் டிருக்கிறது. எதிரில் காணும் மனிதரில் புனைவுமனிதச் சாயலைப் பொருத்திக் கொள்ளும் மனம் வாய்க்கும் போது நிகழப் போகின்றவற்றை முன்கூட்டி அனுமானிக்கவும் அவற்றை எதிர்கொள்ளவும் தயாராக முடிகிறது.

அப்படித்தான், தினசரி 'நாகம்மாளைச்' சந்தித்துக் கொண்டிருக்கிறேன். ஆர். ஷண்முகசுந்தரம் எழுதி 1942இல் வெளியான நாவல் 'நாகம்மாள்.' பத்மாவதி சரித்திரம், கமலாம்பாள் சரித்திரம், முத்து மீனாட்சி, கோமளம் குமரியானது, சந்திரிகையின் கதை, நளின சுந்தரி, சுந்தரி எனத் தொடக்க கால நாவல்களில் பலவும் பெண் பாத்திரப் பெயர்களைத் தலைப்பில் கொண்டவை. அவ்வரிசையில் இடம்பெற்று முதல் வட்டார நாவல் என்னும் பெருமையையும் கொண்டது 'நாகம்மாள்.' முதல் பதிப்புக்கு அணிந்துரை எழுதிய கு.ப.ராஜகோபாலன் 'நாகம்மாள் நம் கண்முன் நிற்கிறாள் போல இருக்கிறது. ஒய்யாரமும் தனிப்போக்கும் கொண்ட அவளிடம் நற்குணங்களும் நிரம்பி இருக்கின்றன' என்று கூறுகிறார்.

நாவல் வெளியாகி அறுபது ஆண்டுகள் கழிந்த பிறகு 'கிளாசிக் நாவல் வரிசையில்' இதைக் காலச்சுவடு பதிப்பகம் வெளியிட்டபோது (2007) அம்பை முன்னுரை எழுதினார். அதில் 'நாகம்மாள் கொங்கு மண்ணைச் சேர்ந்தவள்தான். ஆனால் அவள் கதாபாத்திரத்தின் வீச்சு அந்த மண்ணிலிருந்து எழும்பி உலகத்தையே வியாபிக்கும் சக்தி பெற்றது. ஒரு காவிய நாயகியின் அத்தனை அம்சங்களும் அவளிடம் உள்ளன' என்று விதந்து கூறுகிறார். க.நா. சுப்பிரமணியன் தம் எழுத்துக்களில் தொடர்ந்து குறிப்பிட்டு வந்த நாவலும் இது. இவ்வாறு எழுத்தாளுமைகளின் மனம் கவர்ந்த பாத்திரமாக 'நாகம்மாள்' விளங்குகிறாள்.

ஒரு விபத்தில் கணவனை இழந்தவள் நாகம்மாள். 'முத்தாயா' என்னும் பெண் குழந்தை ஒன்று அவளுக்கு இருக்கிறது. கணவனின் தம்பியாகிய கொழுந்தனார் சின்னப்பன், அவன் மனைவி ராமாயி ஆகியோரும் இருக்கிறார்கள். நால்வரும் ஒன்றாக வசிக்கிறார்கள். குடும்பத்தில் ஆளுமை செலுத்தக் கூடியவள் நாகம்மாள். கடும் உழைப்பாளி. உழவு தொடர்பான வேலைகள் எல்லாம் கற்றவள். குடும்பத்தைச் செலுத்துவதில் அதீத அக்கறை உள்ளவள். ஆனால் இடையில் ஒரு தொந்தரவு வருகிறது. கொழுந்தனார் சின்னப்பன் தன் நிலத்தை விற்றுவிட்டு மாமனார் ஊருக்குப் போய்விடும் பேச்சு நடக்கிறது. அது நாகம்மாளுக்குப் பிடிக்கவில்லை. தன் பங்கைப் பிரித்துத் தரச் சொல்லி வாங்கிக்கொண்டு சொந்த ஊரிலேயே இருக்கலாம் என நினைக்கிறாள். இன்னொருவர் வீட்டில் போயிருந்தால் அங்கே தனக்கு எந்த அதிகாரமும் இருக்காது; சுதந்திரமும் இருக்காது என்பதை எல்லாம் அவள் நன்கு உணர்ந்திருக்கிறாள். ஆகவே தன் பங்கைப் பிரித்துத் தர வேண்டிக் கொழுந்தனாருடன் அவள் நடத்தும் போராட்டமே நாவலாக விரிகிறது. அவளது வெகுளித்தனத்தை அவ்வூரில் இருக்கும் சிலர் பயன்படுத்திக் கொள்கிறார்கள். அவள் முயற்சி இறுதியாகக் கொலையில் முடிகிறது. ஒரு பெண்ணை இத்தகைய ஆளுமை உடையவளாக ஷண்முகசுந்தரம் சித்திரித்திருப்பதுதான் நாவலின் வெற்றிக்குக் காரணம்.

கொங்குப் பகுதிப் பெண்களின் வகைமாதிரிப் பாத்திரம் நாகம்மாள். அவர்கள் ஒருபோதும் பிறரை அண்டி வாழ்வதை விரும்பாதவர்கள். மகனோ மகளோ தம்மைக் காப்பாற்ற வேண்டும் என அவர்கள் ஆளுகைக்கு உட்பட்டு இருப்பதைக் கேவலம் என்று கருதுபவர்கள். ஓலைக்குடிசையோ ஓட்டுச்சாளையோ மிகச் சிறிய வசிப்பிடம் அவர்களுக்குப் போதுமானது. தனி இருப்பிடம்; தனிச் சமையல். தம் வாழ்க்கைத் தேவைக்கெனப் பணம் சேமித்து வைத்திருப்பார்கள். தம்மால்

முடிந்த வேலையைச் செய்து சிறு சம்பாத்தியத்தைப் பெறுவார்கள். தம் இறப்புச் செலவுக்குப் பிறர் செலவழிக்கக் கூடாது என்னும் எண்ணம் உடையவர்கள். அதற்கெனத் தனியாகச் சேமித்து வைத்திருப்பார்கள். அவர்கள் சுதந்திர நாட்டம் உடையவர்கள். என் பாட்டி இறுதிவரை தனிமையில் வசித்தார். அவர் சேமித்து வைத்திருந்த பணத்தைத்தான் இறப்புச் செலவுக்குப் பயன்படுத்தினோம். மீதமிருந்த தொகையைப் பங்கிட்டுக்கொண்டோம். பங்கிட்டுக்கொள்ளும் அளவுக்கு அவர் சேமிப்பு இருந்தது.

என் அம்மா தனியாகவே வசித்தார். தனக்கெனப் பத்துக்குப் பத்து அறை ஒன்றைக் கட்டிக்கொண்டார். ஓடு வேய்ந்த ஒற்றைச் சாய்ப்புக் கூரை கொண்ட அறை அது. நடை தூரத்தில் என் அண்ணன் வீடு இருந்தது. அவர்களுடன் சேர்ந்திருக்க ஒப்பவில்லை. நாமக்கல்லில் குடியேறியிருந்த என்னோடு வந்து வசிக்கும்படி கேட்டேன். மாடியில் தனியறை ஒதுக்கித் தருவதாகச் சொன்னேன். மறுத்துவிட்டார்.

‘எனக்குப் பசிக்கறப்ப நான் சாப்பிடுவன். எனக்கு வேணுங்கறத வேணுங்கும்போது நான் செஞ்சுக்குவன். தூக்கம் வந்தாத் தூங்குவன், முழிப்பு வந்தா எந்திரிச்சு நடப்பன். உங்க வீட்டுல இருந்தா இதெல்லாம் முடியுமா? நீங்க செய்யறதச் சாப்பிடோணும். நீங்க எப்பப் போடுவீங்க போடுவீங்கன்னு பாத்துக்கிட்டு இருக்கோணும். கையகலம் இருந்தாலும் என்னோடதுன்னு இருந்துட்டா எம்பாட்டுக்கு இருந்துட்டுப் போயிருவன் போடா’ என்பதுதான் அம்மா சொல்லும் நியாயம்.

‘அங்கே போய்ப் பிச்சைக்காரியைப் போல ‘நீ போடு ஆயா, நான் திங்கறேன்’ என்று காத்துக்கொண்டிருப்பதா? இந்த ஜன்மத்திலே இல்லை என்று திடம் செய்துகொள்வாள்’ என்பது ‘நாகம்மாள்’ நாவலில் வரும் நாகம்மாளின் எண்ணவோட்டம். என் பாட்டியும் அம்மாவும் நாகம்மாள்கள்.

இதோ, இந்தக் கட்டுரையை எழுதிக் கொண்டிருக்கும் போது சிறு இடையீடு. ‘தம்பி தம்பி’ என்று அழைக்கும் ஒரு பாட்டியின் சத்தம். அவர் எனக்கு அறிமுகம் ஆனவர்தான். எண்பது வயதுக்கு மேலிருக்கும். கணவன் இறந்துவிட்டார். பழைய வழக்கப்படி வெள்ளைச் சீலை கட்டியிருக்கிறார் பாட்டி. பேரன் பேத்திகள் எல்லாம் திருமண வயதில் இருக்கிறார்கள். ஆனால் பாட்டி தனியாகச் சிறுஅறை ஒன்றில் வசிக்கிறார். இப்போது வேம்பு பழுக்கும் பருவம். புறநகர்ப் பகுதியாகிய இங்கே இன்னும் பல வேம்புகள் இருக்கின்றன.

அவற்றின் அடியில் விழுந்து கிடக்கும் வேப்பம்பழங்களையும் கொட்டைகளையும் பொறுக்கிச் சேர்க்கிறார். அது அவருக்கு ஒரு வருமானம். வங்கியில் போட்டிருக்கும் பணத்தில் அவருக்கு வட்டி வருகிறது. ஆனாலும் சிறுவருமானம் ஈட்டும் வேலைகளைச் செய்வார். எங்கள் வீட்டு மொட்டை மாடிக்குத் தம் கிளைகளை உயர்த்தியிருக்கும் முருங்கையிலிருந்து அவ்வப்போது இரண்டு காய்கள், ஒரு கொத்து முருங்கைக் கீரை பறித்துத் தரச் சொல்லி வாங்கிப் போவார். அதற்குத்தான் அழைப்பு. இந்தப் பாட்டியின் பெயர் எனக்குத் தெரியாது. கேட்டுக்கொள்ளவில்லை. நானாகவே 'நாகம்மாள்' என்று பெயர் சூட்டியிருக்கிறேன்.

ஆர். சண்முகசுந்தரம் காட்டும் நாகம்மாளின் வயதான உருவம்தான் இந்தப் பாட்டி என்பதில் எனக்குத் துளியும் சந்தேகமில்லை. சுதந்திர வேட்கையும் சுயசார்பும் ஆளுமையும் தன்னகங்காரமும் கொண்ட பெண்களின் பிரதிநிதி நாகம்மாள். இந்தக் குணாம்சங்களின் சிறுதுளி கொண்டிருக்கும் எந்தப் பெண்ணைப் பார்த்தாலும் நான் 'நாகம்மாள்' என்று பெயர் சூட்டிவிடுவேன். நான் காணும் உலகம் நாகம்மாள்களால் ஆனது.

●

நீலம் இதழ்.

34

புகழ் மிகுதி

பா. இரஞ்சித் தயாரிப்பில் 'தமிழ்' இயக்கி சோனிலைவ் தளத்தில் வெளியாகியிருக்கும் திரைப்படம் 'சேத்துமான்.' 'காலச்சுவடு' இதழில் (நவம்பர் 2012) வெளியான எனது 'வறுகறி' கதையின் திரை வடிவம் இப்படம். நான் எழுதிய முதல் நாவல் 'ஏறுவெயில்' 1991இல் வெளியான போது இயக்குநர் பாலுமகேந்திரா அதைப் படமாக்கும் எண்ணம் கொண்டு என்னை அழைத்துப் பேசினார். சில படிநிலைகள் கடந்தும் படமாக்கம் நடக்க வில்லை. அதன்பின்னும் என் கதைகளைப் படமாக்கும் நோக்கத்துடன் எத்தனையோ அணுகல்கள். இதோ படமே வெளியாகப் போகிறது என்னும் ஆர்வத்துடன் பேசும் பல குரல்களைக் கேட்டிருக்கிறேன். கனவுலகமான திரைத்துறை யில் பல்லாண்டுகள் உழன்றும் எப்படித் தம் கனவுகளை இவர்கள் தக்க வைத்துக்கொண் டிருக்கிறார்கள் என்று வியப்பேன்.

சிலரது பேச்சும் கதை சொல்லும் பாங்கும் ஈர்த்ததால் எழுதிக் கொடுக்கும் முயற்சியிலும் இறங்கியதுண்டு. என் நேரமும் நாட்களும் வீணாயின. ஆவேசத்தோடு வந்து பேசியோர் சில மாதங்களில் எங்கே போனார்கள் என்பதே தெரியாது. திரைப்படக் கல்லூரியில் பயிலும் மாணவர்களில் ஓரிருவர் தம் தேர்வுக்காக என் சிறுகதைகளைப் படமாக்கியது தவிரப் பொது வெளியில் ஒன்றும் நடக்கவில்லை. திரைத்துறை சார்ந்து அவநம்பிக்கை கொண்டவன் ஆனேன். ஆனால் ஆர்வத்தோடு வருவோரிடம் பேசுவதைத்

தவிர்க்கவில்லை. பெருங்கனவோடு பல்லாண்டுகள் தம் வாழ்வைப் பணயம் வைத்து அத்துறையில் இருந்தும் சரியான வாய்ப்புகள் அமையாமல் தவிக்கும் பல முகங்களைக் கண்டிருக்கிறேன். அவர்களை இரக்கத்தோடு அணுகினேன். அவர்களிடம் நயமாகப் பேசி விலகிக்கொள்வதற்குச் சில தந்திர உத்திகளைப் பயன்படுத்தத் தொடங்கினேன்.

'வறுகறி' கதைக்குப் படமாகும் அதிர்ஷ்டம் இருந்திருக்கும் போல. கதை வெளியான சில மாதங்களிலேயே லியோ என்னும் நண்பர் என்னை வந்து சந்தித்து அக்கதையை அரைமணி நேரம் வருமளவுக்குக் குறும்படமாக எடுக்கும் எண்ணத்தைச் சொன்னார். அவரது ஆர்வம், திரை அனுபவம் ஆகியவை நம்பிக்கை கொடுத்தன. குறும்படத்திற்குப் பெரிய நிதியும் தேவைப்படாது என்று கருதி ஒப்புதல் கொடுத்தேன். நாமக்கல் பகுதியில் சுற்றிக் களத்தையும் தேர்வு செய்தார். எலிமேடு வடிவேல் வாத்தியார் தெருக்கூத்துக் குழுவை அறிமுகப்படுத்தி வைத்தேன். அக்குழுவிலிருந்து சில நடிகர்களைத் தேர்வு செய்து கொள்வதாகவும் சொன்னார். ஆர்வமும் இலக்கியப் பார்வையும் அமைந்திருந்த அவ்விளைஞரின் முயற்சி உருப்பெறவில்லை.

'மாதொருபாகன்' பிரச்சினையால் அலைக்கழிக்கப்பட்டு உயர்நீதிமன்றத் தீர்ப்பால் மீண்டும் நாமக்கல் வந்து சேர்ந்திருந்த 2017இல் ரமேஷ் என்னும் 'தமிழ்' என்னைச் சந்திக்க வந்தார். வறுகறியைப் படமாக்கும் எண்ணத்தைச் சொன்னார். ஏற்கனவே பட்ட அனுபவத்தில் என்னால் நம்பிக்கை கொள்ள முடியவில்லை. அதுவும் நான் உரையாடல் எழுத வேண்டும் என்றார். இது என் நேரத்தைக் கொல்லும் வேலைதான் என முடிவு செய்தேன். தவிர்க்கும் என் தந்திரங்கள் அவரிடம் பலிக்கவில்லை. அவர் ஈரோட்டைச் சார்ந்தவர். ஊருக்கு வரும் போது என்னைச் சந்திக்க வந்துவிடுவார். கதை பற்றிப் பேசுவதற்கெனவே வந்துவிட்டு ஊருக்குப் போவார். நான் சென்னை செல்லும் சந்தர்ப்பங்களை அறிந்து அங்கும் சந்திக்க வருவார். திரை அனுபவம், கதையை உள்வாங்கிக்கொண்ட விதம் எல்லாம் நம்பிக்கை தந்தன. திரைப்படத்திற்கு நிதி ஆதாரம் முக்கியம் அல்லவா? அதற்கு என்ன செய்யப் போகிறார் என்னும் கேள்விதான் எனக்கிருந்தது.

பொதுவாகப் பேச வருவோர் தயாரிப்பாளர் முடிவாகி விட்டதாகவே பேசுவார்கள். நான் ஒப்புதல் தந்துவிட்டால், எழுதிக் கொடுத்துவிட்டால் போதும், உடனே அலுவலகம் போட்டுவிடலாம் என்னும் அளவுக்குப் பேச்சிருக்கும்.

அவர்களுக்கு அது பொய் எனத் தெரிந்திருக்கும். தொடக்கத்தில் எனக்கு அது தெரியவில்லை என்றாலும் தொடர் அனுபவத்தில் இத்தகைய பொய்களை எளிதாகக் கண்டுணரும் திறன் வாய்த்தது. எழுத்துப் பிரதியை உருவாக்கிய பிறகு அதைக் கொடுத்துத்தான் தயாரிப்பாளரைக் கண்டுபிடிக்க வேண்டும் என்னும் உண்மையைச் சொல்வோரும் உண்டு. அதன் சாத்தியம் அத்தனை எளிதல்ல. சிலர் என்னையே தயாரிப்பாளரைப் பிடித்துத் தரச் சொல்லிக் கேட்டதுண்டு. எனக்கு எந்த வகையிலும் தொடர்பில்லாத துறைக்குள் நுழைந்து ஒருவரிடம் பேசிப் பெருந்தொகை முதலீடு செய்ய வைக்கும் திறன் எனக்கிருப்பதாக அவர்களுக்கு எப்படித் தோன்றியது என இன்றுவரை விளங்கவில்லை. ஆனால் நிதி தொடர்பாகத் 'தமிழ்' என்னிடம் பொய் சொல்லவில்லை.

தயாரிப்பாளர் எவரும் கைவசம் இல்லை என்று உண்மையைச் சொன்னார். கதை வசனம் இரண்டுக்கும் என் பெயர்தான் இடம்பெறும் என்றும் உறுதி கொடுத்தார். பிரதியை எடுத்துச் சென்று தயாரிப்பாளர் ஒருவரை ஒத்துக்கொள்ளச் செய்ய முடியும் என்னும் போலி உறுதியையும் தரவில்லை. 'எனக்காக என் குடும்பத்திலிருந்து ஐந்து லட்சம் ரூபாய் தருவார்கள். என் நண்பர்கள் ஐந்து லட்சம் புரட்டித் தருவதாகச் சொல்லியிருக்கிறார்கள். பத்து லட்சத்தில் சிக்கனமாகப் படத்தை எடுத்துவிட முடியும் என்று நினைக்கிறேன். எடுத்த பிறகான வேலைகளுக்குப் படத்தைப் பார்த்து முதலீடு செய்ய யாராவது கிடைப்பார்கள் என்னும் நம்பிக்கை இருக்கிறது' என்றார். தன் வாழ்வைப் பணயம் வைக்கும் அவர் திட்டம் என்னுள் கசிவை உண்டாக்கிற்று.

சிறுகதையை இரண்டு மணி நேரப் படமாக்குவது கடினம். ஆனால் இந்தக் கதையில் அதற்கான வாய்ப்புகள் இருந்தன. பங்காளிகளுக்கு இடையே சண்டை வருவதற்கான காரணம் ஒரு வேப்பமரம். அதை வைத்துச் சில காட்சிகளை உருவாக்க முடியும். நல்ல பன்றியைத் தேடிச் செல்வது பற்றிக் கதையில் ஓரிரு வரிகளே வரும். அதைக் காட்சிகளாக விரிக்க முடியும். குமரேசனின் பள்ளி அனுபவம் கதையில் ஒரு பத்தி அளவுக்கு வரும். அவன் சாதியைக் குறித்தும் கறி தின்னும் பழக்கம் பற்றியும் ஆசிரியர் கேலி செய்வார். அந்தப் பகுதியை நன்றாக விரித்து ஆசிரியரை ஒரு முழுமைப் பாத்திரமாகவும் ஆக்கலாம். இப்படி இடம்பெறும் வரிகள், பத்திகள் காட்சியாகும் தன்மை கதைக்குள் இருந்தது. அதைப் பற்றி உரையாடினோம். கதையின் சாரத்துக்கு உதவும் வகையில் சில புதிய பாத்திரங்களையும் அவர் நுழைத்தார்.

கதையில் குமரேசனுக்குத் தாத்தா பாட்டி, தாய் தந்தை என எல்லா வகை உறவும் கொண்ட பெருங்குடும்பம் இருந்தது. திரையில் அது வேண்டாம் என்று தாத்தாவை மட்டும் 'தமிழ்' எடுத்துக்கொண்டார். அதற்கு ஒரு முன்கதை தேவைப்பட்டது. 2011இல் நான் எழுதிய 'மாப்புக் கொடுக்கோணுஞ் சாமீ' கதை அதற்குப் பொருத்தமாக இருக்கும் என்று 'தமிழ்' சொன்னார். எனக்கும் அது சரியாகப் பட்டது. பிறகு 'தமிழ்' திரைக்கதையை உருவாக்கினார். 2017, 2018 ஆகிய இரு ஆண்டுகள் உள்நாட்டிலும் வெளிநாட்டிலுமாக எனக்குப் பல பயணங்கள் இருந்தன. அவற்றினூடே உரையாடல் எழுதி என் பங்கை முடித்துக் கொடுத்தேன். பின்னர் அவ்வப்போது நேரும் மாற்றங்கள் குறித்து அவர் என்னோடு கலந்து பேசினார். என் பங்களிப்பு அவ்வளவுதான்.

2010இல் கிராமத்துச் சாதிகள் ஒவ்வொன்றையும் வைத்து ஒவ்வொரு சிறுகதை எழுத வேண்டும் எனத் திட்ட மிட்டேன். 2011இல் ஒன்றும் 2012இல் ஒன்றுமாக இருகதைகள் எழுதினேன். இரண்டுமே உணவு அரசியலைப் பேசுவதாக அமைந்தன. 'மாப்புக் கொடுக்கோணுஞ் சாமீ' மாட்டுக்கறி தொடர்பானது. 'வறுகறி' பன்றிக்கறியை மையமாகக் கொண்டது. இருகதைச் சம்பவங்களும் நடப்பது ஐம்பது அறுபது ஆண்டுகளுக்கு முந்தைய காலம். காலத்தைக் குறிப்பிட்டுச் சொல்வது என் இயல்பல்ல. தமிழ் அக இலக்கிய மரபில் கருப்பொருள்கள் மூலமாகக் காலத்தை உணர்த்துவதுண்டு. அதை நுட்பமாகக் கண்டுதான் உணர முடியும். அதையே காலத்தைக் குறிக்க ஓர் உத்தியாக என் கதைகளில் கையாள்வேன். இக்கதைகளில் புழங்கு பொருட்கள் மூலம் காலம் விளங்கும்.

இரண்டு கதைகளிலும் இடம்பெறும் சாதி வேறுவேறு. 'மாப்புக் கொடுக்கோணுஞ் சாமீ' கதையில் அருந்ததியர். கொங்குப் பகுதி வேளாண் வாழ்விலும் இன்றைய தொழில் துறை வளர்ச்சியிலும் பெரும்பங்கு உழைப்பை வழங்கிய அம்மக்கள் தம் உணவுப் பழக்கத்தால் அனுபவிக்க நேரும் வன்முறை ஒன்றின் சிறுசித்திரம் அக்கதை. அதில் ஆதிக்கக் குறியீடாகத் தடிகள் அமையும். தவறான புரிதலால், தூண்டலால் ஒரு வன்முறை ஏவப்படுவதைக் கதை காட்டும். அக்கதைக் காட்சிகள் 'சேத்துமான்' படத் தொடக்கத்தில் ஓவியக் காட்சிகளாக அமைந்துள்ளன. படத்தின் இடையில் பூச்சித் தாத்தாவின் வாக்கிலும் அக்கதை நினைவுகூரப்படுகிறது.

'வறுகறி' கதையில் இடம்பெறுவது 'தொம்பர்' என்னும் சாதி. வேட்டையாடுதல், பன்றி வளர்த்தல், கூடை முடைதல் முதலிய தொழில்களைச் செய்பவர்கள் அச்சாதியினர்.

நாடோடிகளாக இருந்து தற்போது ஓரிடத்தில் நிலைபெற்று வாழ்கிறார்கள். நாமக்கல் மாவட்டத்தில் கூத்துக் கலையிலும் அவர்களின் பங்கு பெரிது. சிறுவயதிலிருந்து அவர்கள் வாழ்வைப் பார்த்து வந்திருக்கிறேன். அவர்களுக்கும் இப்பகுதியின் ஆதிக்க சாதியினருக்கும் இடையே உள்ள உறவைப் பற்றிய சில சித்திரங்களும் என் மனதில் இருந்தன. இந்த அடிப்படையில் உருவானதுதான் 'வறுகறி.'

இருகதைகளுமே சம்பவ வலு கொண்டவை. கொங்குப் பகுதி வாழ்வியலைச் சார்ந்தவை. இருகதைகளிலும் இருக்கும் புலால் உணவுதான் இக்கதைகளைப் பொருட்படுத்தத் தக்கவையாக ஆக்கியிருக்கின்றன. வாழ்வியல் சூழல் காரணமாக உணவுப் பழக்கம் அமைகிறது. உணவில் என்ன ஏற்றத்தாழ்வு இருக்கிறது? குறிப்பிட்ட ஒருவர் உண்பதால் அவ்வுணவு உயர்வானதாகவோ தாழ்வானதாகவோ கருதப்படுவதை எப்படிப் புரிந்துகொள்வது? இன்றும் நட்பில், உறவில் உணவுப் பழக்கம் முக்கிய இடம்பெறுகிறது. சாதி மறுப்புத் திருமணங்களை எதிர்ப்போர் முன்வைக்கும் முதன்மைக் காரணம் உணவு. நேரடியாகச் சாதியைச் சொல்லி எதிர்க்காமல் உணவைக் கூறி எதிர்ப்பது ஒருவகைத் தந்திரம்.

இன்றைய திருமண வலைத்தளங்களில், மணமகன்/மணமகள் தேவை விளம்பரங்களில் உணவுப் பழக்கத்திற்கு முக்கிய இடம் இருக்கிறது. உணவை ஒவ்வொருவரின் தனிப்பட்ட விருப்பாகக் காண்பதற்குச் சாதியச் சமூக மனம் தடையாக இருக்கிறது. உணவுப் பழக்கத்தை வைத்து ஒருவரைக் கேலி செய்யும் போக்கும் எல்லாத் தளங்களிலும் உண்டு. சாதிக்கு அஞ்சியும் உறவுக்குப் பயந்தும் மறைவாக உண்ணுவோர் எண்ணிக்கை கூடியிருக்கிறது. ஆனால் பொதுவெளியில் உணவை இழித்தும் உயர்த்தியும் பேசும் பார்வை குறையவில்லை.

இன்று உணவரசியல், உணவுச் சமத்துவம் பற்றிய உரையாடல் முகிழ்த்திருக்கிறது. இச்சூழலில் இவ்விரு கதைகளைக் கொண்டு எடுத்துள்ள 'சேத்துமான்' திரைப்படம் இணையத்தில் வெளியான போதும் பல பார்வைகளைப் பெற்றுள்ளது. சமூக வலைத்தளங்களிலும் ஊடகங்களிலும் மதிப்பான விமர்சனங்கள் வெளியாகியிருக்கின்றன. படத்தை நுட்பமாகப் புரிந்துகொள்ளவும் பல கோணங்களில் காணவும் அதற்கு ஆதாரமான கதைகள் பயன்படும். ஒரு கதை படமாகும் போது நேரும் மாற்றங்கள், கதைக்குச் செய்யும் நியாயம், வெவ்வேறு வகை ஊடகங்களில் ஒரே கதை பேசப்படும் விதம்

பாதி மலையேறுன பாதகரு

பற்றியெல்லாம் விரிவாகக் காணலாம். அந்த அடிப்படையில் இந்த நூல் உருப்பெற்றிருக்கிறது.

நான் எழுதத் தொடங்கி முப்பத்தைந்து ஆண்டு காலம் ஆகியும் 'மாதொருபாகன்' நாவல் பிரச்சினை வெடிப்பினாலும் ஓர் எழுத்தாளனாக அடைந்த கவனத்தை விடவும் ஒரே ஒரு திரைப்படம் மூலமாகக் கிடைத்திருக்கும் புகழ் மிகுதி என்பதைக் கள எதார்த்தம் உணர்த்துகிறது. ஆதங்கத்தோடுதான் என்றாலும் இந்தப் 'புகழ் மிகுதி' என் எழுத்து வாழ்வின் அடுத்த பரிமாணம் என்று எடுத்துக் கொள்ளவே விழைகிறேன். இப்படத்தைப் பேசுவோர் அதற்கு ஆதாரமான இலக்கியத்தைக் குறித்தும் கவனம் கொள்ள வேண்டும் என்னும் எண்ணத்தில் இவ்விரு கதைகளையும் தனிநூலாக்கம் செய்திருக்கிறோம். கதைகளைப் படமாக்கும் எண்ணம் உள்ளவர்களுக்கும் இந்நூல் உதவும் என்னும் நம்பிக்கை இருக்கிறது.

இந்நூல் எண்ணத்தை விதைத்த காலச்சுவடு கண்ணன், ஒத்துழைப்பு நல்கிய இயக்குநர் தமிழ், என் எழுத்துக்கள் மீது தனி ஈர்ப்பு வைத்துள்ள பா. இரஞ்சித், இப்படத்திற்கென அற்புதமான சுவரொட்டிகளை உருவாக்கிய ஓவியர் தாமோ நாகபூசணம் ஆகிய அனைவருக்கும் நன்றிகள்.

●

(2022ஆம் ஆண்டு வெளியான 'சேத்துமான் கதைகள்' நூலுக்கு எழுதிய முன்னுரை.)

35

உலகமயமாகும் இலக்கியம்:
சில கேள்விகள்

எழுத்து மொழிக்கும் பேச்சு மொழிக்கும் பெருத்த வேறுபாடு கொண்டிருக்கும் தமிழ், இரட்டை வழக்கு மொழி. அனேகமாகத் திராவிட மொழிகள் அனைத்துமே இரட்டை வழக்கு மொழிகள்தான். எட்டுக் கோடி மக்கள் தொகை கொண்டிருக்கும் தமிழ்நாட்டின் எல்லாப் பகுதி யிலும் பேசும் தமிழ் மொழி ஒரேமாதிரியானதல்ல. தமிழ்நாட்டின் நில அமைப்புக்கேற்ப ஆறு வகை வட்டார மொழிகள் (Dialect) தமிழில் உண்டு. தமிழ்நாட்டின் மேற்குப் பகுதியாகிய சேலம், நாமக்கல், கரூர், ஈரோடு, கோவை முதலிய ஆறேழு மாவட்டங்களில் பேசும் தமிழில் நான் எழுதுகிறேன். இதைக் 'கொங்கு வட்டார வழக்கு' என்று அழைக்கிறோம்.

தமிழ் நவீன இலக்கியத்தில் ஒரு பிரிவாக 'வட்டார இலக்கியம்' உள்ளது. 1940களில் வட்டார மொழியில் குறிப்பிட்ட நில அமைப்பில் வாழும் கிராம மக்களை மையமாகக் கொண்டு படைப்புகள் உருவாயின. அதற்கு முந்தைய எழுத்துக்களிலிருந்து இவை வேறுபட்டிருந்தன. பத்தொன்பதாம் நூற்றாண்டு இறுதியிலும் இருபதாம் நூற்றாண்டு தொடக்கத்திலும் எழுதப்பட்டவை பார்ப்பனர்களையும் அதற்கு நிகரான சில ஆதிக்க சாதிகளையும் மையமாகக் கொண்டவை. 1940களில் நிலவுடைமைச் சாதிகளின் வாழ்க்கை முதன்மை பெற்றது.

கிராமம், நிலம் ஆகியவற்றைக் களமாகக் கொண்ட இவ்வகை எழுத்துக்களில் நிலவுடைமை விழுமியங்கள் பற்றிய பதிவுகளும் விசாரணைகளும் இடம்பெற்றன.

இவ்வெழுத்து பெருகி 1960, 1970களில் வட்டார இலக்கியம் என்னும் வகைப்பாடு முதன்மையாக இருந்தது. 'வட்டாரம்' என்பதற்கு வரையறைகள், கோட்பாடுகள் எல்லாம் உருவாயின. வட்டார இலக்கியம் என்னும் அடையாளத்திற்கு மொழி முதன்மையான அளவுகோலாக இருந்தது. நிலவியலையும் நிலவுடைமைச் சாதிகளின் வாழ்வியலையும் வட்டார இலக்கியம் பேசியது. குறிப்பிட்ட வட்டார மொழியை அப்பகுதியில் வாழும் நிலவுடைமைச் சாதிகளோடு இணைத்தே அடையாளம் கண்டனர். கொங்கு வட்டார மொழி என்றால் அப்பகுதியில் நிலவுடைமையும் ஆதிக்கமும் பெற்றிருக்கும் கவுண்டர் சாதியினரின் பேச்சு மொழி அது என்பதே பொதுத்தளத்தின் புரிதல். திரைப்படங்களில் வட்டார மொழியைப் பயன்படுத்தும் போதும் ஆதிக்க சாதியின் மொழியாகவே விளங்கிற்று. ஒருபகுதியில் வாழும் அனைத்துச் சாதியினரும் அப்பகுதிக்கே உரிய வட்டார மொழியில்தான் பேசுவார்கள் என்பதுதான் எதார்த்தம். ஆனால் குறிப்பிட்ட சாதிக்குரிய மொழியாக அது அடையாளம் பெற்றது எப்படி? நாவல்களானாலும் சிறுகதைகளானாலும் திரைப்படங்களானாலும் அவை நிலவுடைமைச் சாதிகளின் வாழ்வியலைப் பேசின. ஆகவே அவ்வாழ்வோடு மொழியும் இணைந்தது.

1990களில் இப்போக்கு உடைபட்டுத் தலித் சாதிகளின் வாழ்வைப் பேசும் படைப்புகள் முன்வந்தன. நிலவுடைமைச் சாதிகளையும் அவற்றிற்கான விழுமியங்களையும் பேசும் படைப்புக்களிலும் தவிர்க்க இயலாமல் தலித் சாதி வாழ்க்கைக்கும் இடம் கிடைத்தது. இந்நிலையில் 'வட்டார இலக்கியம்' என்னும் வகைப்பாடு பற்றிக் கேள்வி எழுந்தது. எழுதும் அனைத்துமே ஏதோ ஒருபகுதிப் பேச்சு வழக்கையும் வாழ்வையும் மையமிட்டே இருக்கும். அப்படிப் பார்த்தால் அனைத்துப் படைப்புகளுமே வட்டார இலக்கியம்தான். அனைத்துமே வட்டாரம் சார்ந்தவை என்றால் தனி வகைப்பாடு எதற்கு என்னும் கேள்வி முன்னின்றது. மேலும் தலித்தியம், பெண்ணியம் உள்ளிட்ட கோட்பாடுகளும் அவற்றின் அடிப்படையிலான படைப்புகளும் மேலெழுந்தன. பின்நவீனத்துவம், மாய எதார்த்தவியல் போன்றவையும் அறிமுகமாகிப் படைப்புகளின் முகத்தை மாற்றின.

1980களின் இறுதியில் எழுதத் தொடங்கி 1990களில் என் நூல்கள் வெளியாயின. அப்போது வெளியான என் படைப்புகளின் அடிப்படையில் 'கொங்கு வட்டார எழுத்தாளர்' என்னும் முத்திரை என்மீதும் விழுந்தது. எனினும் அது நிலைபெறவில்லை. நிலவுடைமைச் சாதி ஒன்றின் வாழ்வியல் சார்ந்து மட்டும் என் படைப்புகள் அமையவில்லை. ஒரு கிராமத்தின் சாதியமைப்பு, சாதிகளுக்கு இடையே உள்ள உறவு, ஆதிக்கம், ஒடுக்குமுறை உள்ளிட்ட பல்வேறு கூறுகளைக் கொண்ட பன்முகத்தன்மை என் படைப்புகளில் அமைந்தது. கிராம வாழ்க்கைச் சித்திரிப்பைப் பல்வேறு சாதிகளைப் பற்றிய உரையாடல் என்பதாக என் படைப்புகள் முன்வைத்தன. எனவே 'வட்டார இலக்கியம்' என்னும் ஒற்றைக்குள் அவற்றை அடக்க இயலவில்லை. ஒருகாலத்தில் 'வட்டார இலக்கியம்' என்னும் வகைப்பாடு இலக்கிய அங்கீகாரத்தைப் பெற்றுத் தருவதாக இருந்தது. அதுவே 1990களில் சுமையாக மாறிவிட்டது. அதிலிருந்து விடுபடுவதை அக்காலகட்டம் உறுதிப்படுத்தியது.

2000த்தின் தொடக்க காலம் முதல் என் படைப்புகள் ஆங்கிலத்தில் மொழிபெயர்க்கப்பட்டன. இப்போது நாவல்கள், சிறுகதைகள், கட்டுரைகள் எனப் பதினைந்துக்கும் மேற்பட்ட நூல்கள் ஆங்கிலத்தில் வெளியாகியுள்ளன. முப்பதாண்டு களுக்கு முன் தமிழில் எதிர்கொண்ட அதே சிக்கலை இப்போது இன்னும் கொஞ்சம் விரிந்த தளத்தில் எதிர்கொள்ள நேர்ந்திருக்கிறது. இந்திய இலக்கியம் உலகமயமாகும் காலத்திலும் இந்த அடையாளப் பிரச்சினை நீடிக்கிறது. ஆங்கில மொழியை அடிப்படையாகக் கொண்டு என்னைப் போன்றவர்களை Regional languageஇல் எழுதுபவர்கள் என்று வகைப்படுத்துகிறார்கள். 'Regional literature' என்னும் ஒரு பிரிவை ஏற்படுத்தி எங்களையெல்லாம் அதற்குள் அடைக்க முயல்கிறார்கள்.

Regional language என்று சுட்ட எவையெல்லாம் அளவு கோல்கள்? இரண்டாயிரம் ஆண்டுக்கு முற்பட்ட இலக்கிய வளத்தைக் கொண்டிருக்கும் தமிழ் மொழியில் எழுதும் என்னை Regional languageஇல் எழுதுபவன் என்றால் எப்படி ஏற்றுக்கொள்வது? இந்தியாவில் வழங்கும் திராவிட மொழிகளுக்குக் குறைந்தபட்சம் ஆயிரம் ஆண்டுகால மொழி, இலக்கிய வரலாறு உண்டு. மாநில மொழிகள் பலவற்றிற்கும் அத்தகைய வளம் உண்டு. தமிழ் உள்ளிட்ட மொழிகள் எல்லாம் Regional languages என்றால் முதன்மையான மொழி எது என்னும் கேள்வி வருகிறது.

இந்தியாவைப் பொருத்தவரைக்கும் தீராத ஒன்று மொழிப் பிரச்சினை. இலக்கியத்தில் ஆங்கிலத்தை முதன்மை மொழியாகக் கொள்கிறார்கள் என்றும் ஆங்கிலத்தில் நேரடியாக எழுதும் நூல்களை முதன்மை இலக்கியமாகக் கருதுகிறார்கள் என்றும் நினைக்கிறேன். அல்லது இந்திய மொழி அரசியல் இதற்குள் தீவிரமாகச் செயல்படுகிறது என்றும் காணலாம். இந்தியை முதன்மை மொழியாக்கிப் பிறவற்றை எல்லாம் Regional languages என்று குறிப்பிடும் அரசியல் இதற்குள் இருக்கிறதா? இந்தியாவில் அவ்வாறு ஆக்குவதற்குத் தொடர்ந்து அரசியல் அழுத்தங்கள் கொடுக்கப்படுகின்றன. அவ்வகைப் புரிதலே உலக அளவிலும் தொடர்கிறது.

இந்தியாவிற்குள்ளும் வெளியிலும் நான் பங்கேற்ற பல நிகழ்ச்சிகளில் அறிமுகத்தின்போது 'He writes in Tamil, one of the regional language of India' என்பார்கள். அது எனக்குப் பெருவலியைத் தரும் அறிமுகம். இரண்டாயிரம் ஆண்டுக்கு முந்தைய இலக்கியங்களைக் கொண்ட மொழி தமிழ். அப்போதிருந்து ஒருபோதும் இடையறாத இலக்கியத் தொடர்ச்சி தமிழுக்கு இருக்கிறது. உலகத்தில் வாழும் செம்மொழிகள் விரல் விட்டு எண்ணத்தக்கவை. அவற்றுள் ஒன்றாகத் தமிழ் திகழ்கிறது. இதை Regional language என்று அறிமுகப்படுத்தினால் எப்படி? 'Tamil, one of the Indian language' என்று குறிப்பிட்டால் எனக்குப் பிரச்சினையில்லை. இந்தியாவின் ஒவ்வொரு மொழியையும் அப்படித்தான் குறிப்பிட வேண்டும் என விரும்புகிறேன்.

மலையாளமோ தெலுங்கோ ஒடியாவோ ராஜஸ்தானியோ பஞ்சாபியோ எதுவாக இருந்தாலும் அப்படித்தான் குறிப்பிட வேண்டும். நமது அரசியல் சட்டம் எந்த ஒருமொழியையும் இந்தியாவின் ஆட்சி மொழியாகக் குறிப்பிடவில்லை. மாநில மொழிகள் அனைத்தும் சமமே. மொழிபெயர்ப்பு வசதிகள் மிகமிக எளிமைப்பட்டுவிட்ட இக்காலத்தில் இனி ஒரேஒரு மொழிதான் ஆட்சிமொழியாக இருக்க வேண்டும் என்னும் கருத்துக்கு எந்த வலுவும் இல்லை. இத்தனை வசதிகள் இல்லாத காலத்திலேயே ஒன்றுக்கு மேற்பட்ட மொழிகளை ஆட்சிமொழிகளாகக் கொண்டு வெற்றிகரமாகச் செயல்படுத்தும் நாடுகள் உள்ளன. நம் அரசியல்வாதிகள் அடிக்கடி ஆதர்சமாகக் காட்டும் சிங்கப்பூர் நமக்கு மிகவும் அண்மையில் இருக்கும் நாடு. அங்கே நான்கு ஆட்சிமொழிகள். ஆங்கிலம், சீனம், மலாயா, தமிழ் ஆகியவை.

ஆங்கிலத்திற்குப் பெரிய முக்கியத்துவம் இல்லாத நாடுகள் சிலவற்றில் நடந்த விழாக்களில், கருத்தரங்க அமர்வுகளில்

பங்கேற்றிருக்கிறேன். ஜெர்மனியில் நடைபெற்ற இலக்கிய விழா ஒன்றில் நான் தமிழில் பேசினேன். என் பேச்சு உடனுக்குடன் ஜெர்மனி மொழியில் பெயர்க்கப்பட்டது. இன்னொருவர் ஆங்கிலத்தில் பேசினார். அவர் பேச்சும் ஜெர்மனியில் பெயர்க்கப்பட்டது. இந்த ஆண்டு (2022) ஏப்ரல் மாதத்தில் பாரிஸ் நகரத்தில் நடைபெற்ற புத்தகக் கண்காட்சி அரங்கில் ஓர் அமர்வில் நான் தமிழில் பேசினேன். இவ்வாண்டு புக்கர் பரிசு பெற்ற கீதாஞ்சலிஸ்ரீ ஆங்கிலத்தில் பேசினார். எங்கள் இருவர் பேச்சும் பிரெஞ்சு மொழியில் பெயர்க்கப்பட்டன.

நியூயார்க் நகரத்தில் ஆண்டுதோறும் நடைபெறும் மிக முக்கியமான புத்தகக் காட்சியை ஒட்டி என் பூனாச்சி நாவலின் அமெரிக்கப் பதிப்பை *Grove Atlandic* பதிப்பகம் வெளியிட்டது. அப்போது அங்கு நடைபெற்ற கலந்துரையாடல் அமர்வு ஒன்றில் பங்கேற்று நான் தமிழில் பேசினேன். உடனடி மொழி பெயர்ப்புக்கு ஏற்பாடு செய்யப்பட்டிருந்தது. சக பேச்சாளர் களின் கருத்துக்கள் எனக்கு உடனுக்குடன் மொழிபெயர்த்துச் சொல்லப்பட்டது. பார்வையாளர்களின் கேள்விகளுக்கும் நான் பதில் சொன்னேன். இப்போது ஆங்கிலப் பதிப்புலகில் *Regional literature* என்று அடையாளம் காட்டப்படும் இலக்கியத்தைப் படைக்கும் நான் *Regional language* என்றழைக்கப்படும் என் மொழியில் உலக அரங்குகளில் பேச முடிகிறது.

இந்தியாவிலும் பல மாநிலக் கருத்தரங்குகளில் பங்கேற்கும்போது தமிழில்தான் பேசுகிறேன். மொழிபெயர்ப்பு ஏற்பாட்டில் பெரிய பிரச்சினை ஏதுமில்லை. ஒடிசாவில் சில அரங்குகளில் பங்கேற்றபோது என் உரையின் ஒடிய மொழிபெயர்ப்புப் படி பார்வையாளர்களுக்கு வழங்கப் பட்டது. சிலசமயம் நேரடி மொழிபெயர்ப்பு செய்யப்பட்டது. தமிழோடு நெருங்கிய தொடர்பில்லாத ஒடிய மொழியி லேயே இந்த ஏற்பாடு சாத்தியமாகிறது. 2016ஆம் ஆண்டு 'மதொருபாகன்' பிரச்சினையை ஒட்டிய சென்னை உயர்நீதிமன்றத் தீர்ப்புக்குப் பிறகு *NDTV*யில் என்னை நேர்காணல் செய்தனர். தொலைக்காட்சிப் பிரபலமாகிய பர்கா தத் செய்த நேர்காணல் அது. அவர் ஆங்கிலத்தில் கேள்வி கேட்டார். நான் தமிழில் பதில் சொன்னேன். நண்பரும் வரலாற்று ஆய்வாளருமான ஆ.இரா. வேங்கடாசலபதி என் பதிலை ஆங்கிலத்தில் மொழிபெயர்த்தார். இவை நேரடி ஒளிபரப்பாக நிகழ்ந்தன. இந்தியத் தொலைக்காட்சி வரலாற்றில் இப்படி ஒரு நிகழ்ச்சி அபூர்வமானது.

ஊடகங்களிலும் கருத்தரங்குகளிலும் நான் தமிழில் பேசும்போது மொழிபெயர்ப்பு செய்வதில் சில இடர்கள்

இருக்கின்றன. இல்லையென்று சொல்ல முடியாது. ஆனால் அவை எளிதாகக் களையக் கூடியவைதான். இத்தகைய நிகழ்ச்சிகள் தொடர்ந்து நடைபெறுமானால் அதற்கெனப் பயிற்சி பெற்ற மொழிபெயர்ப்பாளர்கள் அமைந்துவிடலாம். இப்போது அரசியல்வாதிகள் மேடையில் பேசும்போது பார்வையாளர்களுக்குத் தெரியாத முறையில் பார்த்துப் படிப்பதற்குப் பயன்படுத்தும் கருவியைப் போன்ற ஒன்றை மொழிபெயர்ப்புக்கும் பயன்படுத்தலாம். 'Regional language' மட்டுமே பேசத் தெரிந்த என்னைப் போன்றோர் இத்தகு அரங்குகளில் மிகுதியாகப் பங்கேற்கும்போது இந்த இடர்கள் நீங்கிவிடும். முன்கூட்டிச் செய்ய வேண்டியவை பற்றிய தெளிவுகள் கிடைத்துவிடும். எல்லாம் இயல்பாகிவிடும்.

உலகமயமாக்கம் பற்றிப் பேசும்போது மொழி கற்றல், மொழிபெயர்த்தல், மொழிப்பயன்பாடு ஆகியவற்றில் நிகழ்ந்துள்ள மாற்றங்களை எல்லாம் கணக்கிலெடுத்துக் கொள்ள வேண்டும். பழைய பார்வைகளை இன்னும் அப்படியே வைத்துக்கொண்டு ஒற்றைமொழி பற்றிப் பேசிப் பிற மொழிகளை ஒடுக்க இனி இயலாது. 'Glocal' என்னும் ஆங்கிலச் சொல்லின் பயன்பாடு இன்று மிகுந்திருக்கிறது. அதற்கு நிகராக 'உலகுள்ளூரியம்' என்னும் சொல் தமிழில் பயன்பாட்டுக்கு வந்துவிட்டது. அந்தளவு 'Regional language' என்று சொல்லப்படுபவை வேகமாக இருக்கின்றன. மொழி அடிப்படையிலோ இலக்கியக் களத்தின் அடிப்படையிலோ 'Regional' என்னும் பிரிவு வேண்டாம் என்பதே என் வேண்டு கோள். இந்தக் கருத்தரங்கிலும் 'Regional' என்பதை ஒற்றை மேற்கோள் குறிக்குள்தான் கொடுத்திருக்கிறார்கள். அந்த வகையில் மகிழ்ச்சி. எப்படியானாலும் இந்தப் பகுப்பு சில ஆண்டுகளில் காணாமல் போய்விடும் என்று நம்புகிறேன்.

தமிழ் மொழியில் எழுதும் இலக்கியம் இன்று இந்திய ஆங்கிலத்தில் மட்டுமல்ல, அமெரிக்க ஆங்கிலத்தில் அமெரிக்கப் பதிப்பாகவே வெளியாகிறது. ஜெர்மன், பிரெஞ்சு முதலிய மொழிகளில் நேரடி மொழிபெயர்ப்பாகவும் வருகின்றன. ஒருமொழியிலிருந்து இன்னொரு மொழிக்கு நேரடியாக மொழிபெயர்ப்புச் செய்ய இருமொழிப் புலமை பெற்றோர் மிகக் குறைவாக இருக்கிறார்கள். இத்தகைய மொழிபெயர்ப்பு களுக்குச் சந்தை மதிப்பு கூடுமானால் மொழிபெயர்ப்பாளர்கள் தொழில்ரீதியாகச் செயல்பட வாய்ப்பு மிகுதி. அப்போது ஆங்கிலம் வழியாக அல்லாமல் நேரடி மொழிபெயர்ப்புச் செயல்பாடு கூடும். அந்த வகையில் நாம் செல்ல வேண்டிய தூரம் மிக நீண்டது.

இலக்கியமும் உலகமயமாகும் இச்சூழலில் என்னைப் போன்ற எழுத்தாளர்களிடம் மீண்டும் மீண்டும் ஒரு கேள்வி கேட்கப்படுகிறது. ‘தமிழ்நாட்டின் ஒரு ஓரத்தில் இருக்கும் கொங்குப் பகுதியைச் சேர்ந்த மக்கள் வாழ்க்கை முறையை எழுதுகிறீர்கள். இந்த நிலப்பகுதியோடும் வாழ்க்கை முறையோடும் சிறிதுகூடத் தொடர்பே இல்லாத இன்னொரு நாட்டை, கண்டத்தைச் சேர்ந்த மக்கள் உங்கள் எழுத்தை எப்படிப் புரிந்துகொள்கிறார்கள்? அமெரிக்கக் கண்டத்திலும் ஐரோப்பாக் கண்டத்திலும் இருப்பவர்களுக்கும் இந்த எழுத்து எப்படி அர்த்தமாகிறது? அவர்கள் எந்த வகையில் தங்களை இந்த எழுத்தோடு பொருத்திக் கொள்கிறார்கள்?’

இந்தக் கேள்வியை வெவ்வேறு வகைகளில் வெளிப்படுத்து கிறார்கள். வேறு யாரும் புக முடியாத உலகிற்குள் ஒருவர் வந்துவிட்டாரே, எப்படி என்னும் வியப்பில் சிலர் கேட்கிறார்கள். பொறாமையில் சிலர் கேட்கிறார்கள். நம் இருப்பு தரும் அந்நியத்தன்மையினால் ஏற்படும் உறுத்தலில் சிலர் கேட்கிறார்கள். இந்தக் கேள்விக்கு எப்போதும் பொறுமை யாகப் பதில் சொல்வதையே வழக்கமாகக் கொண்டிருக்கிறேன். ஆனால் எனக்கு ஒரு கேள்வி இருக்கிறது. அதற்கு அவர்கள் யாரிடமும் பதில் இல்லை. இருபதாம் நூற்றாண்டு முழுக்கவும் நாங்கள் யாரையெல்லாம் வாசித்து வந்திருக்கிறோம்? ஐரோப்பிய இலக்கியங்கள், அமெரிக்க இலக்கியங்கள், ரஷ்ய இலக்கியங்கள் ஆகியவற்றைத்தானே?

ஷேக்ஸ்பியரையும் வோர்ட்ஸ்வொர்த்தையும் படிக்காமல் சாதாரணமாகப் பள்ளிப் படிப்பைக்கூடத் தாண்ட முடியாது. வால்ட் விட்மன், கீட்ஸ், ஷெல்லி என்று எத்தனை கவிஞர்கள்! எர்னஸ்ட் ஹெமிங்வேயின் எல்லா நாவல்களும் தமிழில் படிக்கக் கிடைக்கின்றன. ‘கடலும் கிழவனும்’ நாவலில் வரும் கடற்கரை வாழ்க்கை உங்களுக்கு எப்படி அர்த்தமாயிற்று என்று யாரேனும் இதுவரை கேள்வி கேட்டதுண்டா? டால்ஸ்டாய், டாஸ்டாவ்ஸ்கி, மாக்சீம் கார்க்கி, அந்தோன் செகாவ் என்று எத்தனை ரஷ்ய எழுத்தாளர்கள்! ஸ்டெப்பிப் புல்வெளியை நீங்கள் எப்படிப் புரிந்து கொண்டீர்கள் என்று எப்போதேனும் கேள்வி எழுந்ததுண்டா? பனி மூடிக் கிடக்கும் சாலைகளில் நடக்க என்ன செய்தீர்கள் என்று கேட்டோர் இருக்கிறார்களா?

ரஷ்ய கிராமம் ஒன்றின் மூலைமுடுக்கில் வேளாண்மை செய்யும் உழவனின் வாழ்வை என்னால் பொருத்திக் கொள்ள முடிகிறபோது தமிழ்நாட்டின் வெம்மையடிக்கும் மேற்குப் பகுதி கிராம உழவனின் வாழ்வைப் பனி சூழ் உலகம் பொருத்திப் பார்க்க முடியாதா? இலக்கியம் என்பது

அறிதலும் அனுபவமும்தான். அவற்றுக்குத் துணை செய்யும் கூறுகளே களம், பின்னணி, பாத்திரங்கள் ஆகியன. ஏதேனும் ஒற்றைக்கூறு இயைந்தால் போதும். அதனோடு இயல்பாகப் பொருந்திக்கொள்ள முடியும். எல்லாவற்றையும்விட மனித உணர்வு என்னும் ஒருமை இருக்கவே இருக்கிறது. அது ஒன்று போதாதா?

●

(தெலுங்கானா மாநிலம், ஹைதராபாத் மத்தியப் பல்கலைக்கழகத்தின் ஒப்பிலக்கியத்துறை நடத்திய 'Globalizing South Asian 'Regional' Literature : Socio-Cultural Perspectives' **என்னும் தலைப்பிலான பன்னாட்டுக் கருத்தரங்கில் 14–09–22 அன்று ஆற்றிய உரையின் எழுத்து வடிவம்.)**